போதி மரம்

சத்யானந்தன்

பதினைந்து ஆண்டுகளுக்கும் மேலாக சதங்கை, கணையாழி, நவீன விருட்சம், சங்கு, உயிர்மை, மணிமுத்தாறு, புதியகோடாங்கி, இலக்கியச் சிறகு, கனவு உள்ளிட்ட சிறு பத்திரிகைகளிலும், திண்ணை, சொல்வனம் உள்ளிட்ட இணையதளங்களிலும் தீவிரமாகத் தனது படைப்புகளைப் பிரசுரித்துள்ளார் கவிஞர், எழுத்தாளர் சத்யானந்தன் (முரளிதரன் பார்த்தசாரதி).

நவீன புனைகதைகள், நாவல்கள், கவிதைகள், கட்டுரைகளை வித்தியாசமாகப் படைப்பவர். வாசிப்பையும் எழுத்தையும் இரு கரைகளாகக்கொண்டு ஆரவாரம் இல்லாத மிக அமைதியான ஆறாக தொடர்ந்து ஓடிக் கொண்டிருக்கும் இவர் சமகால எழுத்துக்களை அலுக்காமல், சளைக்காமல், அமைதியாகத் தன் போக்கில் தொடர்ந்து அறிமுகப்படுத்தி, விமர்சித்து, கவனப்படுத்தி வருகிறார்.

போதி மரம்

சத்யானந்தன்

கிழக்கு

போதி மரம்
Bodhi Maram

Sathyanandhan ©

First Edition: September 2017
248 Pages
Printed in India.

ISBN: 9789386737175
Kizhakku - 1027

Kizhakku Pathippagam
177/103, First Floor,
Ambal's Building, Lloyds Road
Royapettah, Chennai 600 014.
Ph: +91-44-4200-9603

Email : support@nhm.in
Website : www.nhm.in

kizhakkupathippagam
kizhakku_nhm

Author's Email: sathyanandhan.tamil@gmail.com

Kizhakku Pathippagam is an imprint of New Horizon Media Private Limited

உள் என்பது புறம் தொடர்பற்றுப் போகும்போதே ஊர்ஜிதமாகிறது. உள் தேடல் உள்ளது. தேவைகள் அற்றது. சாந்தமானது. சவால்களும் சபதங்களும் சாதனைகளும் வேதனைகளுமற்றது. உள் தன்னளவில் பூரணமானது. குறைகளையும் பாக்கியங்களையும், அல்லது மருந்தையும் மருத்துவர் தேடும் ரணங்களையும் அறியாதது. நான் என்று எப்போதும் காட்சிப்படுத்தப் படும் ஒன்று. சித்தார்த்தன் என மற்றவர் கண்டு வந்த ஒன்று இந்த உள்ளுக்கு உள்ளே இல்லை. உறக்கம் இயக்கம் என்னும் இருமை இதில் இல்லை.

பாகம் ஒன்று

யசோதரா

அத்தியாயம்

௧

கபிலவாஸ்து. பின்னிரவு. மன்னர் சுத்தோதனரின் மழைக்கால அரண்மனையின் இருபத்தைந்து அடி உயரமுள்ள பிரதான வாயிற் கதவின் கீழ்ப்பகுதியில் உள்ள ஏழடி அளவிலான சிறிய பகுதிக்கதவு திறந்தது. அந்த அரண்மனை சேவகரின் தலைவன் பின் நடந்து வர அவனுக்கும் முன்னே ஒரு பணியாள் தீப்பந்தத்தை ஏந்தி நடந்தான். அரண்மனைக்கு எதிரே இந்திரனின் பிரமாண்டமான கோயில். இருவரும் வெளியே வந்து வலப்புறம் திரும்பி நடந்தனர். மன்னனின் கோடைக்கால அரண்மனை, குளிர்கால அரண்மனை இரண்டும் முன் வாயிலின் வெளியே எரியும் தழல் விளக்கு வெளிச்சத்தில் மங்கலாகத் தெரிந்தன. அடுத்து சித்தார்த்தரின் மூன்று அரண்மனைகளையும் கடந்து அட்சயப் பொய்கையை நெருங்கினார்கள். பொய்கையின் நீர் கருமையாகத் தெரிந்தது. அதன் வலப்புறம் அந்தணரின் தெருவும், இடப்புறம் அமைச்சர்கள், படைத் தளபதிகளின் மாளிகைகளும் இருந்தன. நடுநாயகமாக பிரதான மந்திரி ஆருத்திரரின் மாளிகை இருந்தது. அந்தத் தெருவுக்கான பெரிய கல்தூணில் எரியும் தீபம் அவரது மாளிகைக்கு எதிரே ஒளிர்ந்து கொண்டிருந்தது. பத்து அடி உயரமுள்ள முன்வாயிற் கதவின் அருகே இரு படை வீரர்கள் உறங்காமல் காவற் காத்து நின்றனர்.

மன்னரின் தலைமைச் சேவகன் எதுவும் பேசாமல் தன் வலது மணிக்கட்டை உயர்த்திக் காட்டினான். தங்கத் தகட்டின் மீது பொறிக்கப்பட்டிருந்த யானை உருவம் தென்பட்டது. வீரர்கள்

மரியாதையாக வழி விட்டு கனத்த கதவுகளைத் திறக்க ஒரு மைதானம் அகன்று விரிந்தது. மத்தியில் செங்கற்கள் வேய்ந்த பாதை. இருபுறமும் மரங்களின் நடுவே மூங்கிலும் நீள் சதுர ஓடுகளுமான, கூம்பான கூரை உச்சியில் வெண்கலக் கலசமுள்ள இரண்டு பெரிய வீடுகள் இருந்தன. ஒன்று உறவில்லா விருந்தினர்களுக்கு, மற்றொன்று பார்வையாளர் களுக்கு. இரண்டு வீடுகளும் இருளில் நிழலுருவாய் நின்றிருந்தன. நடை முடிவில் படிக்கட்டுகளில் ஏறும் வரை வரிசையாய் சீராக எரிந்த தீப்பந்தங்களின் முடிவில் ஒரு சேவகன் தென்பட்டான். மன்னரின் சேவகன் தென்பட்டான். முன்னவன் கூறிய செய்தியைச் சுமந்து அவன் மாளிகையின் நுழைவுக்கு முன்பே உப்பரிகைக்குச் செல்லும் படிக்கட்டுகளில் ஏறி மறைந்தான். தலைமைச் சேவகன் கீழேயே காத்திருந்தான்.

உப்பரிகையின் உள்ளே திரைச்சீலைக்குப் பின் தமது சயன அறையில் உறங்கிக் கொண்டிருந்த பிரதான அமைச்சரின் உறக்கத்தை ''பிரதான அமைச்சர் ஆருத்திரருக்கு வெற்றியுண்டாகட்டும்'' என்று பலமுறை ஒலித்த சேவகனின் ஓலம் எழுப்பியது. ''யாரது?''

''ஐயா... சேவகன்.''

''என்ன?''

''மாமன்னர் தங்களை உடனே காண விரும்பினார்.''

சில கணங்கள் மௌனம்.

''நேரமென்ன?''

''பார்க்கிறேன் அய்யா...'' சேவகன் உப்பரிகையின் மூலையில் மூன்றடி உயரமுள்ள மர முக்காலியின் மீது வைக்கப்பட்டிருந்த செப்புப் பாத்திரத்தின் மீது தீப்பந்தத்தைப் பிடித்துப் பார்த்தான். அதிலிருந்து சொட்டு சொட்டாக நீர் கீழே தரையில் உள்ள மட்பாண்டத்தில் விழுந்து கொண்டிருந்தது. திரும்ப வந்து ''நான்காம் சாமம் தொடங்கி ஒரு நாழிகை ஆனது ஐயா'' என்றான்.

''நல்லது. ரதத்தை பூட்டச் சொல்.''

ஒரு நாழிகை அவகாசத்துக்குப் பின்பு இரண்டு குதிரை வீரர்கள் தீப்பந்தம் ஏந்தி முன் செல்ல ஒற்றைக் குதிரை இழுக்க, ரதத்தின் இருக்கையின் நாற்பக்கமும் பட்டுத்துணிகள் படுதாவாக மன்னரின் மாளிகை நோக்கி பிரதான அமைச்சர் புறப்பட்டார். மன்னரின் மூன்று மாளிகைகளையும் தாண்டி ரதம் விரைந்தபோது ஆருத்திரர் திரையை விலக்கி ''மன்னர் அரண்மனையில் இல்லையா?'' என்றார்.

''இல்லை ஐயா... சந்தகாராவில் இருக்கிறார்.''

ஆருத்திரருக்கு இது அதிர்ச்சியாயிருந்தது. சாக்கிய வம்சத்து மன்னர் பாரம்பரியத்தில் 'சந்தகாரா'வில் அரசவை கூடும்போது மட்டுமே மன்னனைக் காண இயலும். சந்தகாராவின் பிரமாண்ட வளாகம் மிகப் பெரிய திருப்பங்களையும் முடிவுகளையும் விளைவிக்கும் மந்திர ஆலோசனைகளும் விவாதங்களும் நடக்கும் பொது இடம். என்ன நிகழ்ந்தது? என்னை மட்டும்தான் அழைத்திருக்கிறாரா? சேவகர்களிடம் இதற்கும் மேல் விவரம் கேட்பது அவருக்கு கௌரவக் குறைச்சலாகத் தோன்றியது.

மலர்கள் இருளில் மணத்தை அனுப்பித் தம் இருப்பைத் தெரிவித்துக் கொண்டிருந்தன. நந்தவனம் கடந்து உயர்ந்த கற்தூண்களும் இடையே கதவே இல்லாமல் கற்தூண் தீபங்களால் ஒளி பெற்ற பெரிய கூடமான சந்தகாராவில் நுழைந்தார். மர ஆசனங்களின் வரிசையைக் கடந்து நடந்தார். ஒரே ஒரு சேவகன் மட்டும் இடைவெளி விட்டு பின்னே வந்தான். தேவேந்திரன் ஐராவதத்தில் கம்பீரமாய் பவனி வரும் பெரிய ஓவியம் பின்னணியாக மன்னர் அமரும் சபை மேடையில் அரசர் இல்லை. கீழே காத்திருந்த பரிசகன் (பரிசாரகன்??) ''ஆவண அறையில் இருக்கிறார்'' என்றான். மேடைக்குப் பின்னே உள்ள ஆவண அறை பற்றி பெரும்பாலானோருக்குத் தெரியாது. தனது தகப்பனார் திதியன்று மன்னர் அங்கேயுள்ள கேடயங்கள், கவசங்கள், கிரீடங்கள் அனைத்திற்கும் பூஜை செய்வார். பிரதான மந்திரி வெண்கல ஏடுகள் பதித்த கதவுகள் திறந்திருக்க மெதுவாக நுழைந்தபடியே ''மாமன்னருக்கு வெற்றி உண்டாகட்டும்'' என்றார்.

கையில் சில ஓலைச்சுவடிகளை வெண்கல விளக்கு வெளிச்சத்தில் மன்னர் பார்த்துக் கொண்டிருக்க ஒரு அந்தண இளைஞன் பணிவாய் அருகில் நின்று கொண்டிருந்தான். அவன் ராஜகுரு சான்னித்தியரின் மகன் வித்யும்னன். ''பத்து ஏடுகளும் இவைதானே?'' என்றார். ''ஆமாம் ஸ்வாமி. அப்பா குறிப்பிட்டபடி இவை யாவும் பாலி மொழியில் எழுதப்பட்ட ஜாதகக் குறிப்புகள்'' என்றான்.

மன்னரின் கண்கள் சிவந்து முகம் கருமை படர்ந்திருந்தது. இரவு முழுதும் அவர் உறங்கவில்லைபோல தெரிந்தது. அவரது உத்தரியம் சரிந்து மெருகேற்றிய தங்கப் பூண்கள் உள்ள ஆசனத்தின் மீது கிடந்தது. மன்னர் கிரீடமின்றி சோபை குறைந்தவராக இருந்தார். ''பிராமண பாலகனே! நீ சற்று நேரம் வெளியே இரு'' என்றார். அவன் தலை வணங்கி வெளியேறினான். மன்னர் தமக்கு எதிரே இருந்த ஆசனத்தைக் காட்டி ''அமருங்கள் மகா மந்திரி ஆருத்திரரே...'' என்றார்.

‘‘கோசல நாட்டை எதிரிகள் ஊடுருவி விட்டார்களா மாமன்னரே?’’

‘‘சுத்தோதனன் உள்ள வரை அதற்கு வாய்ப்பில்லை ஆருத்திரரே...’’ என்ற மன்னர் குரலில் வழக்கமான பெருமிதமில்லை. என்ன நிகழ்ந்தது என்று மன்னரே மேலும் சொல்லட்டும் என்னும் விதமாக அவரை நோக்கினார் மந்திரி.

‘‘சித்தார்த்தன் கபிலவாஸ்துவை விட்டு வெளியேறிவிட்டான் அமைச்சரே...’’ மன்னர் குரலில் சிறு நடுக்கம் தெரிந்தது. முகத்தில் வியர்வை. கண்கள் சிறிதே கலங்கியதுபோல தோன்றியது.

‘‘இது எப்படி சாத்தியம்? சேவகர்கள் என்ன செய்து கொண்டிருந்தார்கள். மகாராணியும் இளவரசி யசோதராவும் அனுமதித்திருக்க வாய்ப்பில்லையே...’’

‘‘நள்ளிரவில் அவன் கிளம்பிச் சென்றிருக்கிறான்.’’

‘‘தங்களுக்கு வந்த செய்தியில் தவறிருந்திருக்கலாம்... மன்னா, இது சாத்தியமேயில்லை.’’

‘‘நானும் அப்படிதான் நம்பிக்கொண்டிருந்தேன்.’’ கையிலிருந்த ஏடுகளை முன்னே நீட்டி ‘‘இந்த ஜாதகக் குறிப்புகளையும் நம்பினேன். எல்லாம் வீண்...’’

ஆருத்திரர் அதிர்ச்சியிலிருந்து மீள முடியாமல் மௌனமாய் மன்னரை நோக்கினார். மெதுவாக ‘‘சாரதி காந்தகனை விசாரித்தார்களா?’’

‘‘காந்தகன் இன்னும் திரும்பி வரவில்லை. வெகுதூரம் சென்றிருக்கிறார்கள்.’’

‘‘அவ்வாறெனில் இருவருமே திரும்பி வரலாமே...’’

‘‘காந்தகனை ஒற்றர்கள் தனியாக அனோமா ஆற்றுக் கரையில் பார்த்திருக்கிறார்கள். அவன் ‘அக்கரை வனத்துக்கு இளவரசர் சென்றிருக்கிறார், அவர் வரும்வரை காத்திருக்கிறேன்’ என்று சொல்லியிருக்கிறான்.’’

‘‘அவ்வாறெனில் இளவரசர் திருவுள்ளம் என்னவோ... திரும்பி வந்துவிடுவார்.’’

‘‘எனக்கு நம்பிக்கையில்லை. அந்தப்புரத்தில் நடன மாந்தர் மத்தியில் அவன் இளமை கழிந்தது. நகர விழாக்களுக்கு சேவகர், சேனை புடை சூழாமல் அவன் செல்வதில்லை. சமீப காலமாக விழாக்கள் இல்லாத நாட்களில் அவன் தனியே ரதத்தில் நகரில் வலம் வந்தான்.’’

''கேள்விப்பட்டேன் மன்னா.''

''இருபத்து ஒன்பது வருடங்களாக இந்த ஜாதகங்கள் கூறியபடி அவன் சாம்ராட்டாக வருவான் என்றே ராஜசுகங்களை மட்டுமே காட்டி வளர்த்தேன். இப்போதைய தசைப்படி அவன் சன்னியாசி அல்லது மாமன்னனாகப் புகழ் பெறும் கிரக நிலை. சாம்ராட் ஆகவேண்டு மென்றால் அவன் ஏன் வனம் புக வேண்டும்?''

''இளவரசரின் பாதுகாவலரை மாற்றுவோம் மன்னா. அவரை தேடிக் கொணருவது என் பொறுப்பு.''

''அதேதான் என் விருப்பம் ஆருத்திரரே. நம்பிக்கையான ஆட்களை அனுப்புங்கள். படை வீரர்கள் நாசூக்கான இந்த வேலைக்கு உகந்தவர்கள் அல்லர். அதனால்தான் தளபதியை அழைக்காமல் உங்களை அழைத்தேன்.''

''உடனே ஏற்பாடு செய்கிறேன், உத்தரவு கொடுங்கள்'' என்று எழுந்த பிரதம அமைச்சரைக் கையமர்த்திய மன்னர், ''ஒரு செய்தியை நீங்கள் அந்தப்புரம் முதல் எல்லா தெருக்கள், சந்தைகள் என்று பரந்து விரிந்து இடையர்கள் வரை கொண்டுசெல்ல வேண்டும்.''

''ஆணையிடுங்கள் மன்னா...''

''கோசல நாட்டு ஒற்றர்கள், வேடுவர் மனதை மாற்ற வனத்துக்குள் ஊடுருவியதை அறிந்த இளவரசர் வனவாசிகளிடம் நம்பிக்கை ஊட்ட வனம் புகுந்துள்ளார் என்னும் செய்தியே அது.''

''அவ்வாறே மன்னா'' என்று வணங்கி விடைபெற்றார் ஆருத்திரர்.

திரும்பி வரும் வழியில் மனதுக்குள் போரோ சவால்களோ வெற்றிகளோ இல்லாத இளவரசனாக சித்தார்த்தரை ஏன் விட்டு வைத்தார் மன்னர் என வினவிக் கொண்டார். மூன்று மாளிகைகளும் இணையும் நிலவறைச் சுரங்க வழி கூட சித்தார்த்தனுக்குத் தெரியாது என்று ஒரு உரையாடலில் அவர் கண்டார்.

சாக்கிய வம்சத்து மன்னர்களில் சுத்தோதனர் மிகவும் மென்மையான அணுகுமுறையுடன் மகனை வளர்ப்பதில் சறுக்கிவிட்டார் என்றே தோன்றியது.

தமது மாளிகைக்கு அவர் வரும்போது இந்திரன் கோயிலில் அதிகாலைப் பூசைக்கான மணி ஒலித்தது. தமது சேவகர்களில் நம்பிக்கையான இருவரை அழைத்து அவர்களின் மனைவியர், இரு சிநேகிதர் மற்றும் அவர்களின் மனைவியருடன் சில நாழிகை கழித்து வரும்படி உத்தரவு பிறப்பித்தார்.

அத்தியாயம்

2

மழைக்கால அரண்மனை மதிலுள் நுழைந்த தீப்பந்த வரிசை இடது புறம் நீண்ட தூரம் சென்று வலது புறமாகத் திரும்பியது. தீப்பந்தங்கள் மீது ஈசல்கள் மோதி விழுந்தன. மேலே உதிரும் ஈசல் சிறகுகளைப் பொருட்படுத்தாமல் பின் வரும் ரதத்தின் வேகத்துக்கு ஈடு கொடுத்தபடி விரைந்தனர் சேவகர் ஓட்டமும் நடையுமாய்.

அந்தப்புரத்தின் மேல் வாசற் கதவுகள் சத்தத்துடன் திறக்க தீப்பந்தங் களுடன் பணிப்பெண்கள் மன்னரைத் தலைவணங்கிக் கும்பிட்டு வரவேற்றனர். மன்னர் கிரீடமும் பட்டு உத்தரீயமும் நகைகளும் அணிந்திருந்தார். இடையில் இருந்த உடைவாளை அவரது மாளிகைக்கு மெய்க்காப்பாளருள் ஒருவர் எடுத்துச் சென்றிருந்தார்.

அனேகமாக நித்தமும் நடனமும் இசையுமாக மிளிரும் நீராழி மண்டபம் அமைதியாயிருந்தது. அதிக உயரமில்லாத ஒரு மேடை நடுநாயகமாக இருக்க சுற்றிலும் விரிப்புகள் மீது திண்டுகள். மண்டபத்துக்குச் சற்று தள்ளி கீழே ஆழமான நீராழி இருந்தது. இசையின் நாதம் நீர்ப்பரப்பில் அபூர்வமான சுருதியுடன் வெளிப்படும்.

பக்கவாட்டில் சென்ற நடையில் விரைந்த மன்னர் மகாராணி பஜாபதியின் உறைவிடமான பெரிய கூடமும் நான்கு அறைகளும் ஆன பகுதியில் நுழையும்போதே ''ராணி பூஜை அறையில் இருக்கிறார்'' என்றாள் ஒரு பணிப்பெண் மிருதுவான குரலில் பணிவாக.

பூஜையறையில் வெவ்வேறு அளவு மற்றும் வடிவிலான சாளிக்கிராமங்கள் ஒரு பெரிய மாடத்தில் வீற்றிருந்தன. வெண்கல விளக்குகள் வரிசையாய் ஒளிர்ந்தன. மரத்தினால் ஆன ஒரு பெரிய மண்டபத்தில் மகாராணி மாயாவின் ஆளுயர ஓவியம் பெரிய மலர் மாலைகளால் அலங்கரிக்கப்பட்டிருந்தது.

நீண்ட முகம். சிறிய கூர்மையான மூக்கு. வளைந்த மெல்லிய புருவங்கள். பெரிய கண்கள். புன்னகைக்கும் பாவனை. தலையின் மீது அழகிய சிறிய பொன் மகுடம். சிறிய முத்துக்கள் நடுவே மரகதம் பதித்த நெற்றிச் சுட்டி. ஒருபக்க மூக்கில் சிறு வளையம். வேலைப்பாடுகள் மிகுந்த கூம்பு வடிவ சிறிய காதணிகள். காசு வடிவ பதக்கங்கள் நிறைந்த தங்க மாலை அதன் மீது முத்து மாலை. மணிகள் பதிக்கப்பட்ட தங்க வளையல்கள். ஒட்டியாணம். கால்களில் பெரிய சதங்கைகள். மாயாவின் படத்தை ஒவ்வொரு முறை பார்க்கும் போதும் சுத்தோதனருக்கு அவள் உயிருடன் எழுந்து வந்து விடுவாளோ என்று ஆசையாயிருக்கும். மண்டபத்தின் அருகே கண்களை மூடியபடி பஜாபதி அமர்ந்திருந்தார். மன்னரின் காலடி ஒலி கேட்டு எழுந்து நின்று வணங்கினார்.

பூஜையறையில் ஆசனங்கள் ஏதுமில்லை. தரையில் பூ வேலைப்பாடு மிகுந்த கம்பளத்தில் மன்னர் சம்மணமிட்டு அமர்ந்தார். மௌனமாக மாயாவின் ஓவியத்தை உற்று நோக்கியபடி இருந்த அவரது விழிகளினின்று நீர் தாரை தாரையாக வழிந்தது. ராணியின் கண்ணசைவில் பூஜையறை வாயிலில் காவலிருந்த பணிப்பெண் நகர்ந்தாள்.

''கோலி வம்சத்து இளவரசிகளான நானும் தமக்கை மாயாவும் இங்கே மருமகள்களான பின் சாக்கிய வம்சத்து மரபுகளை மதித்தே வாழ்ந்தோம். நானும் தங்கள் மனம் அறிந்தே நடந்து வந்தேன். சித்தார்த்தன் பற்றிய செய்தியை பிரதான அமைச்சரின் மனைவி சற்று முன் என்னிடம் தெரிவித்தார்.'' பேச்சைத் தொடராமல் நிறுத்திய மகாராணி தமது மேலங்கியால் மன்னரின் கன்னத்தில் வழியும் நீரைத் துடைத்து அவர் அருகே அமர்ந்தார். ''ராகுலன் பிறந்ததும் யசோதராவின் கவனம் குழந்தை மீதே இருந்தது. சித்தார்த்தனுக்கு அதை ஏற்கும் பக்குவமில்லை. வனத்தில் புகுந்த அவன் ஒரு நாள் கூட அந்தச் சூழலில் ஒட்ட வாய்ப்பில்லை மகாராஜா! கண்டிப்பாக விரைவில் திரும்பி வருவான்...'' மன்னரின் தோளை ஆதரவாகப் பற்றினார்.

●

இடுப்பை இறுக்கிக் கட்டியிருந்த பருத்தியால் ஆன கௌபீனம் இடுப்பைச் சுற்றிக் கட்டியிருந்த காவி அங்கி நனைந்ததால் உறுத்தியது. அந்த இரண்டு ஆடைகளும் மறையும்படி இடையங்கியில் சொருகி இடது தோள் வழியே பின்னே இடுப்பு வரை நீளும் காவி வேட்டி போன்ற நீண்ட மேலங்கி இருந்தது. சித்தார்த்தனின் நிழலுருவம் முன்னடக்க மந்திரத்தில் கட்டுப்பட்டவன்போல சாரதி காந்தகன் பின்னே குதிரையைப் பிடித்தபடி நடந்து வந்தான்.

நகரின் எல்லையில் காவலர்கள் ஓடி வந்து வணங்கியபோது சித்தார்த்தன் எதுவுமே பேசாமல் முன்னே நடந்து சென்றுவிட்டான். காந்தகன் ஏதோ சொல்லி அவர்களை அனுப்பிவிட்டு இளவரசரைத் தொடர்ந்தான். நதிக்கரையில் படுத்திருந்த பைராகியைக் காணும் போது சித்தார்த்தனுக்குப் பரவசமாயிருந்தது. இளவரசே என்று வணங்காமல் நிமிர்ந்து நின்ற அவனது பெருமிதம் அசர வைத்தது. ஒரு கணம் கூட யோசிக்காமல் சித்தார்த்தன் தனது பட்டாடைகளைக் கழற்றி அவனிடம் கொடுத்தபோது அவன் பதிலே சொல்லாமல் அவற்றைச் சுருட்டி தலைக்குக் கீழே வைத்து தொடர்ந்து படுத்தபடி இருந்தான். காந்தகன் கைவசம் கொண்டுவந்திருந்த காவியுடைகளை சித்தார்த்தன் அணிந்துகொண்டான். மூன்று ஆடைகளில் கோவணத்தை இடுப்புத் துணியுடன் இணைத்துக் கட்டிக்கொண்ட சித்தார்த்தனுக்கு மேலங்கியைச் சுற்றிக்கொள்வதில் சிரமம் இருந்தபோது காந்தகன் பைராகியை அழைத்து வந்தான். பைராகி அதை அணிவித்தான். சித்தார்த்தன் நகைகளை யசோதராவின் அறையிலேயே விட்டுவிட்டான்.

மழை வலுத்தது. முதல் நாள் இரவு காந்தகன் கொட்டும் மழையில் தோணியில் நதியின் அக்கரை வரை உடன் வந்தான். மறுகரையில் சித்தார்த்தனின் கால்களைப் பற்றி ‘‘நானும் உடன் வருகிறேன் இளவரசரே’’ என்றான்.

அவனைத் தூக்கி நிறுத்தினான் சித்தார்த்தன். அவன் கண்களை ஊடுருவிப் பார்த்து ‘‘என்னிடம் இல்லாமல் நீ மகாராஜாவின் சாரதியாக இருந்திருந்தால் விசுவாசமாக இருந்திருப்பாய்தானே?’’ காந்தகன் பதில் சொல்லாமல் கண்ணீருடன் கை கூப்பி நின்றான்.

‘‘சொல் காந்தகா... விசுவாசமாக இருந்திருப்பாயா இல்லையா?’’

‘‘இருந்திருப்பேன் இளவரசே...’’

‘‘இந்த எளிய உறுதியான விசுவாசம் உன்னை என்றும் வழி நடத்தும் காந்தகா...’’

‘‘இனியும் அதே விசுவாசத்துடன் உங்களை தொடரக்கூடாதா?’’

‘‘தேர் இல்லாத இளவரசனாக இல்லாத ஒரு நாடோடியாய் நான் ஒரு தேடலை தொடங்கி இருக்கிறேன் காந்தகா... உன் அன்பை மதிக்கிறேன். ஆனால் நீ என் நிழலாயிருப்பது நான் நீங்கி வந்திருக்கும் தங்கக் கூண்டின் நீட்சியாகவே இருக்கும்.’’

‘‘நீங்கள் சொல்லுவது எனக்கு விளங்கவில்லை இளவரசே.’’

‘‘என் மீது பரிபூரண விசுவாசம் காட்டும் இந்த நொடி வரையிலான உன் பங்களிப்பு எளியது காந்தகா... என் தேடலை இனம் கண்டு என்னுடன் இருப்பது உனக்கு பொருத்தமில்லாத காற்சங்கிலி ஆகிவிடும்.’’

‘‘என்னை ஏன் நிராகரிக்கிறீர் இளவரசே?’’

‘‘காந்தகா, தேடல் தன் வயமாய் உள் நெருப்புப் பொறியாய் துவங்கும் வரை நீ காத்திருக்க வேண்டும். மன்னரின் விருப்பத்துக்கு எதிராக நான் எடுக்கும் இந்த முடிவு நல்லது என்று எப்படி நினைத்தாய்?’’

மௌனமாய் நின்றான் காந்தகன். இருளில் மழைநீர் வழியும் அவன் முகபாவம் பிடிபடவில்லை. சில நொடிகளுக்குப் பின் ‘‘இளவரசர் சித்தார்த்தரே, வில் வித்தையோ, வாட் போரோ, மற்போரோ, சாக்கிய வம்சத்து வீரம் மிளிரும் உங்கள் பராக்கிரமத்தை நாங்கள் யாவரும் அறிவோம்.

முன்னொரு நாள் ஒரு சவத்தை பார்த்தபோது ‘மரணம் வாழ்வு என்னும் நாணயத்தின் மறுபக்கம், ஒரு பக்கத்தை மட்டுமே ஏன் கொண்டாடுகிறோம்?’ என்று வினவினீர்கள். பின்னொரு நாள் ஒரு முதியவரின் பலவீனம் கண்டு ‘இளமையின் மாயை ஏன் எனக்கு தெரியாமற் போனது’ என்று ஆழ்ந்து சிந்தித்தீர்கள். ஒரு வைராகியைப் பார்த்ததும் ‘செல்வம் தேவைப்படாத பெருமிதம் ராஜ போகங்களை அற்பமாக்கும் பெருநிலை’ என்று துல்லியமாகக் குறிப்பிட்டீர்கள்.

சாக்கிய வம்சத்தின் வீரமும் ஞானமும் ஒருங்கே பெற்ற ஒப்பற்ற பெருமகன் நீங்கள். உங்களுக்கு இந்த அடிமை துணையாக வந்தது பெரும் பேறு’’ என்றான்.

‘‘காந்தகா, உன் சேவக மனப்பான்மையையும் விசுவாசத்தையும் தாண்டி, என் தேடலை புரிந்துகொண்டு துணை நின்றாய். இனி நீ உன் குடும்பத்துக்கும் கபிலவாஸ்துவுக்குமான கடமைகளை தொடர்ந்து செய்...’’ அவன் தோளில் தட்டிவிட்டு ஈரமணலில் கால் புதைய சித்தார்த்தன் நடந்தான்.

அணிலோ ஓணானோ எதுவோ மேலே விழுந்து துள்ளிச் செல்ல சித்தார்த்தனின் தேகம் விதிர்த்தது. குளிரில் உடல் நடுங்கியது.

மழையிலும் மற்போரை நிறுத்தாமல் எதிராளியைத் தாக்கிய நாட்களில்தான் சித்தார்த்தன் இதற்கு முன் நனைந்தது.

ஒரு சாதாரண தேரோட்டி, பணியாள், அடிமை என்றெல்லாம் கீழ்மையானவனாக நான் நடத்திய காந்தகனிடம் எந்த அளவு அறிவு! மரணத்தின் சத்தியத்தை வாழ்க்கையின் மாயையைப் புரிந்துகொள்ள முனையும் என் தேடல் அவனுக்கு எவ்வளவு எளிதாகப் பிடிபட்டு விட்டது!

மாமன்னரின் கோபத்துக்கு ஆளானாலும் அதைப் பொருட்படுத்தாத அளவு அவனுக்கு என் முடிவின் மீது எத்தகைய நம்பிக்கை!

இரண்டாம் நபரான அவனது நம்பிக்கையை விடவும் உறுதியாய் நிற்குமா என் வைராக்கியம்? பரிச்சயமில்லாத மலையில், இக்காட்டு வழியில் நான் தாக்குப் பிடிப்பேனா?

மழை நின்றது. விடியலின் மெல்லிய வெளிச்சம் பரவ நெருங்கி நின்ற மரங்களைக் கடந்து பாறை ஒன்றின் மீது சித்தார்த்தன் அமர்ந்தான். தொலைவில் கபிலவாஸ்து சிறு பொம்மைகளின் அணிபோல தென்பட்டது.

அத்தியாயம்

3

இளவரசர் சித்தார்த்தனின் அரண்மனை வளாகத்தின் விருந்தினர் மாளிகைகள் கலகலப்பாக இருந்தன. யசோதராவின் தாய் தந்தையரான கோலிய நாட்டு மகாராஜா சுப்பபுத்தாவும், மகாராணி பமீதாவும் நூறுக்கும் மேற்பட்ட அவர்களின் உறவு மற்றும் பணியாளர்களால் மாளிகை களை கட்டி இருந்தது. மகாராணி பஜாபதி கோதமியின் பூஜை அறையிலிருந்து புறப்பட்ட மன்னர் சுத்தோதனர் நேரே விருந்தினர் மாளிகைக்குச் சென்றார். ராணி பமீதா அவரை ''வாருங்கள் அண்ணா'' என்று வரவேற்றார். ''மன்னர் உறங்குகிறார். உங்கள் வம்ச வாரிசும் பேரனுமான ராகுலனின் வரவுக்கு எங்கள் வாழ்த்துகள்.'' தங்கையின் வரவேற்புக்கு அண்ணன் சுத்தோதனர் புன்னகையை மட்டுமே பதிலாக்கினார். ''தங்களுடன் மருமகன் சித்தார்த்தனும் வருவார் என்று எதிர்பார்த்தேன் அண்ணா'' என்றார் தங்கை. ''நலமாக இருக்கிறாயா என் அன்புத் தங்கை பமீதா'' என்று அவரை அணைத்துக்கொண்ட சுத்தோதனர், ''சித்தார்த்தன் வேட்டைக்கு போயிருக்கிறான் அம்மா. வனவாசிகள் வெகு நாட்களாக அவனை அழைத்தபடி இருக்கிறார்கள்...''

''இந்த மழைக்காலத்தில் இளவரசர் ஏன் வேட்டைக்கு செல்லும் முடிவை எடுத்தார்?''

''சரியாகச் சொன்னாய் பமீதா. என் அனுமதி கிடைக்காது என்று தானே கிளம்பிவிட்டான். தூதுவர்களை அனுப்பி இருக்கிறேன். வந்து விடுவான்.''

‘‘தந்தையான மகிழ்ச்சியில் உற்சாகமாகக் கிளம்பி இருப்பார்’’ என்ற தங்கை அண்ணன் அமர்ந்தவுடன் பக்கத்து இருக்கையில் அமர்ந்தார்.

‘‘மாமன்னர் சுப்பபுத்தா வருகை தந்தது கபிலவாஸ்துவின் பாக்கியம். அவரை வாழ்த்த எண்ணியே வந்தேன்.’’

‘‘மன்னர் பயணக் களைப்பால் ஓய்விலுள்ளார் அண்ணா.’’

‘‘நீண்ட தூரம் பயணம் செய்து வந்திருக்கிறீர்கள். மன்னர் ஓய்வெடுக்கட்டும். நீங்கள் இருவரும் அவசியம் என்னுடன் பகல் உணவு அருந்துங்கள்.’’

‘‘தங்கள் ஆணைப்படியே’’ என்றார் ராணி பமீதா. ‘‘அண்ணா... தாங்கள் அதிகாலையிலேயே ராஜாங்க உடைகளில் இருக்கிறீர்களே. பலநாட்டு மன்னர்கள் வந்திருக்கிறார்களா?’’

‘‘ஆம் சகோதரி. ஒவ்வொருவராய் வந்த வண்ணம் இருக்கிறார்கள். மல்லர் தேசத்து சிற்றரசர் பலரும் வந்து போனார்கள். இன்று காலையில் ஒரு மந்திராலோசனை இருந்தது. அதுதான் சீக்கிரமாகவே தயாராகிவிட்டேன். மாமன்னர் சுப்பபுத்தா தனது பேரன் தம் ஜாடையிலேயே இருப்பது கண்டு மகிழ்ந்திருப்பாரே...’’

‘‘மட்டற்ற மகிழ்ச்சியில் இருக்கிறார். ஆனால் தங்கள் கூற்றுப்படி ராகுலன் எங்கள் மன்னர் ஜாடை என்று சொல்ல முடியாது. ஏனென்றால் இப்போது அவன் முகத்தோற்றம் சித்தார்த்தனைப் போலவே இருக்கிறது. சாக்கிய வம்சத்து வீரமும் பராக்கிரமும் மிகுந்த க்ஷத்திரியனாக அவன் வளர்ந்து நிற்பான்.’’

‘‘கோதமியும் தங்களை விருந்துக்கு அழைப்பாள். அவசியம் அரண்மனைக்கு வாருங்கள்’’ என்றபடி மகாராஜா எழுந்திருக்க சேவகர்கள் அங்கங்கே விரைப்பாக நின்றனர்.

‘‘மகாராஜாவும் நானும் தங்களுடன் உணவருந்தும் பெருமைக்காக நன்றி கூறுகிறோம் அண்ணா’’ என்று இரு கைகூப்பி வணங்கினார் ராணி பமீதா.

●

அகன்றும் நீண்டுமிருந்த இரண்டு வாதா மர இலைகளை இள மூங்கிலிலிருந்து எடுத்த வலிமையான நாரைக் கொண்டு ஒரு வனவாசிப் பெண் கோர்த்துக் கொண்டிருந்தாள்.

வனவாசிகளின் தலைவன் சிம்ஹரூப் ‘‘வைராகி மகாராஜா! தாங்கள் இதேபோல ஒரு வட்டிலை உருவாக்க, கற்பதற்கு என்றே இதை எம் குலப் பெண் ஒருத்தி செய்து காட்டுகிறாள்’’ என்றான்.

சித்தார்த்தனுக்கு அவர்கள் விருந்தோம்பல் மனதை நெகிழ்வித்தது. அவர்கள் உண்ணக் கொடுத்தவற்றில் அபூர்வமான இனிப்பும் புளிப்பு மான கனி கிழங்கு வகைகள் இருந்தன. அவர்கள் செய்த மாமிசம் சரியாக வேகவில்லை. மிளகின் காரம் அதிகமாயிருந்தது. சித்தார்த்தனுக்குப் புரைக்கேறி முகம் சிவந்தது. ஒரு குடுவையிலிருந்து தண்ணீர் கொடுத்தபடியே ''தாங்கள் மன்னர் குலத்தவரா?'' என்று வினவினான் சிம்ஹரூப். சித்தார்த்தன் பதில் ஏதும் சொல்லவில்லை.

''உங்கள் கால்கள் கொப்பளித்து புண்ணாகி இருக்கின்றன. நேற்று நீங்கள் உறங்கும்போது பச்சிலையை எங்கள் மருத்துவன் தடவியது கூட தங்களுக்கு தெரியவில்லை. ஒரு மன்னர் வம்ச விருந்தாளியை நாங்கள் எதிர்பார்க்கவில்லை. நீங்கள் எந்த நாட்டு இளவரசர்?''

''நான் வைராகியாக விழைகிறேன். வனம், வயல், நகரம், நாடுகள் என நிலமும் அந்தணன், க்ஷத்திரியன், வைசியன் என மக்களும் பிரிந்து நிற்கிறார்கள். மரணமும், முதுமையும் ஏனோ நம் எல்லோருக்குமே பொதுவாகதான் இருக்கின்றன. உங்கள் உணவை உண்ட பின் உங்கள் அன்புக்கு கட்டுப்பட்டவனாகிறேன். என்றாலும் என் தேடலை நான் தொடர்ந்து செல்ல வேண்டும்.''

''உங்கள் காலில் உள்ள கொப்புளங்கள் ஆறட்டும். தாங்கள் எந்த நாட்டு இளவரசர் என்பதை கூறத் தயங்குவது தங்களது பெருங்குலத்துக்கு அழகா? நாளை உங்கள் ஒற்றரும் படைவீரரும் எங்கள் எல்லைக்குள் அத்துமீற அது ஏதுவாகும். ராஜாங்க விஷயங்கள் அறிந்த உங்களுக்கு ஒரு வனவாசியான நான் இதை கூறவும் வேண்டுமா? சொல்லுங்கள் தயவுசெய்து. தாங்கள் எந்த நாட்டு இளவரசர்?''

''சிம்ஹரூப்... நான் கபிலவாஸ்து இளவரசன் சித்தார்த்தனாக இருந்தேன். இரண்டு நாட்களுக்கு முன் திடமான முடிவில் வைராகியாக வேடம் தரித்தேன். என் முடிவில் மாற்றமில்லை. அதே சமயம் உங்கள் குலத்தவருக்கு என்னால் தொல்லையேதும் விளைவதை நான் விரும்பவில்லை. உங்கள் விருப்பப்படியே நான் ஓரிரு நாட்கள் இங்கே தங்குகிறேன். மழை நீர் புகாத ஒரு குகையில் நான் ஒரு ஓவியத்தை வரைகிறேன். அது உங்களுக்கு தொல்லை ஏற்படும் பட்சத்தில் உதவும்.''

''தங்களுக்கு ஓவியம் வரைய தெரியுமா இளவரசர் சித்தார்த்தரே?''

''சிம்ஹரூப்... நான் இருபத்து ஒன்பது வருடங்களாக இசை, நடனம், ஓவியம் என்று கலைகளில் மூழ்கிய வாழ்வில் திளைத்தேன். மறுபக்கம், வில்வித்தை, மற்போர், வாள் சுழற்றும் லாகவம் என

க்ஷத்திரியனாக இருந்தேன். உலகின் நிழலும் உருவும் அசலும் நகலும் உண்மையும் மாயையும் என்ன என்னும் கேள்விகள் என்னுள் எழாத வண்ணம் என்னை கட்டிப் போட்டிருந்தார்கள். விடுதலைக்கான முதல் அடியை இப்போதுதான் எடுத்து வைத்திருக்கிறேன். ஆனால் அது எத்தனை தூரம், எவ்வளவு காலம், எத்தனை போராட்டத்திற்குப் பிறகு எனக்கு லபிக்கும் என்பது தெரியாது. எங்கும் நிறைந்த பரம்பொருளின் திருவுள்ளம் அறிய நான் ஏலாதவனே.''

''இளவரசே! நாளை காலை தங்களை குகைக்கு அழைத்துச் செல்கிறேன். தாங்கள் சற்று ஓய்வு எடுங்கள்.''

மறுநாள் காலை மரக்குப்பிகளில் பச்சிலைகள், பூக்கள், விதைகள் இவற்றைக் கொண்டு மஞ்சள், நீலம், சிவப்பு, கறுப்பு ஆகிய வண்ணங்கள் குழைக்கப்பட்டிருந்தன. சுண்ணாம்பு பற்றி வனவாசி களுக்குத் தெரியவில்லை. மாக்கல் மட்டுமே வெண்மைக்குப் பயன்படத் தோதாக சித்தார்த்தனிடம் தரப்பட்டது.

ஒரு பெரிய கரித்துண்டால் அன்னை மாயாவின் முகம் கழுத்து கைகளின் வெளிப்புறக் கோடுகளை முதலில் சித்தார்த்தன் வரைந்தான். பின்னர் ஈரக்கையால் பிசிறான இடங்களை அழித்து கோட்டோவியத்தை வடிவமைத்தான். மூங்கிற்குச்சி நுனியில் கட்டிய தளிர் இலைகளைக் குச்சங்களாய்ப் பயன்படுத்தி ஒவ்வொரு வண்ணமாக எடுத்து ஓவியம் உருப்பெற்றபோது வனவாசிகள் வியப்பில் ஆழ்ந்தனர். அன்னையின் முழு வடிவம் தெரிந்ததும் சித்தார்த்தனால் கண்ணீரைக் கட்டுப்படுத்த இயலவில்லை.

குகையில் சாரிசாரியாக வனவாசிகள் அழகிய ஓவியத்தைக் கண்டு ரசித்தபோது சிம்ஹரூப் தனியே பாறையின் மீது அமர்ந்திருந்த சித்தார்த்தனின் காலடியில் அமர்ந்து ''சீலரே! உம் அபூர்வத் திறன்களை நான் வணங்குகிறேன். உங்கள் அன்னை, மனைவி, ஒரு வாரமே ஆன கைக்குழந்தை இவர்களை விட்டு விட்டு நீங்கள் வந்தது தகுமா? என் வனத்தின் மாமன்னராய் இங்கே இருங்கள். உங்கள் மனம் மாறும்போது தாம் தம் நாட்டுக்கு திரும்புங்கள் க்ஷத்திரிய குலத் தோன்றலே'' என்றான்.

சித்தார்த்தன் சிம்ஹரூப்பின் கண்களை ஊடுருவியபடி ''பட்டுத் துணிகளை தான் படுக்கும் மண்ணில் போட்டு தலையணையாக்கி காவி உடையே மேல் என்று காட்டிய வைராகியை சமீபத்தில்தான் கண்டேன். வீரம் உடல் வலிமை, படைவலிமை என்பது எளிமையான கருத்து சிம்ஹரூப். உண்மையைத் தேட அந்தத் தேடலில் நிலைக்க ஒரு மனத் திண்மை வேண்டும். மாயையை எதிர்த்துப் போராடும்

அசலான வீரம் அது. பின்வாங்கும் வாய்ப்பே இல்லை'' என்று எழுந்தான்.

கங்கை வரையிலான அடர்ந்த வனப் பகுதியில் சிம்ஹரூப்பும் அவனது படைவீரர்களும் உடன் வந்தனர். ஒரு இடத்தில் பெரிய பாறைகளின் இடைப்பட்டு கங்கையின் குறுகிய ஆனால் சீறிப்பாயும் நீர்வீழ்ச்சி இருந்தது. அந்தப் பாறைகளின் மேல் ஒரு மூங்கிற்பாலம் அமைத்து சித்தார்த்தனை மறுகரை சேர்த்தனர். ''இதைத் தாண்டி நாங்கள் வருவதில்லை. எங்கள் ராஜ்ஜிய எல்லை கங்கை நதி'' என்றான் சிம்ஹரூப். அவனை நெஞ்சுடன் அணைத்து விடைபெற்றான் சித்தார்த்தன். கையில் அவர்கள் பரிசாகக் கொடுத்த கப்பரையும் பிரிவில் மனமும் கனத்தன.

●

ராகுலன் பட்டு மெத்தையில் தங்கத் தகடுகள் பதித்த மரத் தொட்டிலில் உறங்கிக் கொண்டிருந்தான்.

உப்பரிகையில் நின்றபடி சித்தார்த்தன் வரும் வழி நோக்கியபடி நின்றாள் யசோதரா. நான்கு நாட்கள் ஆகிவிட்டனவே... ராகுலன் என்று பெயர் வைத்து எவ்வளவு கொஞ்சி மகிழ்ந்தார். திடீரென வனம் புகுமளவு என்ன மனமாற்றம்? நான்கு நாட்கள் அவரை இதுவரை பிரிந்திருந்ததாக நினைவே இல்லை.

விழிகளில் நீர் திரண்டது. அம்மா எடுத்துக் கூறியதுபோல தமக்கே வாரிசு வந்ததும் அவருக்குத் தாம் மன்னரானால் நிறைவேற்ற வேண்டிய கடமைகள் நினைவுக்கு வந்தனவோ? வனவாசிகள் நல்லுறவு பேண என்று போனாரோ? நான்கு நாட்களுக்கு மேலா அதற்குத் தேவைப்படும்?

சாரதி காந்தகன் கண்ணிலேயே ஏன் தென்படவில்லை? மன்னர் அவன் மீது சினந்தார் என்று கேள்விப்பட்டிருந்தாள். மன்னர் எப்படியும் வீரர்களை அனுப்பி சித்தார்த்தனை கொணருவேன் என்றாரே?

''இளவரசி... ராகுலன் பசியில் அழுகிறான்...'' என்னும் பணிப்பெண்ணின் குரல் கேட்டு உள்ளே விரைந்தாள் யசோதரா.

அத்தியாயம்

4

மன்னர் சுப்பபுத்தர் மகாராணி பமீதாவிடம் ''யசோதராவின் முகம் களையாகவே இல்லை. பார்ப்பதற்கு மிகவும் வருத்தமளிக்கிறது'' என்றார்.

''அதெல்லாம் ஒன்றுமில்லை பதிதேவரே. பிள்ளைப் பேற்றுக்குப் பின் இருக்கும் இயல்பான சோர்வே. கைக்குழந்தைக்கு பால் கொடுப்பதால் வழக்கமான ஆடை அணிகலன்களை அணிய இயலாது. ராகுலனுக்கு பெயர் சூட்டும் விழாவில் பாருங்கள். நம் மகள் பழைய பொலிவோடு வருவாள்.''

''இன்னும் இரண்டு நாட்களில் அந்த வைபவம் நடக்க இருக்கிறது. பல நாட்டு மன்னரும் அமைச்சர்களும் கூட வந்துவிட்டார்கள். ஆனால் தன் மகனுக்கு பெயர் சூட்டும் விழாவில் மருமகன் சித்தார்த்தன் இருப்பாரா என்று தெரியவில்லை.''

''நம்பிக்கை இழக்காதீர்கள் மாமன்னரே. சித்தார்த்தன் சமீப காலமாகதான் வெளி உலகில் கலந்து பழகி வருகிறார். பட்டாபிஷேகம் செய்யும் வயதும் அவருக்கு வந்துவிட்டது.''

''யசோதராவின் அம்மா. நீ விவரங்களை அறியவில்லை. ரோஹினி ஆற்றைத் தாண்டிய சித்தார்த்தன் அருகிலுள்ள வனத்தில் இருந்திருக்கிறார். அங்கே ஒரு குகையில் தன் பெற்ற தாய் மாயாவின் சித்திரத்தையும் எழுதி, வனராஜா சிம்ஹரூப்புக்கு நன்றி கூறும்

வாசகங்களையும் எழுதி பின் வனவாசிகளின் உதவியுடன் கங்கைக் கரையையும் கடந்துவிட்டார். ஜனன கால கிரக நிலைகளை வைத்து ஜாதகம் கணித்த ஜோதிடர்கள் 29 வயதுக்குப் பிறகு அவர் மாமன்னராக பட்டம் சூட்டிக் கொள்வார் அல்லது துறவு பூண்டு உலகுக்கு வழி காட்டுவார் என்றார்கள். இந்த சோதனை நிகழக் கூடாது என்றுதான் நான் யசோதராவை எவ்வளவோ தடுத்தேன்.''

''ஸ்வாமி, தங்களது விருப்பத்தை எதிர்த்து அவள் சித்தார்த்தனின் மணமகள் தேர்வு விழாவுக்கு செல்லவில்லை. குழந்தைத்தனமான ஆர்வத்துடனேயே போனாள். ஆனால் அவளின் அழகை பிற ராஜகுமாரிகளுடன் ஒப்பிடும் தருணம் வந்தபோது மருமகன் சித்தார்த்தன் யசோதராவே தன் மனைவி என்னும் முடிவை எடுத்தார். பின்னர் நீங்கள் நிர்ணயித்தபடி க்ஷத்திரியர்களுக்கான வில், வாள், மல்யுத்தம் என அனைத்து வீர சாகஸங்களிலும் பிற இளவரசர்களை வென்று சாக்கிய வம்சத்து வீரத்தை நிலைநாட்டி அவளை கரம் பிடித்தார்.''

''உங்கள் வம்சப் பெருமை பேசும் நேரமா இது பமீதா?''

''பெருமை பேசவில்லை பிராண நாதரே. வீரம், கலை, விவேகம் யாவும் ஒன்று சேர்ந்த அற்புதம் சித்தார்த்தன். துறவில் அவர் நிலைக்க வாய்ப்பில்லை.''

''பமீதா, சித்தார்த்தன் உன் அண்ணன் மகன் என்று மழுப்பிப் பேசுகிறாயா? நம் மகள் யசோதராவின், பேரன் ராகுலனின் வருங்காலம் பற்றிய கேள்வி பெரிதாக வளர்ந்து விஸ்வரூபம் எடுக்கிறது. இது எனக்கு தெரிகிறது. உனக்கு ஏன் தெரியவில்லை?''

''இந்த பதிமூன்று வருட மணவாழ்க்கையில் மருமகன் நம் மகளின் மீது அன்பை பொழிந்திருக்கிறார். இதில் ஐயமேயில்லை. மகளின் மீது தாங்களும், சித்தார்த்தன் மீது என் அண்ணனும் காட்டும் அதே பாசம் நம் மருமகனை பிணைத்து இழுத்து விரைவிலேயே இங்கே கொண்டுவந்துவிடும்.''

ராணி பஜாபதியின் மடியில் ராகுலன் உறங்கிக் கொண்டிருந்தான். ''இந்நேரம் கபிலவாஸ்துவிலிருந்து இளவரசர் எவ்வளவு தொலைவிலிருப்பார் அத்தை?'' என்றாள் யசோதரா.

''மகளே, ஒரு நாள் குதிரைப்பயணத் தொலைவில்தான் இருப்பான் சித்தார்த்தன். உன்னையும் ராகுலனையும் காண விரைந்து வந்து விடுவான்.''

''என் அப்பா மிகவும் கவலையாயிருக்கிறார். இளவரசர் பண்டிதர்கள் கணித்தபடி துறவு பூண்டுவிடுவார் என அவர் எண்ணுகிறார். அம்மா எத்தனையோ எடுத்துக் கூறியும் அவர் மனம் ஆறவில்லை.''

''யசோதரா, சித்தார்த்தனின் சித்தப்பா மகன் தேவதத்தனும் அவனும் சிறுவயதில் ஒரு வழக்கை மன்னர் முன் வைத்தார்கள். உனக்கு நினைவிருக்கிறதா?''

''பாலபிராயத்தில் நான் எங்கள் கோலி நாட்டில் இருந்தேன் அத்தை.''

''அது என்ன எங்கள் கோலி நாடு? நானும் அந்த நாட்டிலிருந்து இங்கே மருமகளாக வந்தவளே...''

''உண்மைதான் அத்தை. அது என்ன வழக்கு? ஆவலாயிருக்கிறது. கூறுங்கள்...''

''சொல்கிறேன் அம்மா. தேவதத்தன் எய்த ஒரு அம்பால் ஒரு புறா அடிபட்டு கீழே விழுந்தது. நந்தவனத்தில் இருந்த சித்தார்த்தன் காலடியில் குற்றுயிராய் வந்து விழுந்தது. அதைக் கையிலெடுத்த சித்தார்த்தன் தனது உத்தரியத்தால் அதைச் சுற்றி சேவகரை அழைத்து மருத்துவரிடம் எடுத்துப் போய் அதைக் காப்பாற்றச் சொன்னான்.''

''பிறகு என்ன வழக்கு அத்தை?''

''பொறுமையாக கேள் யசோதரா. சற்று நேரத்தில் புறா காயத்துக்கு கட்டு போடப்பட்டு சித்தார்த்தனிடம் வந்தது. தன் வேட்டையைத் தேடி வந்த தேவதத்தன் அந்தப் புறா சித்தார்த்தன் கையில் இருப்பதைப் பார்த்து இது தனது அம்புக்கு இரையானது. தன்னிடம் அதை ஒப்படைக்க வேண்டும் என்று வாதிட்டான்.''

''இளவரசர் சம்மதிக்கவில்லையா?''

''சித்தார்த்தன் 'இந்தப் புறா என் பொறுப்பில் உள்ளது, இதை குணமாக்கி பறக்கவிட போகிறேன்' என்றான்.''

''தேவதத்தன் ஒப்பவில்லையா?''

''எளிதாக கேட்டுவிட்டாய் யசோதரா. அவன் வாளையே உருவி விட்டான். சித்தார்த்தன் பின்வாங்கவில்லை. வாளைச் சுழற்றியபடி இரண்டடி முன் வைத்துவிட்டான்.''

''ஐயோ... பிறகு?''

''எனக்கு செய்தி வர நான் அங்கே விரைந்தேன்.''

''பறவை யாருக்கு என தாங்கள் முடிவு செய்தீர்கள்?''

''நான் முடிவு செய்வதா? தேவதத்தன் என்னை ஒரு பொருட்டாகவே எடுத்துக் கொள்ளவில்லை.''

''பிறகு?''

''மாமன்னரிடம் இதை கொண்டுசெல்வோம் என பரிந்துரைத்தேன்.''

''மாமன்னர் என்ன தீர்ப்பு கூறினார்?''

''சொல்கிறேன். அதற்கு முன் வழக்கு என்ன என்பதை நீ எப்படி புரிந்து கொண்டிருக்கிறாய் என்று கூறு.''

''அத்தை, வழக்கு இதுதான். தேவதத்தன் வேட்டைக்காரராகவும் இளவரசர் காப்பாளராகவும் இரண்டு வாதங்களை முன் வைக்கிறார்கள்.''

''யார் பக்கம் நியாயம்?''

''இளவரசர் பக்கம்தான் ''

''எப்படி?''

''காப்பதற்கல்லவா முடிவெடுத்தார்?''

''தேவதத்தன் என்னும் க்ஷத்திரியன் வேட்டையாடுவதும், அவர் வீழ்த்திய பறவைக்கு உரிமை கோருவதும் தவறா யசோதரா?''

யசோதரா மௌனமானாள்.

''கலங்காதே. இந்த இரண்டு தரப்புமே மாமன்னரால்தான் எனக்கும் புரிந்தது.''

''மகாராஜா என்ன தீர்ப்பளித்தார்?''

''முதலில் இரண்டு க்ஷத்திரியர்களுக்கிடையே வந்த இந்த வழக்கு க்ஷத்திரிய தர்மத்தின் அடிப்படையிலான வாதப் பிரதிவாதம்.''

''ஒரே தர்மத்தின் மீது வாதமும் பிரதிவாதமுமா?''

''ஆமாம். வேட்டையாடுவதும் குறி வைக்கப்பட்ட இரையை காக்க முடிவெடுத்ததும்.''

''மாமன்னர் என்ன முடிவெடுத்தார்?''

''முதலில் தேவதத்தன், சித்தார்த்தன் இருவரையுமே தம் தரப்பில் என்ன தீர்வு என்று கூறும்படி பணித்தார்.''

''தேவதத்தன் என்ன விரும்பினார்?''

‘‘தேவதத்தன் இது சவால் என்றும் வாட்போரில் வெல்பவர் பக்கம் தீர்ப்பளிக்கலாம்’’ என்றார்.

‘‘இளவரசர் சித்தார்த்தர்?’’

‘‘அவன் தன்னிடம் சரணடைந்த ஒரு உயிருக்காக தன்னுயிரை ஈந்தேனும் காப்பதே ஒரு க்ஷத்திரியனின் தர்மம் என்று வாதிட்டான்.’’

‘‘எப்படி தீர்ப்பானது?’’

‘‘மன்னர் சபையோரிடம் கருத்து கேட்க அவர்கள் ரகுவம்சம், இஷ்வாகு வம்ச உதாரணங்களின் படி சித்தார்த்தனின் கருத்துக்கு உடன்பட வேண்டும் என்று தீர்ப்பளித்தனர்.’’

‘‘புறாவுக்கு என்ன ஆனது?’’

‘‘அதை சேவகர்கள் தம் பாதுகாப்பில் எடுத்துச் செல்லும் வரை உருவிய வாளை சித்தார்த்தன் உறையில் போடவே இல்லை. அந்தப் புறா குணமாகி பறந்து சென்றது.’’

‘‘இப்போது சொல்லுங்கள் அத்தை, இளவரசரின் இந்த வழக்கை தாங்கள் இப்போது நினைவு கூற காரணம்?’’

‘‘ஒரு சிறு பறவைக்காக தன் உயிரையும் பணயம் வைக்குமளவு மனமிரங்கிய சித்தார்த்தன் உன்னையும் ராகுலனையும் எங்களையும் கைவிடுவானா யசோதரா?’’

‘‘நன்றி அத்தை. மிக்க நன்றி...’’ என பஜாபதி தோளில் சாய்ந்து அழுதாள் யசோதரா.

‘‘மகாராணிக்கு வணக்கம். மாமன்னரும் கோலி நாட்டு மன்னரும் நீராழி மண்டபத்தில் இசை நிகழ்ச்சி துவங்க உங்களுக்காக காத்திருக்கின்றனர்’’ என்றாள் ஒரு பணிப்பெண். அவள் கையில் ராகுலனைக் கொடுத்துவிட்டு யசோதராவும் பஜாபதியும் கிளம்பத் தயாரானார்கள்.

●

‘கங்கையில் முதலைகள் நிறைய உண்டு. ஆள் நடமாட்டமில்லாத இடத்தில் நீராட வேண்டாம்’ என சிம்ஹரூப் எச்சரிக்கை நினைவுக்கு வர சித்தார்த்தன் குளிக்க இருந்த இடத்தை விட்டு மேலே நடந்தான். சில இடங்களில் மௌனியாகவும், பாறைகள் நடுவே இசையாகவும், நீர்வீழ்ச்சியில் கர்ஜனையாகவும் கங்கை மாதா பல வடிவம் காட்டினாள்.

கொக்குகள், நாரைகள், கருடன், கழுகு, மைனா, குயில், வாத்துகள், கிளிகள், குருவிகள் என பறவைகளின் துணையில் தனிமை தோன்றவில்லை.

சிறிய மலை ஒன்று எதிர்ப்பட்டது. காட்டுப் பாதைகள் சரிந்து கீழிறங்கின. கங்கை மலையின் பக்கவாட்டில் ஆழ்ந்த பள்ளத்தாக்கில் திடீரென புதுப்பாதையில் போய்விட்டது.

எந்தப் பக்கம் போவது? சித்தார்த்தனால் முடிவெடுக்க இயலவில்லை. உண்மையில் நான் எங்கேதான் போய்க் கொண்டிருக்கிறேன்?

சில நொடிகள் தயங்கி நின்ற பிறகு மலையின் மேலே ஏறத் துவங்கினான். புதர்களும் முட்களும் தாண்டி ஆடை கிழியாது நடக்க மிகவும் முயற்சி எடுக்க வேண்டியிருந்தது. மூச்சிரைத்து வியர்வை வழிந்தோடியது.

மேலே ஏறிச் செல்லச் செல்ல தளர்ச்சியும் வெப்பத்தால் மிகுந்த தாகமும் மேலோங்கின. நீர்ச்சுனையைக் கண்கள் தேடின. சிறு பறவைகள், மற்றும் பல இனப் பறவைகள் ஒரே இடத்தில் வட்ட மிட்டால் அங்கே சுனையோ, காட்டாறோ இருக்குமென்று யூகிக்கலாம் என்று சிம்ஹரூப் குறிப்பிட்டிருந்தான்.

மலையேற்றத்தைத் தற்காலிகமாகக் கைவிட்டு சுனையை - சிறு பறவைகளின் சிறகடிப்பைத் தேடினான் சித்தார்த்தன். தும்பிகளும், தேனீக்களும், பட்டாம் பூச்சிகளும் முதலில் தென்பட்டன. சிறிய சரிவு ஒன்றில் இறங்கும்போது நீரோட்டத்தின் மெல்லிய ஒலி கேட்டது.

சித்தார்த்தனின் காலடி ஒலி கேட்டு பறவைகள் மேலெழும்பி மறைந்தன. மெல்லிய ஓடை ஒன்று தென்பட்டது. நெருங்கினால் இரு சுனைகளுக்கு இடைப்பட்டு நீர் சன்னமாக இறங்கி ஓடிக் கொண்டிருந்தது. சுனைகளில் சூரியன் தகதகத்துப் பிரதிபலித்தான். சித்தார்த்தன் கைகளால் நீரை அள்ளிப் பருகியும் போதவில்லை. முதுகில் நீண்ட காவி வேட்டி முடிவில் முடிச்சாக இருந்த கப்பரையில் நீரை நிறைத்துக் குடித்தபோது சிம்ஹரூப்பின் கள்ளங்கபடமற்ற அன்பு நினைவுக்கு வந்தது. புதிய தெம்புடன் அந்தச் சிறுமலையின் உச்சியிலிருந்து பார்த்தபோது தூரத்தில் ஒரு நகரம் கங்கைக் கரையில் தென்பட்டது.

நகரத்தை நெருங்கும் முன் கங்கை நதிக்கரையில் ஒரு சுடுகாட்டில் எரிந்து கொண்டிருந்த பிணம் தென்பட்டது. அதனருகே ஆள் நடமாட்டம் தென்பட்டதால் அங்கே நீராடலாம் என முடிவெடுத்தான்.

நீராட எண்ணி ஆடை களைந்து கௌபீனத்துடன் நதியில் இறங்கக் கால்களை நகர்த்தியபோது ஷவரக்கத்தியை ஒரு நாவிதர் கழுவுவதைக் கண்டான். ''பெரியவரே, என் சிகையை எடுக்க இயலுமா?''

''என்ன... என்னையா பெரியவரே என்று அழைத்தீர்கள்?''

''ஆமாம் ஐயா. தவறா?''

''நீங்கள் உயர் குலத்தவர். க்ஷத்திரியர்போல தெரிகிறீர்கள். என்னை பன்மையில் அழைப்பது அச்சமூட்டுகிறது.''

''ஐயா... இதை எடுத்து உதவுங்கள். நான் ஒரு நாடோடி.''

''தாங்கள் ஒரு ராஜ குடும்பத்தவர்போல தெரிகிறீர்கள். உங்கள் தந்தையின் கோபத்துக்கு என்னை ஆளாக்கி விடாதீர்கள்.''

பதிலேதும் சொல்லாமல் சித்தார்த்தன் கையெடுத்துக் கும்பிட, ''ஐயா... என்ன இது? என் சேவை உங்களுக்கில்லாமலா?'' என்று நாவிதர் தம் பணியைத் துவங்கினார்.

அத்தியாயம்

5

யசோதரா நெற்றியின் மீது சிறிய ஈரத்துணி மடித்துப் போடப் பட்டிருந்தது. அது காய்ந்தவுடன் வேறு ஈரத்துணியை மாற்றிக் கொண்டிருந்தாள் ஒரு பணிப்பெண்.

ராணி பமீதா தம் நாட்டுக்குக் கிளம்பும் முன் யசோதராவைக் காண வந்தார். இரண்டு மூன்று நாட்களாகவே யசோதரா விருந்தினர் மாளிகைக்கு வரவில்லை. ராகுலனின் பெயர் சூட்டும் விழாவிலும் யசோதரா மிகவும் வாடிய முகத்துடனேயே இருந்தாள். இரவு பகல் எந்நேரமும் அழுது யசோதராவுக்கு ஜுரம் கண்டது. பால் கசந்ததால் ராகுலன் தாயிடம் பால் குடிக்கவில்லை. பால் சுரக்கும் தகுதி உள்ள ஒரு தாதிதான் பாலூட்டி வந்தாள்.

ராணி பமீதா, ராணி பஜாபதி இருவருமே மௌனமாக யசோதரா அருகே அமர்ந்திருந்தார்கள். சுரக்கும் பாலை ராகுலன் குடிக்காததால் யசோதராவின் உடல்நிலை ஜுரத்துடன் சேர்ந்து வலியும் போராட்டமுமாக இருந்தது.

''நாளை விடியற்காலை கிளம்புகிறோம்'' என்றார் பமீதா சுருக்கமாக.

''இன்னும் சில தினங்கள் இருந்துவிட்டு போகலாமே மகாராணி. தற்போதைய யசோதராவின் மனநிலைக்கு தங்களின் ஆதரவு மிகவும் ஆறுதலாயிருக்கும்'' என்றார் பஜாபதி.

‘‘மன்னரின் கட்டளைக்காக அங்கே பணிகள் காத்திருக்கின்றன. யசோதராவின் சோகம் விரைவில் தீர்ந்துவிடும். சித்தார்த்தன் சீக்கிரமே வந்துவிடுவார்’’ என்றார் பமீதா.

‘‘தங்களின் நல்லாசிகளுடன் யசோதராவின் மணவாழ்க்கையில் என்றும் வசந்தம் வீசட்டும்’’ என்றார் பஜாபதி.

‘‘சக்கரவர்த்தியோ, தவ முனிவரோ யாராக இருந்தாலும் உலகமே அவனை வணங்கும் என்றுதானே ஜாதகம் சொல்லுகிறது. அவ்வாறெனில் தீங்கு ஏதும் நிகழாது. எங்கிருந்தாலும் சித்தார்த்தன் நலமாக உள்ளான் என்பதே உண்மை. நீங்கள்தான் யசோதராவை தேற்ற வேண்டும்’’ என்றார் பமீதா.

மாளிகையின் வாயில் வரை சென்று பமீதாவை வழியனுப்பிய பின்பு, பஜாபதி நந்தவனத்தில் உலவினார். நந்தவனத்தை ஒட்டியுள்ள சிறிய மைதானத்தில் குடும்பத்துடன் இருக்கும் பணிப் பெண்கள் அல்லது சேவகர்களின் குழந்தைகள் விளையாடிக் கொண்டிருந்தார்கள். செடிகளோடும் கொடிகளோடும் சேர்ந்து ராணி பஜாபதி நின்று கொண்டிருந்தபடியால் குழந்தைகள் தம் இயல்புப்படி விளையாடுவதைக் காண இயன்றது அவருக்கு.

‘‘நான்தான் தேவேந்திரன்’’ என்று பெருமிதமாகக் கூறியது ஒரு பெண் குழந்தை, வில்போல ஒரு மரக்கிளையை வலது கையில் பிடித்துக் கொண்டு.

‘‘இந்திரனின் ஆயுதம் வஜ்ராயுதம். இப்படிப் பிடி...’’ என்று அதன் நுனியைப் பிடிக்கும்படி கையில் மாற்றிக் கொடுத்தாள் இன்னொருத்தி.

‘‘அக்கினி தேவனும், வாயு தேவனும், வருண தேவனும் வந்து என் முன்னே வரிசையாய் நில்லுங்கள்’’ என்றது தேவேந்திரனாகிய குழந்தை.

‘‘நான் தான் தேவகுரு பிரகஸ்பதி. அனைவரும் வணங்குங்கள்’’ என்றாள் இன்னொருத்தி.

‘‘இதோ அசுரர்கள் வந்துவிட்டோம்’’ என எங்கிருந்தோ நான்கைந்து குழந்தைகள் ஓடி வந்தன. ஒரு குழந்தை ஒவ்வொரு சிறு கிளையாக ஒடித்து ஒடித்து தேவேந்திரன் மீது எறிய அவன் அதை வஜ்ஜிராயுதத்தால் தடுத்தான்.

அசுரராக நடித்த குழந்தைகளுள் ஒரு பெண் குழந்தை நின்றது. ‘‘இப்போது நான் நாட்டியம் ஆடப் போகிறேன்’’ என்று பாடிக்கொண்டே ஆடினாள்.

‘பூலோகம் வணங்கும் புனித முனியாம் கபிலதேவரே
அவரின் புனித மண்ணில் புவியை ஆளவந்தார்
நான்கு சோதரரே
போதல நாட்டு சாக்கிய ராஜகுமாரர் நால்வர்
எழுப்பிய நகரம் கபிலவாஸ்துவே
அந்த வம்சத்து மாமன்னர் சுத்தோதனரே
தானியம் செல்வம் மாடுகள் தங்கம்
நிறைந்த எம் நாடு வாழியவே
கன்னிப் பெண்கள் நாம் பாடுவோமே
வீரரும் அழகில் மன்மதனுமான
எம் ராஜகுமாரர் சித்தார்த்தரே
அவர் பெயரைச் சொல்லி ஆடுவீர் பெண்களே
பூலோகம் வணங்கும் புனித முனியாம் கபிலதேவரே
அவரின் புனித மண்ணில் புவியை ஆளவந்தார்
நான்கு சோதரரே’

நான்கு சகோதரரும் என்று விரல்களைக் காட்டி அபிநயித்தபோதும், அழகிய நிலமாம் என்று தம்மைச் சுற்றியபடியே காட்டி கண்களை விரித்துக் கூர்ந்து நோக்குவதுபோல் நடித்து , சாக்கிய வம்ச வீர மன்னர் தாமே என்று மீசையை முறுக்குவதுபோல் நடித்ததை பஜாபதி மிகவும் ரசித்தார்.

கங்கை நதிக்கரையில் தலை மொட்டையடிக்கப்பட்டு தாடியும் மீசையும் மழிக்கப்பட்ட சித்தார்த்தன் மனம் மிகவும் லேசாகியிருந்தது. குளித்துவிட்டு இடுப்பில் ஒரு துண்டு இறுக்கக் கட்டி அதில் பற்றி கோவணம் அணிந்து நீண்ட காவி நிறத் துணியை இடுப்பில் சுற்றி முதுகில் விழும்படி தோளில் சுற்றி முதுகுத் துணி முடிவில் திருவோட்டை சிறு மூட்டையாகச் சுற்றி மேலே நடந்தான்.

கங்கை நதிக்கரை மணற்பரப்பைத் தாண்டி வயல்வெளியைச் சுற்றி வரப்போரமாக நடந்தான். வரப்பில் தாவும் தவளைகளும் ஓடி மறையும் நண்டுகளும் சுற்றித் திரியும் பறவைகளும் பசுமையான நெல் வயலும் காண மிகவும் ரம்மியமாக இருந்தன. வயலைத் தாண்டி ஊருக்குள் நுழையும்போது எருது பூட்டிய வண்டிகள் சாரிசாரியாகச் சென்று கொண்டிருந்தன.

பெண்களும் குழந்தைகளும் வயதானவரும் அந்த வண்டிகளில் நன்கு அலங்கரித்து உடையுடுத்தியிருந்தனர். பெண்கள் ஒன்று சேர்ந்து சுருதி பிசகாமல் பிம்பிசாரரின் வீரம் போற்றும் பாடல்களைப் பாடி வந்தனர்.

ஆண்கள் ஒருவர் மேல் ஒருவர் வண்ணப் பொடிகளையும், வண்ணம் தோய்ந்த நீரையும் வீசியபடி மாட்டு வண்டிகளுக்கு இணையான வேகத்தில் ஓடியபடியும் நடந்தபடியும் உற்சாகமாக வந்தார்கள்.

சில இளைஞர்கள் இரு குழுக்களாகப் பிரிந்து கோலாட்டம் ஆடியபடி வந்தனர். சிலர் ஈட்டியைச் சுழற்றியும் சிலர் வாட்களை வீசியும் தம் திறமையைக் காட்டினர்.

சித்தார்த்தன் ஒரு ஓரமாக நின்று இந்தக் கொண்டாட்டங்களை ரசித்தான். ஒரு மாட்டு வண்டி நின்றது. அதிலிருந்து ஒரு பெண் இறங்கி வந்து ஒரு மண் குடுவையைக் கொடுத்து ''பாயசத்தை அருந்துங்கள். என்னை ஆசீர்வதியுங்கள்'' என்று அவன் காலில் விழுந்து வணங்கினாள்.

சித்தார்த்தன் அந்த பாயசத்தை அருந்தினான். பாலும் தித்திப்பும் பாதாம் பருப்புமாக மிகவும் சுவையாயிருந்தது. அதை அருந்தியபின் அவனும் அந்த கிராம மக்களோடு நடந்தான்.

●

'திருமணமாகி ஒரு வாரம் கூட ஆகியிருக்கவில்லை. அந்தப்புரத்தில் ஒரு விநோத விளையாட்டு வைத்தார்கள்.

உங்கள் கண்களை கறுப்புத் துணியால் கட்டிவிட்டார்கள். திருமண விழாவுக்கு வந்திருந்த பிற நாட்டு இளவரசிகள், எல்லா மன்னர், மகாராணிகள் எதிரில் நீராழி மண்டபத்துக்கு அருகில் உங்களை அமர்த்தி ஒரு சவால் விட்டார்கள்.

மண்டபத்தின் மையப் பகுதி முழுவதும் இருந்த ஆசனங்கள் பக்கவாட்டுகளில் மண்டப சுவர்களை ஒட்டி போடப்பட்டன. நீங்கள் மையத்தில் இருந்த ஒரு தூணுக்கு அருகே விடப்பட்டீர்கள். நானும் பிற நாட்டு இளவரசிகளும் மண்டபத்தின் விரிந்த மையப் பகுதியில் சுற்றி வருவோம். நீங்கள் சரியாக என்னைக் கண்டுபிடித்து 'யசோதரா' என்று அழைத்து கண் கட்டை அவிழ்க்க வேண்டும். நீங்கள் தவறி ஏதேனும் ஒரு பெண்ணை அதாவது அந்த இளவரசிகளுள் ஒருத்தியைப் பற்றி 'யசோதரா' என்றழைத்தால் அவளை நீங்கள் இரண்டாவதாக மணம் செய்துகொள்ள வேண்டும். உங்களை மண்டபத்தின் நடுவே விட்டு அனைவரும் துள்ளி ஓடினார்கள்.

எனது சதங்கைகள் மிகவும் மெல்லியவை. அளவிலும் சிறுத்தவை. எனவே என் கால் தட ஒலியை நீங்கள் எளிதாக அறிந்துவிடுவீர்கள் என்ற நம்பிக்கை இருந்தாலும் மனம் மிகவும் பதறியது. நான் குரலே எழுப்பக் கூடாது என்பது மிக முக்கியமான விதி.

உங்கள் கண்களைக் கட்டும் முன்பு 'இது என் தலைமீது வந்திறங்கிய பிரச்சனை என்றுதானே நினைக்கிறீர்கள்... என்னால் கண்டுபிடிக்கப் படுவது என்பது யசோதராவின் தலையில் உள்ள பிரச்சனை என்று நான் நினைக்கிறேன்' என்று மட்டும் கூறினீர்கள்.

ஒரு பொல்லாதவளின் விருப்பப்படி எங்கள் சதங்கைகள் ஒருவருக்கு ஒருவர் மாற்றி அணிவிக்கப்பட்டன.

நீங்கள் எழுந்து உலவியபோது ஒவ்வொருத்தியும் உங்களுக்கு மிக அருகில் வந்து தொட்டுவிடும் தூரத்தில் இருந்து ஓடினாள். எனக்கு இணையாக எல்லா இளவரசிகளுமே வளையல்களும் அணிந்திருந்தார்கள்.

தாங்களோ எழுந்து நடக்கும்போது உங்கள் மீது மெதுவாக இடித்துப் போன பல இளவரசிகளைப் பொருட்படுத்தவேயில்லை. மண்டப மையத்தில் உள்ள தூண்களில் இடித்துக் கொள்ளாமல் இருப்பது மட்டுமே தங்கள் கவனத்தில் இருந்ததுபோல மெதுவாக உலவி வந்தீர்கள். கலகலவென சிரிப்பும் கும்மாளமுமாய் ஏகப்பட்ட இளவரசிகள் தங்களைச் சுற்றிவர, பார்வையாளர்களான பல நாட்டு அரச குடும்பத்தினர் கைதட்டி மகிழ நான் உங்கள் அருகே வர முயலும் போதெல்லாம் வேறிரு பெண்கள் என் இரண்டு கரங்களையும் பற்றித் தள்ளி இழுத்துச் செல்ல, கரகோஷம் அதிரும். எனக்கு மனதுள் பதட்டம் அதிகமாகி கிட்டத்தட்ட கண்களில் நீர் துளிர்த்துவிட்டது.

ஒரு பெரிய தூணின் ஒரு பக்கத்தில் தாங்கள் சாய்ந்து நின்றீர்கள். குறுக்கும் நெடுக்குமாய் ஓடிக் கொண்டிருந்த பெண்களைத் தாண்டி, முண்டியடித்து அந்தத் தூணின் மறுபக்கம் வந்தேன். தங்கள் அருகே வர நாணமாயிருந்தது.

திடீரென இரண்டு பெண்கள் என் இருபுறமும் வந்து நின்று கொண்டனர். மொத்தம் மூன்று பெண்கள், நீங்கள் என தூணைச் சுற்றி நாம் நால்வர் மட்டுமே. அரங்கமே பெரிய எதிர்பார்ப்புடன் நிசப்தமானது.

கைகளைப் பின்னே கட்டிக்கொண்டு முகத்தைச் சற்றே முன்னே நீட்டியபடி தாங்கள் எங்கள் மூவரின் முகத்தருகே வந்தீர்கள். மூன்றாவதாக நின்றிருந்த என் கரத்தைப் பிடித்து 'யசோதரா' என்று

அழைத்ததும், என் அப்பாவுக்கும், உங்கள் அப்பாவுக்கும் பிற மன்னர்களுக்கும் கூட அந்த சூட்சுமம் புரியவில்லை.

யசோதரா தலை மீது என்று தாங்கள் குறிப்பிட்டபோது, அன்றைய தினம் காலையில் சந்தன எண்ணெய் தடவிய என் தலைமுடியின் நறுமணத்தை நீங்கள் பாராட்டியது நினைவுக்கு வந்தது. தாங்களும் அந்த மணத்தை வைத்தே என்னைக் கண்டுபிடித்துவிட்டீர்கள்.

அன்று நம்மிடையே மௌனமான ஒரு கருத்துப் பரிமாற்றமும் புரிதலும் நிகழ்ந்து ஊரே வியக்க நீங்கள் என்னை அடையாளம் காணவில்லையா?

இன்று, குழந்தை ராகுலன் வரவை நாடே கொண்டாடுகிறது. உங்கள் அரவணைப்பில் அவன் வளருவான் என என் உள்மனம் சொல்கிறது. நீங்கள், நம் பிரிவின் இந்நாட்கள் ஒரு கெட்ட கனவு என்பதுபோல எப்போது திரும்பி வரப் போகிறீர்கள்? உறங்கி,விடிந்த பின் எழுந்த போது உங்களைக் காணவில்லை. இனி உங்கள் திருமுகம் கண்டால் தான் இந்தப் பெண்ணுக்கு விடிவு காலம் என்று அறியாதவரா தாங்கள்?'

அத்தியாயம்

6

ராஜகஹ நகரத்தில் மாலைப் பொழுது பல வண்ண நீரையும் பொடிகளையும் இளைஞர்கள் ஒருவர் மீது ஒருவர் வீச உற்சாகமாய் வண்ணமயமாயிருந்தது. சித்தார்த்தன் வந்த குழு வண்டிகளைக் கோட்டைக்கு வெளியே விட்டுவிட்டு கோட்டைக்குள்ளே இருந்த பல தெருக்கள், கடை வீதிகள் அனைத்தையும் தாண்டி ராஜாவின் அரண்மனையை ஒட்டியிருந்த பெரிய மைதானத்தை அடைந்தது. சிலர் கடைவீதிகளிலேயே ஆழ்ந்துவிட்டனர். வேலைப்பாடு மிகுந்த செப்புப் பாத்திரங்கள், விவசாயத்துக்குத் தேவையான கலப்பை, மண்வெட்டி, ஜரிகை வேலைப்பாடு அமைந்த துணிகள், குழந்தைகள் விளையாட மரத்தால் ஆன பொம்மைகள், கம்பளிகள், மூங்கிற் கூடைகள், தட்டிகள் என பல பொருட்களும் கடைவீதியில் நிறைந்து கிடந்தன.

ஒரு கழைக் கூத்தாடி மரச் செருப்புகளைக் கைகளில் அணிந்து கொண்டு தலைகீழாக நடந்து காட்டினான். பின்னர் அதே செருப்புகளைக் கால்களில் அணிந்து கொண்டான். இணையாக இரண்டு கயிறுகள் பெருக்கற் குறிபோல நின்றிருந்த கட்டைகளுக்கு இடையே சில அடி இடைவெளிகளில் நின்றிருந்தன. கழைக் கூத்தாடி ஒரு கயிற்றிலிருந்து மறு கயிற்றுக்குத் தாவினான். அங்கிருந்து இங்கு. நடுவில் நெருப்பைப் பெரியதாக மூட்டி அதையும் தாண்டிக் காட்டினான்.

ஒரு குதிரை வண்டி சித்தார்த்தன் இருந்த பக்கம் நின்றது. ஒரு சேவகனும் படைவீரனும் அதில் இருந்து இறங்கினர். ''மன்னர் பிம்பிசாரரின் பிறந்த நாள் இன்று. இதை தயைகூர்ந்து ஏற்றுக் கொள்ளுங்கள்'' என்று நீண்ட காவி வேட்டிகளைக் கொடுத்தான். அதை சித்தார்த்தன் கப்பரையுடன் இருந்த சிறு மூட்டையில் சேர்த்துக் கட்டி முதுகில் மீண்டும் போட்டுக்கொண்டான்.

விழாவில் பல வண்ண ஆடைகள் அவற்றின் மேலே வீசப்பட்ட வண்ண திரவங்களாலும் பொடிகளாலும் விசித்திரமான நிறக்கலவை களுடன் அணிந்தவர் மேலே தென்பட்டன. புன்னகை தவழும் முகமும், நகைகளுமாக பெண்கள் யசோதராவை நினைவுபடுத்தினர்.

மணவாழ்வில் ஒவ்வொரு நாளையும் யசோதரா மகிழ்ச்சியோடும் நிறைவோடும் கழித்தாள். ஆடல், பாடல், விருந்துகள் என ஒவ்வொரு நாளும் சித்தார்த்தனை மகிழ்விக்க ஒரு கொண்டாட்டம் இருந்தது. சக பெண்களுடன் பேசும் பொழுதிலோ அல்லது குளிக்கும்போதோ உடைமாற்றும் நேரமோ இவை தவிர எந்நேரமும் அவள் சித்தார்த்தனுடனேதான் இருந்தாள். அவள் தாய்மையின் சுமையைத் தாள முடியாது தவித்த பிரசவத்து முந்திய ஒரு மாதம் முழுவதும் ராணி பஜாபதி கோதமியுடனும் தாதியருடனுமே கழித்தாள். அப்போதுதான் முதன் முதலாக சித்தார்த்தன் தனியே நகர்வலம் வந்தான்.

அதற்கு முன் சித்தார்த்தன் ரதத்தில் வெளியே சென்றதெல்லாம் யசோதராவின் துணையுடன்தான். அந்தணர் அல்லது மந்திரிகள் வீட்டு சுப நிகழ்ச்சிகளுக்குப் போய் வரும்போது வணங்கும் மக்களையும் யசோதராவின் கண்ணில் பட்டவையுமே காட்சிகள் ஆயினர்.

முன் அறிவிப்பின்றித் தனியே கிளம்பிச் சென்றதால்தான் வாழ்க்கையின் நிலையின்மை கண்கூடானது. மரணமும் மூப்பும் துறவு வைராக்கியமும் மனதுள் எழுப்பிய கேள்விகள் மலைகளாய் வளர்ந்து நிற்கின்றன.

சொல்லிக்கொள்ளாமல் கிளம்பியது கண்டிப்பாக யசோதராவுக்கு ஆழ்ந்த காயத்தை, தாங்க முடியாத அதிர்ச்சியை ஏற்படுத்தத்தான் செய்திருக்கும். ஆனால் விடைபெற்றுக் கிளம்புவது என்பது சாத்தியமே இல்லாத ஒன்று. ராணி பஜாபதி கோதமியோ, மன்னரோ, மந்திரிகளோ, மக்களோ யாருமே அனுமதித்திருக்க மாட்டார்கள். காந்தகன் மட்டுமே ஒப்பியிருப்பான். ரகசியமாக வந்துவிட்டதால் இனி தொடர்ந்து செல்லுவதில் தடை இருக்காது. இந்தப் பிறவியோடு மாயை அகன்று ஞானம் சித்திக்க வேண்டும்.

●

உப்பரிகையில் ஒரு நாள் தாங்கள் சாரல் மழை தங்கள் மேல் தெறிக்க மழையை ரசித்தபடி அமர்ந்திருந்தீர்கள். அம்மா மகாராணி கோதமி நேரில் வந்து அறிவுரை கூறியும் கூட நீங்கள் அங்கே இருந்து நகரவில்லை. வெகு நேரம் வானிலிருந்து வீழும் மழையை அது பூமியில் பல தாரைகளாய் சிறு நீரோட்டங்களாய்ப் பிரிந்து ஓடும் அழகில் லயித்திருந்தீர்கள்.

அன்று இரவு உங்களிடம் அப்படி என்ன மழையில் ரசிக்க இருக்கிறது என்று கேட்டேன். உடனே நீங்கள் என்னிடம் ''மழை என்றால் என்ன?'' என்று எதிர்க்கேள்வி கேட்டீர்கள். நான் ''மேகம்'' என்றேன். நீங்கள் ''எல்லா மேகமுமா?'' என்று வினவினீர்கள். ''இல்லை. திரண்ட மேகங்களில் சிலவே மழையாய்ப் பெய்யும்'' என்றேன் நான்.

''நீர், மழை இரண்டுமே ஒன்றுதான். மேகம் என்பது நீரின் அல்லது மழையின் மறு வடிவம் என்பது பொருந்தாது. நீர் அல்லது மழையின் ஒரு நிலையே அது... வடிவங்கள் மாறுவது அல்லது மாறுபடுவது அச்சுறுத்தலாய்த் தோன்றுவது பிரமையே. வடிவம் மாறிப் போவதோ அல்லது மாறுபட்ட இரு வடிவங்களை ஒப்பிடுவதோ எளிதானதே. நிலை மாறுவதும், ஒன்றே வெவ்வேறு நிலைகளில் பிறிதொன்றாய் வெளிப்படுவதும் ஆழ்ந்து அவதானித்துப் புரிந்துகொள்ளப்பட வேண்டியது'' என்றீர்கள்.

நீங்கள் தீர்க்கமாய்ப் பேசும்போது தங்கள் கண்கள் பிரகாசித்து சொற்கள் பெருக்கெடுத்து எண்ண ஓட்டத்துக்கு நிகராகத் திரண்டு வரும் அற்புதத்தில் என்னை நானே எத்தனை முறை மறந்திருக்கிறேன்!

இன்று அதே கேள்வியை எனக்குள் நானே எழுப்பிக் கொள்கிறேன். இன்று தாங்கள் காட்டுவது தங்களின் வேறு வடிவமா அல்லது மற்றொரு நிலையா? குடும்பம் என்னும் வேரை அறுத்து வேறு எந்தப் பிடிப்பில் இருக்கிறது தங்கள் நிலை?

என்னையும் உங்களையும் தனியாகப் பிரித்து நாம் இருவரும் ஒருபோதும் பார்த்ததில்லை. விடிந்த ஒவ்வொரு பொழுதும் நம் இருவரையும் உள்ளடக்கிய ஓரே ஜீவனுக்காகவே விடிந்தது. உங்கள் மனஓட்டத்தைத் தாங்கள் கூறாமலேயே நான் புரிந்து கொண்டேன். அதற்கேற்ப நடந்து வந்தேன்.

இந்த முறை எனக்குப் புரியவே புரியாது ஏதோ ஒன்று என்று எண்ணி என்னை விட்டு நீங்கினீர்களா?

பதிமூன்று ஆண்டுகால மணவாழ்வில் தங்கள் நிழலாய் நின்றேன். வெளிச்சம் இல்லாத பொழுதில் வெளிச்சம் இல்லாத இடத்தில் நிழல் இல்லாதிருப்பது தற்காலிகம்தானே?

நீங்கள் மீண்டும் இந்த மாளிகையில் ஒளியாகவும் உருவாகவும் வாருங்கள். உங்கள் நிழலாய் என் வாழ்வைத் தொடர்வேன்.

ராணி பஜாபதி கோதமியின் வருகை யசோதராவின் நினைவலைகளை நிறுத்தியது. பாலைக் குடித்துவிட்டு ஆழ்ந்து உறங்கும் ராகுலனைப் பார்த்தபடி இருந்தாள்.

''உன் காய்ச்சல் நின்றதும் அவன் பழையபடி பால் குடிக்க ஆரம்பித்துவிட்டான்.'' யசோதரா பதிலேதும் சொல்லவில்லை.

''சித்தார்த்தன் பற்றி விவரமறிய அண்டை நாடுகள் அனைத்துக்கும் மன்னர் தூதுவர்களை அனுப்பி இருக்கிறார். விரைவில் நல்ல செய்தி வரும்.'' தொடர்ந்து மௌனம் காத்தாள் யசோதரா.

விடைபெற்று வரும்போது ராணிக்கு யசோதராவின் நிலை மிகுந்த அச்சத்தைக் கொடுத்தது. மகனை வளர்க்கவும், கணவனைத் தேடிக் கண்டுபிடித்து மணவாழ்க்கையைத் தொடரவும் தளராத மன உறுதி தேவையாயிற்றே? ராஜ குடும்பத்துக்குப் பொருந்தாத மனச் சோர்வு எங்கிருந்து இந்தப் பெண்ணுக்கு வந்தது? உறுதியான செயல்களும், நிலைப்பாடுகளும், முடிவுகளும் ராஜ குடும்பத்தில் இருபாலாரின் பலங்கள். இதிலிருந்து அவளை மீட்கும் பொறுப்பு முழுவதும் எனதாகிவிட்டது.

●

யசோதராவின் உடலை ஆரத் தழுவிய சித்தார்த்தன் அவள் நெற்றி கன்னம் என உதடுகளால் வருடி இதழோடு இதழ் சேர்த்து முத்தமிட்டான். அவனது விரல்கள் அவளது உடலெங்கும் பரவி இருவரும் உணர்ச்சிப் பெருக்கில் பின்னிப் பிணைந்து கட்டிலே ஒரு களமானது.

சித்தார்த்தனை சற்றே செல்லமாகப் பின்னுக்குத் தள்ளித் தன் நகைகளைக் கழற்ற முயன்ற யசோதராவை மேலே இயங்க விடாமல் இறுக்கித் தழுவினான் சித்தார்த்தன். மறுபடியும் அவனை அன்போடு விலக்கி அவள் தலையிலும் கழுத்திலும் உள்ள நகைகளைக் கழற்ற முயன்றாள். சித்தார்த்தன் பிற இடங்களில் அவளை முத்தமிட்டு வேகம் காட்டினான். அவள் புன்னகையுடன் அவன் கழுத்திலிருந்த பெரிய தங்க ஆரத்தைச் சுட்டிக் காட்டியதும் அதை நொடியில் கழற்றி அவளது ஒட்டியாணத்தைக் கழற்றினான்.

திடுக்கிட்டு விழித்தெழுந்த சித்தார்த்தனின் உடல் எங்கும் வியர்த்திருந்தது. இது என்ன கனவு? எப்படி என் வைராக்கியத்தைக் காமம் ஊடுருவியது? மன்னர் பிறந்த நாள் என்று பிட்சையாய் உண்ட உணவு காரணமா? குடும்பங்களையும் பெண்களையும் நிறைய ஒன்று சேரக் கண்டது யசோதராவை நினைவுபடுத்தியதா? தர்ம சத்திரத்தில் அவன் படுத்திருந்த கூடத்தில் நிறைய ஆண்கள் படுத்திருந்தனர். நடைகளில் தீப்பந்தங்கள் நிலையாக சுவர்களில் பொருத்தி வைக்கப்பட்டிருந்ததால் பின்கட்டுக்குச் செல்லும் வழி தெளிவாகத் தெரிந்தது. கூப்பிடு தூரத்தில் நதி நீரோட்டத்தின் சலசலப்பு இரவின் அமைதியில் துல்லியமாகக் கேட்டது. நதிக்கரை வரையில் மெல்லிய கற்பலகைகளால் பாதை இருந்தது. பௌர்ணமிக்கு இன்னும் ஒரு வாரம் இருக்கும். மங்கிய நிலவொளியில் நதி தன் வழி தெரிந்த மிடுக்கில் பெருகி ஓடிக் கொண்டிருந்தது. உடைகளைக் கரையில் வைத்துவிட்டு கோவணத்துடன் நதியில் இறங்கினான். எத்தனை முறை என்று தெரியாது, மீண்டும் மீண்டும் நதியில் முழுக்குப் போட்டு கரைக்கு வந்தான். குளிரில் உடல் நடுங்க நடுங்க நின்று நேரே இலக்கில்லாமல் வெறித்தான். தூரத்தில் ஏதோ படித்துறை அருகே ஒரு பிணம் எரிந்து கொண்டிருந்தது. உடலில் ஈரம் ஓரளவு காய்ந்தது. மீண்டும் நதியில் மூழ்கினான். வெளியே வந்து நின்றான். ஈரமணலில் பாதங்கள் ஓரளவு புதைந்து நிலைப் பட்டன. விடியும் வரை அப்படியே நின்றிருந்தான். விடிவெள்ளி தென்பட்டது. கீழ்வானம் மெல்ல வெளுத்தது. உடன் சிவந்தது. கதிரவன் ஒரு நெருப்புப் பந்தாக வெளியே வந்தான். கண்கள் கூசும் வரை சூரியனை நோக்கி நின்றவன் மெதுவாக சம்மணமிட்டு அமர்ந்தான். ஞானம் தேடும் என் தனிமைப் பயணம் காரிருள் தாண்டி ஒளி காண வேண்டும். என் லட்சியத்தில் மனம் பிறழாது நிற்க வேண்டும்.

பறவைகள் மேற்கிலிருந்து கிழக்காகப் பறந்து வானுக்கு அழகூட்டின. நதியில் நீராடப் போவோரும் வருவோருமாய் சந்தடி தெரிந்தது. கதிரவன் மேலே எழும்பிச் சுட்டெரிக்கத் துவங்கினான். சித்தார்த்தன் இருந்த இடத்தை விட்டு அசையவில்லை. சிலர் அவன் முன் கிடையாக வணங்கினர். அவன் மௌனமாகவே அமர்ந்திருந்தான்.

எலும்பும் தோலுமாய் ஜடை முடிவிழுந்த, கௌபீனம் அணிந்த ஒரு வைராகி அவன் முன் அமர்ந்தான். சித்தார்த்தன் அவன் கண்களை ஆழ்ந்து உற்று நோக்கினான்.

''இது ஞான வேட்டையா க்ஷத்திரியனே?'' என்றான் வைராகி.

''இது ஒரு தேடல். இந்த நிமிடம் நான் க்ஷத்திரியனுமில்லை.''

''ஷ்ரமண யோகிகளுக்கும் வைராகிகளுக்கும் மறுபுறம் வைதீக மதம் போதிக்கும் அந்தணர்களுக்கும் இடையே ஊசலாடும் வரை நீ க்ஷத்திரியனே. நான்கு வருண பேதம் தந்த வசதிகளில் ஊறித் திளைத்த உனக்கு இது தற்காலிக விளையாட்டு அல்லது பொழுதுபோக்கு.''

''நான் முதல் அடி எடுத்து வைத்திருக்கும் பாதையில் தாங்கள் வெகு தூரம் சென்றிருக்கலாம். என் உறுதி என்னையும் ஷ்ரமணனாக உருவாக்கும்.''

''தலைமுடியை தாடியை மழிக்கலாம் என்று ஒரு நித்திய அனுஷ்டானத்தின் ஒரு நீட்சிபோல உனக்குள் தோன்றி இருக்கிறது சிறுவனே.''

''வேதம் சார்ந்த வைதீகத்தையே நிராகரித்த ஷ்ரமண மார்க்கத்தில் மழித்தலுக்கும் நீட்டலுக்கும் மட்டும் மகத்துவம் தரப்பட்டுள்ளதா ஐயா?''

''நீ இன்னும் எந்த குருவிடமும் பாடம் கற்கவில்லை. கல்வியில் குறை நீக்க ஐயம் வந்து கேள்வி கேட்டால் அதற்கும் மரியாதை தந்து பதில் சொல்லலாம். அறியாமையின் வினா இது...''

வைராகி எழுந்து சென்றுவிட்டான். உச்சி வெய்யில் சுட்டபோதும் சித்தார்த்தன் எழுந்திருக்கவில்லை. வைராகியின் கூற்றும் உண்மை தான். ஷ்ரமண மார்க்கத்தின் நுட்பங்களைக் கற்காவிட்டால், குருவைத் தேடாவிட்டால் நால் வருணம் பேசும் வைதீக மார்க்கத்தி லேயே உழல வேண்டியதுதான். கைகொடுத்துத் தூக்கிவிடும் யோகியைக் காண வேண்டும்.

அத்தியாயம்

८

வெகு நேரம் அழுது கொண்டிருந்த ராகுலனுக்கு நீண்ட உடல்வாகு. நிச்சயமாய் அப்பாவைப் போலவே உயரமாக வளருவான். பணிப்பெண் ஒருத்தி சந்தடி செய்யாமல் மிக அருகில் ''நாட்டியம் தொடங்கி நடந்து கொண்டிருக்கிறது. மகாராணி கோதமி அவர்கள் தங்களை அழைத்தார்கள்'' என்றாள் மிக மெல்லிய குரலில். யசோதரா தொட்டிலை நோக்கி விரலை அசைத்ததும் குழந்தையைப் பூப்போலக் கையிலேந்தி தொட்டிலுக்கு மாற்றினாள். யசோதரா அவள் எடுத்து வந்த பட்டு மேலங்கியைத் தோளைச் சுற்றி போர்த்திக் கொண்டு நடைகளைத் தாண்டி நீராழி மண்டபத்தை நோக்கி நடந்தாள். பணிப் பெண்கள் தலை தாழ்த்தி வந்தனம் செய்தனர். கோதமிக்கு அருகிலிருந்த சுத்தோதனரின் ஆசனம் காலியாயிருந்தது. சித்தார்த்தனின் இருக்கை பல நாட்களாகவே வெறிச்சென்றிருந்தது. மகாராணி பஜாபதி கோதமியின் பாதம்தொட்டு வணங்கித் தன் இருக்கையில் அமர்ந்தாள் யசோதரா.

யசோதரா அமரும் வரை நிறுத்தப்பட்டிருந்த நாட்டியம் மீண்டும் தொடங்கியது. கழுத்தில் கயிறு கட்டி மாட்டியிருந்த சிறிய மேளத்தைத் தட்டியபடியே மேடையைச் சுற்றி சுற்றி ஆடியபடியே பாடினான் கட்டியக்காரன்...

'அழகிய வனத்தில் அமைந்த குடிலில்

கிளிகள் கொஞ்சினவே

கிளிகள் கொஞ்சினவே...'

மேடையின் மேற்புறத்திலிருந்து பச்சைநிற, சிவப்புநிறத் துணிகளால் செய்யப்பட்ட கிளிகள் கயிறுகளில் அசைந்து இங்கும் அங்கும் பறப்பதுபோல சிறகு விரிந்த நிலையில் நகர்ந்தன. பின் மறைந்தன.

'கிளிகளும் மயில்களும் வியக்கும்

அழகிய அப்ஸரஸுகளால்

பர்ணகசாலை இந்திர லோகம்

ஆனதுவே' என்று அவன் சுற்றி ஆட அவனைத் தொடர்ந்து நன்கு அலங்கரித்த ஆறு ஏழு பெண்கள் கைகளைக் கோர்த்து வட்டமாகவும் பின் கைகளை விடுவித்துக்கொண்டு வரிசையாகவும் ஆடினர்.

'மேனகையின் அழகின் வாரிசு

சகுந்தலை என்னும் மகளாய்

வந்து உதித்தாளே' என்று கட்டியக்காரன் மீண்டும் வட்டமிட்டு ஆடியபோது அப்ஸரஸுகளாய் ஆடிய நடனமாதர் ஆடியபடியே மேடையிலிருந்து அகன்றனர். சகுந்தலை துணியால் செய்த சிசுவின் பொம்மை வடிவைக் கையில் ஏந்தி மெல்ல மெல்ல அடியெடுத்து வைத்து குழந்தை பொம்மையைத் தாலாட்டும் விதமாக அசைத்தபடி மேடையின் மையமாய் நின்றுகொண்டாள்.

'வனதேவதையும் வானும் பூமியும்

வியந்து மகிழ்ந்தனரே அழகை

வணங்கி நின்றனரே...'

மீண்டும் நடன மாதர் கைகளில் இலை தழைகளை ஏந்தி வந்து மேனகையைச் சுற்றி வந்து முன்புறம் குனிந்தும் பின்புறம் கவிந்தும் வட்டமாக ஆடியபடியே மேடையை விட்டு நீங்கினர்.

'பிரம்ம ரிஷியாம் காந்தருவர்

துணைவனாம் விசுவாமித்திரரே

அவர் எங்கே எங்கே மேனகை தவித்தனளே...'

மேனகை எழுந்து ஒரு கையால் குழந்தை பொம்மையைத் தாங்கி மறு கையை கண்களுக்கு மேலே நெற்றியில் வைத்து மேடையின் ஒவ்வொரு மூலை வரை சென்று பார்த்துவிட்டு மறுபடி மையத்துக்கு

வந்து ஒரு கையால் கன்னத்தைத் தாங்கி பொம்மையை மடியிலிட்டு அமர்ந்தாள்.

'கானகமெல்லாம் கடுந்தவ முனிவனைத்

தேடி அலைந்தனளே மேனகை

தேடி அலைந்தனளே...' என்று மத்தளம் இசைத்தபடியே கட்டியக்காரன் மேடையைச் சுற்றி வர அவனைத் தொடர்ந்து இலை தழைகளைக் கையிலேந்தி வந்த சக நடனமாதர் நல்ல இடைவெளி விட்டு இரு இணை வரிசையாக நின்றனர்.

மேனகை குழந்தையைக் கையில் ஏந்தியபடி அவர்களுக்குள்ளே நுழைந்து ஒவ்வொருவரையும் சுற்றிப் பின் முதல் வரிசை, அதைத் தொடர்ந்து இரண்டாம் வரிசையையும் சுற்றி ஒரு பெண்ணின் தோள் மீது சாய்ந்து நின்றாள்.

'இலைகள் அசையும் மலர்கள் அசையும்

இமைகள் அசையாது மேருமலையாய்

வீற்றிருந்தாரே விசுவாமித்திரர் வீற்றிருந்தாரே.'

இலைதழைகளுடன் சம்மணமிட்டு மண்டியிட்டு நின்று ஒரு மரத்தின் தோற்றத்தில் வெற்று நடை பயின்று வந்த ஒரு ஆண் ஒரு புலித் தோலின் மீது அமர்ந்து பத்மாசனமிட்டு கண்களை மூடிக்கொண்டான்.

'கணவன் தரிசனம் கண்ட பொழுதில்

தன்னை மறந்தனளே மேனகை

காதலாய் அவரை வணங்கி நின்றனளே.'

மேனகை விசுவாமித்திரரின் முன் குழந்தை பொம்மையை வைத்துக் கீழே விழுந்து வணங்கினாள். மேடையைச் சுற்றிச் சுற்றி வந்து முதன் முறையாக உடலை வளைத்து ஆடி மறுபடி விசுவாமித்திரர் முன் நின்றாள்.

'உங்கள் அம்சமாய் நம் மகள்

வந்து உதித்தனளே நீங்கள்

வாழ்த்தி ஏற்பீரே...'

கட்டியக்காரன் மேடையின் ஒரு மூலையில் நின்றபடி தொடர்ந்து பாடினான்.

'என் தாய்மையின் பேற்றை

தாங்கள் ஏற்று மகிழ்வீரே

சகுந்தலை என்னும் வரத்தைத் தந்த மாமுனிவரே...'

பாடல் நின்றது. அரங்கம் மௌனமாய் நோக்கியது. மேனகை மெல்ல எழுந்து கைகளை விரித்தாள். விசுவாமித்திரரைச் சுற்றி வந்து தாரைதாரையாய்க் கண்ணீர் வடித்துக் கதறி அழுதாள். பின்னர் தரையில் அமர்ந்து விசுவாமித்திரரையே வெறித்தாள்.

மீண்டும் பாடல் துவங்கியது.

'கடுந்தவம் கலைந்து கற்சிலை அசைந்து

கண்கள் விழித்து முனிவன் எழுந்தாரே

மேனகை முகம் கண்டு முனிந்தாரே'

இப்போது விசுவாமித்திரர் எழுந்து நின்று 'போ' என்னும் விதமாய்க் கையை அசைத்தபடி மேடையின் குறுக்கே நடந்தார்.

'தேவர்கள் வியக்கும் மேனகை

கணவன் பாதம் பற்றினளே

மகளை ஏற்றிட வேண்டினளே...'

மேனகை விசுவாமித்திரரின் பாதம் பற்ற அவர் அதை வேகமாய் உதற மேனகை கீழே விழுந்து உருண்டு கதறிக் கதறி அழுதபடி கிடக்க அரங்கத்தில் வெளித் தெரியா பதற்றம் நிறைந்தது.

'கபட இந்திரனின் ஏவலாய் வந்த

விஷப் பெண்மகளே

நீ விரைந்து மறைவாயே...'

மீண்டும் மேடையில் குறுக்கு நெடுக்காக விரைப்பாய் நடந்தார் விசுவாமித்திரர்.

'நாடகமாடி நற்தவம் போக்கிக்

கூடி மகிழ்ந்தவளே இது உன்

குற்றத்தின் பரிசே...'

இப்போது மேனகை எழுந்து அவர் நடக்க நடக்க அவரது கவனத்தைக் கவருபவளாய் அவர் பின்னே நடந்தாள். நடன நளினமின்றி பையச் சென்றாள்.

'தேவரும் வணங்கும் மாமுனிவர்

நன்கு அறிவீரே உம் வாரிசு

இப்பூச் சிசு ஏதும் அறியாதே...'

இப்போது விசுவாமித்திரர் நின்று கையிலெடுத்து மறு கையை ஓங்கித் தலைக்கு மேல் நீட்டி நின்றார்.

'சாபம் பெற்று பூமியில் கல்லாய்

ஆகும் முன்னாலே நீயும் உன்

மகளும் நீங்கிச் செல்வீரே...'

இப்போது வேகமாக மத்தளத்துக்கு இசையூட்டியபடி கட்டியக்காரன் அவர்கள் இருவரையும் சுற்றிச் சுற்றி ஆடினான்.

திடீரென யசோதரா எழுந்தாள். கண்ணீருடன் அவள் வேகமாகத் தனது இருக்கையை விட்டு நீங்கி, மகாராணியிடம் ஆசிகூட பெறாமல், தனது இருப்பிடத்துக்கு நகர்ந்து சென்றது சபைக்கு அதிர்ச்சியாயிருந்தது. கட்டியக்காரன் கையை நிறுத்தி நிற்க, மற்ற இருவரும் கையைக் கட்டி நின்றனர். தொடருங்கள் என்பதாக ராணி கோதமி கையசைக்க நாட்டியம் தொடர்ந்தது.

●

குகையை விட்டு வெளியே வந்த சித்தார்த்தனின் தோற்றம் தோல் போர்த்திய எலும்புக்கூட்டைப்போல இருந்தது. எதையோ நினைவுபடுத்திக் கொள்வதுபோல், தேடுவதுபோல் சுற்றும் முற்றும் பார்த்தவன் பாறைகள் மீது அபார சுறுசுறுப்புடன் ஏறி ஒரு மரத்தின் அடையாளம் கண்டதுபோல் நின்று அதை ஒட்டிய பாறை மீது ஏறி மெதுவாக சுனைக்குள் இறங்கினான்.

நீர்த்தாவரங்களை நீக்கி நீரை அள்ளிப் பருகினான். திரும்ப வந்த வழியில் இறங்கி நடந்தவன் குகையைத் தாண்டி சரிவில் கவனமாக ஆனால் பழக்கப்பட்ட விரைவுடன் இறங்கினான்.

வேப்பமர வாடை தென்பட்டதும் அதன் தளிர்களாகத் தேர்ந்தெடுத்துக் கையில் பற்றியபடி மேலே நடந்தான். பழக்கப்பட்டவன்போல ஒரு பலா மரம் தென்பட்டதும் அதன் எதிரே சரிவில் நடந்து அருவியை அடைந்தான்.

கையில் கொண்டுவந்திருந்த வேப்பிலைத் தளிர்களை ஒரு கல்லின் கீழ் பத்திரமாக வைத்து உடை நீக்கி கௌபீனத்துடன் அருவியில் நீராடினான். குளித்து முடித்து வெய்யிலில் வந்து நின்றபோது உடலில் பல இடங்களிலும் பூச்சிக் கடியால் தடித்திருந்தது. வலது காலில்

ரத்தம் வடிந்து முழங்காலுக்குக் கீழே ஆழ்ந்த ரணம் தெரிந்தது. வேப்பிலைத் தளிர்களைக் கல்லில் நசுக்கி அந்தப் புண்களின் மீது பிழிந்தான். பின் அந்தச் சக்கையை அதன் மீது வைத்து கோரைப் புற்களால் கட்டுப் போட்டான்.

திரும்பி மலை ஏறும்போது ஓரிடத்தில் திட்டுத்திட்டாக ரத்தம் கற்களின் மீது கொட்டி இறுகிக் கொண்டிருந்தது. அதன் மீது கால் படாமல் பக்கவாட்டமாக ஏறி மேற் செல்கையில் ஒரு எருதை வேட்டையாடிய புலி அதைக் கடித்துத் தின்றுகொண்டிருந்தது. அப்படியே அசையாமல் நின்றான். ஓரிரு நிமிடங்களில் புலி எருதைக் கவ்வி இழுத்தபடியே அவனைத் தாண்டி நகர்ந்து சென்றது. குகையின் வாசலை அடைந்தவுடன் தட்டியான பாறையின் மீது படுத்தான். சற்று முன் வரை வெய்யில் காய்ந்திருந்ததால் அது சூடாக இருந்தது. வானம் தெள்ளிய நீலமாயிருந்தது. வெண் மேகத் திட்டுக்கள் தெரிந்தன. உயரத்தில் கழுகுகள் பறக்கின்றனவா அல்லது நிலையா யிருக்கின்றனவா என்று பிரித்தறிய முடியாதபடி தென்பட்டன.

பட்டாம் பூச்சி ஓரிரு நாட்களில் வாழ்ந்து மடிகிறது. இந்த எருது பல வருடம் வளர்ந்து புலிக்கு இரையானது. இவற்றின் வாழ்வும் மரணமும் இயல்பாகத் தென்படுகின்றன. ஒன்றாய்த் திரியும் யானைகளோ மான்களோ பாய்ந்து வேட்டையாடும் புலியின் விரைவோ இயல்பாய்த் தென்படுகின்றன. மனித வாழ்வில் அவன் மகிழ்வதும் வருந்துவதும் கொண்டாடிக் கொள்பவையும் துரதிர்ஷ்ட மாகக் கருதுபவையும் திரும்பத் திரும்ப ஏதோ ஒரு விதையின் புதையுண்ட விதையின் நீண்டகாலத்துக்குப் பின்னான முட்செடியாய் அல்லது பூச்செடியாய் முளைத்துக்கொண்டே இருக்கின்றன. இந்த நீட்சியைக் கொண்டு பார்க்கும்போது முற்பிறவிகளில் தொக்கி நின்ற இடத்திலிருந்து தொடர்ந்து செல்வதாகத்தான் தோன்றுகிறது. இந்தத் தொடர்ச்சியில் பெரிய ஒரு பிடிமானமும் பற்றும் அது மீளாத் தொடரான பல பிறவிகளில் அவனைப் பிணைத்துப் போடுகிறதோ?

இந்த முடிவுறாச் சங்கிலியின் எந்தக் கண்ணியில் எப்போது பொருந்தினாலும் மரணம் என்பது ஒரு இடைவெளியாகிறது. பின் மீண்டும் ஜனனம். முன்பிறவி பற்றி சரியான நினைவுகள் இல்லை என்றால் என்ன?

காமமோ, செல்வம் குவிக்கும் ஆசையோ, பதவியோ, சுகமோ, நிலமோ ஒரே மாதிரி மூர்க்கப் பிடிப்புகள். மறுபிறவிதானே?

இந்தப் பற்றுக்களிலிருந்து, கட்டுக்களிலிருந்து விடுதலை இருந்தால் அந்தப் பிறவியுடன் இன்னொரு கண்ணியாய் சங்கிலியில் சேராமல்,

சங்கிலியை விட்டுத் தெறித்து வெளியேறும் அற்புதம் நிகழும். ஆனால் அந்த நிலைக்கு எது அடையாளம்?

இதைத் தேடும் திசை எனது வழியானது என் பேறு. காட்டில் இலை, காய், கனி எனத் தின்று உயிர் வாழும்போது புலன்கள் அடங்கி உடல் முதன் முறையாகச் சுமையாக இல்லாமல் இருக்கிறது. ஆனால் ஐயம் என்னும் இருள் - இது உள்ளே அப்படியேதான் இருக்கிறது. விடை என்னும் ஞான ஒளி எப்போது தென்படும்?

அத்தியாயம்

8

‘‘நேற்றிரவு இளவரசி யசோதரா மாளிகையில் ராஜ வைத்தியர் விரைந்து வந்தாராமே? இரவில் நீங்கள் யாருமே தூங்கவில்லையா?’’ என்றாள் ரத்ன மாலா. பெரிய மர உரலில் கெட்டித்தயிர். அதன் மத்தியில் மூன்றடி நீளமுள்ள ஒரு மத்து. அவள் லாகவமாக கயிற்றால் கட்டி முன்னும் பின்னுமாய் அசைக்க, கடைந்து கொண்டிருந்தது மத்து. அது சரியாமல் சுவரிலிருந்து நீண்ட ஒரு வெண்கலக் கொக்கியின் முனையில் இருந்த வளையத்துள்ளே சுழன்றது.

‘‘அதை ஏன் கேட்கிறாய்? இளவரசிக்கு சித்தார்த்தர் காடுகளில் வைராகியாக திரிகிறார் என்று தெரிந்தது முதல் உணவு உண்ணவே விருப்பமின்றி இருக்கிறார். அடிக்கடி ராகுலனுக்கு தாதிகளே பாலூட்ட வேண்டி வருகிறது. நேற்றிரவு மகாராணி அழைத்ததன் பேரில் ராஜ வைத்தியர் வந்தார்...’’ சந்திரிகா ரகசியமான குரலில் பதிலளித்தாள்.

‘‘இளவரசர் ஏன் இப்படி ஒரு முடிவை எடுத்தார்?’’ வெண்ணெயை ஒரு மட்பாண்டத்தில் இட்டு நிரப்பினாள்.

‘‘சொல்லு ரத்னா... உன் கணவர் உன்னை கேட்டுதான் முடிவெடுக்கிறாரா?’’

‘‘சந்திரிகா... குறைந்தபட்சம் தன் தாய் தந்தை சொல்லை மீற மாட்டார் அவர்.’’

‘‘சரி, இருக்கட்டும். ஆண்கள் வெளி தேசம் செல்வதில்லையா? ஆண்டுக்கணக்கில் அலைவதில்லையா ரத்னா?’’

‘‘என்ன சந்திரிகா... துறவறம் என்று போனால் எந்த மனைவி ஏற்பாள்? யோசித்துப் பார்.’’

●

‘இருளும் மாயையும் இல்லாத யுகம் இருந்ததா? தேடல் வாய்ப்பதும், நழுவுவதும் சம்சார சாகரத்திலேயே உழல்வதும் ஒருவனது கட்டுப்பாட்டுக்குள்ளாகவா இருக்கின்றன? வெளிச்சம் இது, இருள் இது என விண்டு அறிவதுதான் எளிதா? இருளில் இருக்க நேர்பவனும் மனிதனே. தேடலில் போராடி ஞானதீபம் ஏற்ற முயலுபவனும் மனிதனே. இவர்கள் இருவருக்குமாகப் பொதுவானது, மாறாத சத்தியமானது எது? எல்லா ஜீவிகளும் அறிய வேண்டிய அந்த அரிய ஒளியை, அதற்கான ஒரு பாதையை என்னால் காட்ட இயலுமா? முதலில் எனக்கேனும் அது தென்படுமா? தந்திகளைச் சுண்டியதுமே ஒரு நல்ல இசைக் கலைஞன் அதில் சுருதி சேர்ந்ததா இல்லையா என்று கண்டுகொள்கிறான். சுருதி இல்லையென்றால் அதை சுருதி சேர்த்து மீட்ட அவன் பயிற்சியும் திறமையும் கொண்டுள்ளான். கண்களை மூடினாலும் திறந்திருந்தாலும் மனம் அதன் போக்கிலேதான் போகிறது... நான் தேடுகிற ஞானமோ பளிங்கின் மீது பனிக்கட்டி போல வழுக்கிக் கொண்டுதான் போகிறது. எந்தப் பயிற்சியில் என் தேடலில் சுருதி சேரும்? எந்த நிலையில் இந்த மனம் சுருதி பேதமில்லாத தந்திபோல ரம்மியமான இசையை உலகுக்கு வெளிப்படுத்தும்? இந்தக் காட்டில் தனிமையில் எனக்கு அது கை கூடுமா? நல்ல குருவின் வழிகாட்டுதலில்தான் அகப்படுமா?’

சித்தார்த்தன் இமைகள் திறந்தபோது வயதான ஒருவரும் ஒரு இளைஞனும் பாறைக்குக் கீழே அமர்ந்திருந்தனர். எழுந்து நின்று வணங்கினர். ‘‘தவசீலரே! நாங்கள் மகத நாட்டு வணிக குலத்தவர்கள். மிளகு, தேன், குங்குமப்பூ, சந்தனம் என காட்டிலிருந்து பொருட்களை ராஜகஹ நகரத்துக்கு கொண்டுசென்று விற்பது வழக்கம். காட்டில் வழி தவறிவிட்டோம். இரவு தங்கள் குடிலில் தங்கலாமா?’’

‘‘குடிலா?’’ சித்தார்த்தன் மனதுள் முறுவலித்தான். ‘‘அருகில் உள்ள குகையில்தான் நான் இரவு படுத்துக் கொள்கிறேன்’’ என்று குகையை நோக்கி நடந்தான். இருள் கவியத் தொடங்கியது. ஒரு தடிமனான மரக் கட்டையின் மையத்தில் குழிவான இடம் தீப்பட்டுக் கருகி இருந்தது. அதில் இலைச் சருகுகளை சித்தார்த்தன் இட்டு நிரப்பியபோதுதான் அது ஆழமானது என்று தெரிந்தது. சித்தார்த்தன் ஓரளவு கூர்மையான

மூங்கிற் கழியை அதனுள் நுழைத்து வேகமாகக் கடைவதுபோல் சுழற்ற சிறிது நேரத்தில் புகையும் பின் தீயும் எழுந்தது. அதை அப்படியே காய்ந்த குச்சிகளால் ஆன ஒரு குவியல் மீது கொட்டினான். தீ கொழுந்து விட்டு எரிந்தது. மரக்கட்டைமீது தனது கப்பரையில் இருந்த நீரில் சிறிது ஊற்றி அந்தத் தீயை அணைத்தான். ஒரு பெரிய கழியை எடுத்து அதன் ஒரு முனையில் காய்ந்த கொடிகளைச் சுற்றினான். ''இதை நீங்கள் தீப்பந்தமாகப் பயன்படுத்தலாம். சுனைகள் இரண்டு அருகிலேயே குகைக்கு வலது பக்கம் உள்ளன. அவற்றையும் தாண்டி போக வேண்டாம்'' என்று குகையில் அமர்ந்து கொழுந்து விட்டு எரியும் தீயையே அவதானித்தபடி இருந்தான்.

●

கங்கைக் கரையில் ராஜகஹத்தின் புறநகர்ப்பகுதிக்கு வந்ததும் வணிகர் இருவரும் விடைபெற்றனர்.

சித்தார்த்தன் நதியில் நீராடி வெளியே வந்தபோது, துணி துவைப்பவர்கள் இருவர் ஒரு கழுதை ஈரத்துணிகளைச் சுமந்து செல்ல, அதனுடனேயே நடந்து சென்றனர். அவர்களைப் பின்பற்றி சித்தார்த்தனும் அவர்கள் குடியிருப்பு வரை சென்றான். நல்ல தூரம். மிகவும் களைப்பாக இருந்தது. முதலில் தென்பட்ட குடிசைக்கு வெளியே இட்டிருந்த மூங்கிற் கதவைத் தள்ளித் திறந்து குடிசை வாசலில் இருந்த மர நிழலில் அமர்ந்தான். வீட்டின் முன்பக்கம் பல கயிறுகள் கொடிகளாய்க் கட்டப்பட்டுத் துணிமணிகள் காய்ந்து கொண்டிருந்தன. காலில் பெரிய வெள்ளித் தண்டை அணிந்த ஒரு இளம் பெண் குடிசைக்கு வெளியே வந்தாள். சித்தார்த்தனைப் பார்த்ததும் மறுபடி குடிசைக்குள் சென்றாள். அவளது கணவனை அழைத்து வந்தாள். ''குடிப்பதற்கு நீர் வேண்டும்'' என்றான் சித்தார்த்தன்.

''தாங்கள் ஷ்ரமணரா?'' என்றான் அந்த வீட்டு எஜமானன்.

''ஆம்.''

''அதுதான் எங்கள் வீட்டில்கூட தண்ணீர் கேட்டு குடிக்கிறீர்கள்...'' என்றபடியே மனைவி கொண்டுவந்த சிறிய மட்பாண்டத்தை சித்தார்த்தனிடம் கொடுத்தான்.

●

''காந்தாரத்திலிருந்து வந்த பேரீச்சம் பழங்கள் இவை. நம் நாட்டு தேனில் ஊறியிருக்கின்றன. சாப்பிடு'' என்றார் ராணி பஜாபதி

கோதமி. யசோதரா மௌனமாக அமர்ந்திருந்தாள். ராணி தங்கப் பாத்திரத்தில் இருந்து ஒரு சிறு கரண்டியால் ஒரு பேரீச்சம்பழத்தை எடுத்து நுனி விரலால் அதைப் பற்றி ''வாயைத் திற'' என்றபடி யசோதராவை நெருங்கினார். அவளது முகத்தை இடது கையால் பற்றி அன்புடன் அவள் வாயில் அதை ஊட்டிவிட்டார். யசோதராவின் கண்கள் கலங்கின. ராணி அவளுக்கு அருகாமையில் நகர்ந்து அவளைத் தோளோடு அணைத்துக் கொண்டார். யசோதரா குலுங்கிக் குலுங்கி அழுதாள். ஓரிரு நிமிடங்கள் அவளது துயரம் வெளிப்படக் காத்திருந்து ராணி கையை அசைத்தார். ஒரு பணிப்பெண் உணவுத் தட்டுக்கு அருகில் இருந்த பெரிய வெண்கலப் பாத்திரத்தில் கைகழுவும் தண்ணீர் மற்றும் அதனருகே இருந்த பருத்தித் துணியையும் கொண்டுவந்தாள். முதலில் வலது கையால் சிறிதளவு நீரை எடுத்து யசோதராவின் கண்களையும் ராணி துடைத்துவிட்டார். குறிப்பறிந்து செந்தூரம் எடுத்து வந்தாள் ஒரு பணிப்பெண். யசோதராவின் நெற்றியில் திலகம் இட்டார். பிறகு மற்றொரு பாத்திரத்திலிருந்து ஒரு கரண்டியில் இனிப்பை எடுத்தபடி ''இந்த பால் திரட்டையும் சாப்பிடு'' என்று ஊட்டிவிட்டார். தரையின் மீது இருந்த விரிப்பின் மீதுதான் அரையடி உயர பெரிய முக்காலியும் அதன் மீது தண்ணீரும் உணவும் இருந்தன. சாமரம் வீசுபவர்கள் பின்பக்கம் நின்றபடி வீசிக் கொண்டிருந்தார்கள்.

''ராணி மகாமாயா என் சகோதரி என்பது பிறந்த வீட்டோடு முடிந்து போன விஷயம். நான் மன்னருக்கு இரண்டாவது மனைவி ஆவேன் என்று கருதவேயில்லை.

மாயா மணமான புதிதில் குழந்தைப் பேறு தாமதமானது. குழந்தையே இல்லாமற் போனால் என்ன செய்வது என்று என்னையும் மகாராஜா கைபிடித்தார். நல்லதிர்ஷ்டமாக அவளுக்கே முதலில் குழந்தை பிறந்தபோதும் எந்தத் தருணத்திலும் அவள் மனதுள் அதீதமான மகிழ்ச்சி கொள்ளவில்லை. சித்தார்த்தன் விஷயமாக எவ்வளவோ ஜோதிடம் பார்க்கும் நம் மகாராஜா மாயாவின் ஆயுள் பற்றி விசாரித்து வைக்கவில்லை. சித்தார்த்தன் பிறந்து சில நாட்களிலேயே மாயா காலமானாள். ஆனால் அவளது குறுகிய கால வாழ்க்கை நிறைவானதாக, அர்த்தமுள்ளதாகவே இருந்தது.

தனது முடிவின்படி ஞானத்தை தேடும் சித்தார்த்தனை மட்டும் நீ நினைத்தபடி இருக்கக் கூடாது. இறைவன் விருப்பப்படி உன் மடியில் மகனாக வந்திருக்கும் ராகுலனைப் பற்றியும் நினைக்க வேண்டும்.

இரவு கவியும்போதுதான் நாம் மாளிகை எங்கும் தீபங்களையும் தீப்பந்தங்களையும் ஏற்றுகிறோம். நம் பணிகள் தொடர்கின்றன.

இந்த அதிர்ச்சி உன் மனதில் கொண்டு வந்திருக்கும் இருளை நீ ராகுலன் என்னும் விளக்கை வைத்துதான் போக்க வேண்டும். நாம் க்ஷத்திரியப் பெண்கள், நமது வீரம் குடும்ப வாழ்க்கையில் மட்டுமே வெளிப்படும்.''

●

கண்ணுக்கெட்டிய தூரம் வரை பசுமையான நெற்பயிர் நீண்டிருந்தது. களத்து மேட்டிலிருந்த குடியானவர்களுக்கு தூரத்திலிருந்து கேட்ட குதிரைக் குளம்பொலி அச்சத்தை ஏற்படுத்தியது. அது நெருங்க நெருங்க அங்கே இங்கே இருந்தவர் அனைவரும் எழுந்து ஒன்றாக ஒரு மரத்தடியில் சென்று ஒதுங்கிக் கொண்டிருந்தார்கள்.

குதிரை மேல் இருந்து படைவீரன் ''ஒரு துறவி இங்கே வந்தாரா?'' என்றான். யாரும் பதில் பேசவில்லை. ''யாராவது வந்து பதில் சொல்லுங்கள். மாமன்னரின் கோபத்துக்கு ஆளாகாதீர்கள்.''

விவசாயத் தொழிலாளிகளுள் வயதான ஒருவர், ''இந்த நிலம் கிராமணியுடையது. அவரைத் தவிர ராஜாவின் சேவகரிடம் பேச யாருக்கு துணிவு வரும்?'' என்றார்.

''கிராமணி உன்னை கோபிக்க மாட்டார். சொல்... துறவி இங்கே வந்தாரா?''

''ஆமாம்.''

''காண்பதற்கு எப்படி இருந்தார்?''

''சிவப்பாக உயரமாக இருந்தார். மொட்டையடித்திருந்தார்.''

''என்ன பேசினார்?''

''ஒன்றும் பேசவில்லை.''

''பிறகு?''

''பிச்சை கேட்டார்.''

''உங்களிடமா?''

''மன்னியுங்கள் மாவீரரே. நாங்களும் எவ்வளவோ எடுத்துச் சொன்னோம். அதை அவர் ஏற்காமல் பசி என்று பிச்சை கேட்டார். நீராகாரமே இருந்தது. அதை பச்சைமிளகாயுடன் விரும்பி உண்டார்.''

''முட்டாளே... வந்தவர் யார் தெரியுமா? கபிலவாஸ்துவின் இளவரசர் சித்தார்த்தர். உங்கள் கஞ்சிக்கலயத்தை அவரிடம் நீட்ட உங்களுக்கு வெட்கமாயில்லையா?''

''அறியாமல் நடந்த தவறு ஐயா. அவர் ராஜ வம்சம் என்று எங்களுக்கு தெரியாது. எங்களை தண்டித்து விடாதீர்கள்.''

''இனி அவர் தென்பட்டால் ராஜகஹத்தின் வெளிப்புறமுள்ள பாடியில் எந்தப் படைவீரனிடமோ தலைவனிடமோ யாரிடமாவது சொல்ல வேண்டும். புரிகிறதா?''

''துறவி உணவு அருந்திய பிறகு எந்தப் பக்கம் சென்றார்?''

''கங்கை இருக்கும் திசையில் சென்றார் ஐயா.''

''நான் சொன்னவை கவனத்தில் இருக்கட்டும்'' என்று வீரன் குதிரையின் வயிற்றுப் பகுதியை இரு கால்களால் உதைக்க, தூசியைக் கிளப்பிக்கொண்டு அது விரைந்தது.

மீண்டும் ராஜாவின் சேவகர் வருவாரோ... சவுக்கடியோ, சிறைவாசமோ என மனத்துக்குள் இருந்த பதற்றத்தைக் காட்டிக் கொள்ளாமல் குடியானவர் கலைந்து வீடு சென்றனர்.

●

தென்னை மரத்துக் கிளையின் அடிப்பக்கம் தலையணையாகவும் ஓலைப்பக்கம் படுக்கையாகவும் படுப்பது மழை நாட்களில் ஈரத்திலிருந்து சிறு பாதுகாப்பு அளிப்பதாக இருந்தது.

தூரத்தில் நிறைய தீப்பந்தங்களின் சுடர் ஒளி நகருவதிலிருந்து தீப்பந்தம் ஏந்திய ஆட்கள் நகருவதை யூகிக்க முடிந்தது. நல்ல உயரத்தில் தீப்பிழம்பு தென்பட்டதால் அது குதிரைவீரர்கள் வரிசை என்றே தோன்றியது.

இரவு காட்டில் தங்கிய வணிகர்கள் இருவர் வேண்டுகோளை ஏற்று ராஜகஹ நகருக்குள் வந்த பிறகு புதிதாக ஒரு கேள்வி மனதுள் நுழைந்தது. தனிமனிதன் ஒருவனுக்கு தேடலில் ஞானம் சித்திக்கும் என்றால், நிர்வாணம் அல்லது ஜீவன்முக்தி கிடைக்கும் என்றால் சமுதாயம் எந்த விதத்தில் பயன் அடையும்?

சமுதாயம் முழுவதையும் வழி நடத்தவென்றோ வைதீக மதத்தில் பூசைமுறைகள் வருணாசிரம சாதி முறைகளை ஏற்படுத்தினார்கள்?

சமுதாயம் இவற்றால் ஏற்றத்தாழ்வுகளையும் வறட்டு வழிபாட்டு முறைகளையும் மட்டும்தானே கண்டது? எனக்குள் ஏற்றப்படும்

ஞானதீபத்தை ஏந்தி எல்லா மக்களுக்கும் இருளிலிருந்து வெளிச்சத்துக்கு என்னால் வழிகாட்ட முடியுமா?

எந்தப் பயிற்சி அந்த ஞானத்துக்கு இட்டுச் செல்லும்? எந்த அளவு போராட்டம் அந்த இலக்கை அடைய உதவும்?

குருவாக அல்லது வழிகாட்டியாக ஒருவரை அண்டித்தான் தீர வேண்டும்... எவ்வளவு விரைவாக முடியுமோ அவ்வளவு விரைவாக.

அத்தியாயம்

9

யசோதராவின் சயன அறை வாயிலில் நிழலாடியது. ''இளவரசிக்கு வந்தனம். தங்களது தாய் கோலி நாட்டு மகாராணி பமீதா அவர்களிடமிருந்து லிகிதம் வந்துள்ளது'' என்றாள் பணிப்பெண். ''அந்த தூதுவனை வரச் சொல்'' என்றாள் யசோதரா. தூதுவன் அறையின் வாயிலில் கிடையாக விழுந்து வணங்கினான். ''இளவரசி யசோதரா, இளவரசர் சித்தார்த்தர், மன்னர் சுத்தோதனர் வாழ்க. கபிலவாஸ்துவில் என்றும் மங்களம் தழைக்கட்டும்.''

''வருக தூதுவரே. உங்கள் பயணம் இனிதாயிருந்ததா?''

''ஆம் இளவரசி. தாங்களும் ராகுலனும் நலம்தானே?''

''நலமே. தாய் தந்தையர் நலம் பற்றி கூறுங்கள்.''

''மன்னரும் மகாராணியும் நலம்தான் இளவரசியாரே. மகாராணி தங்கள் நலம் குறித்து மிகவும் கவலையாயிருக்கிறார்.''

''அவரிடம் நல்லவிதமாக என் நலம் பற்றி எடுத்துச் சொல்வீராக.''

''தங்கள் ஆணைப்படியே இளவரசி. மகாராணி இந்த லிகிதத்தை தங்களிடம் ஒப்படைக்க கட்டளை இட்டார்.'' யசோதரா அதை வாங்கியபடியே ''பயணக் களைப்பு தீர ஓய்வெடுத்து பின்னர் நான் தரும் பதில் லிகிதத்தை கொண்டுசேர்ப்பீராக'' என்றாள். தூதுவன் வணங்கி விடைபெற்றான்.

வெண்பட்டுத் துணியின் மீது மென்மையான மூங்கில் குச்சத்தை வைத்து அம்மா தானே எழுதிய அழகான எழுத்துக்களைக் காணும் போது அம்மாவையே நேரில் பார்ப்பதுபோல இருந்தது.

'அன்பு மகள் யசோதராவுக்கு, எங்கள் இருவரின் நல்லாசிகள். பேரன் ராகுலன் எப்படி இருக்கிறான்? நீ நலமா? அண்ணன் சுத்தோதனரும் மகாராணி பஜாபதி கோதமியும் நலமா?

சித்தார்த்தன் மகத நாட்டில் உள்ள வனம் வரை சென்றுவிட்டதை நானும் அறிவேன். உன் தந்தை மிகவும் மனம் உடைந்துவிட்டார். சித்தார்த்தன் சிறு பிள்ளை இல்லை. அவர் மனம் தானே சமநிலைப் பட்டு கண்டிப்பாக திரும்பி வருவார். நீ தைரியம் இழக்காதே.

உன்னைப் பற்றி நான் கேள்விப்படுபவை மனதுக்கு சந்தோஷம் தருபவையாக இல்லை. நீ தரையில் பாயில் படுத்து உறங்குவதாகவும் சாதாரண ஆடை அணிந்து அணிகலன்கள் இன்றி இருப்பதாகவும் கேள்விப்பட்டேன். சித்தார்த்தனின் மனைவியாகவும், இளவரசி யாகவும் இருக்கும் உனது இந்த நிலை எனக்கோ உன் தந்தைக்கோ எப்படி ஏற்புடையதாகும்? இதன் மூலம் நீ அண்ணன் சுத்தோதனரையும் உன் அத்தை கோதமி மனத்தையும் புண்படுத்துகிறாய் என்பதை நினைவிற் கொள். கபிலவாஸ்து குடிமக்கள் மாமன்னரின் குடும்பத்தின் சோகத்தால் மிகவும் மனவருத்தம் அடைவார்கள்.

இன்று ராகுலன் கைக்குழந்தையாக இருக்கலாம். நாளை அவன் உன்னை கவனித்தே வளருவான். அப்போது சோகமும், தன்னைத் தானே வருத்திக் கொள்வதும்தான் அவனுக்கு காட்சியாக வேண்டுமா?

மன்னர் ராஜாங்க விஷயங்களில் எப்போதும் கவனமாயிருப்பவர். அவருக்கே பல நேரங்களில் உன்னைப் பற்றிய வருத்தமும் கவலையும் மிகுந்துவிடுகிறது. அந்தப்புரத்தில் சதா உன்னையே நினைத்திருக்கும் என்னைப் பற்றியும் யோசிப்பாயாக. யசோதரா, பனிக்காலத்தில் மாடத்திலிருந்து காணும்போது கண்ணுக்கெட்டிய வரை புகை மூட்டமாக மூடுபனி சூழ்ந்திருக்கும். ஒவ்வொரு வருடமும் பனிக் காலத்தில் சில நாட்களிலே மட்டும் அது கவிந்து கண்ணை மறைப்பதையும் பின் கதிரவன் உதித்து பல நாழிகை கடந்து அந்தப் பனி விலகுவதையும் நீ வியப்போடு வேடிக்கை பார்த்து வந்தாய். இப்போது உன்னைச் சூழ்ந்திருக்கும் சோதனையும் சோகமும் அதே போன்றவையே. விரைவில் யாவும் மாறி மகிழ்ச்சி பிறக்கும். உன்னை பழைய யசோதராவாகப் பார்த்தேன் என்று தூதுவன் சொல்லப் போகும் செய்திக்காக ஆவலுடன் காத்திருக்கிறேன். ராகுலனுக்கும் என் நல்லாசிகள். அன்பு அம்மா.'

‘அன்பு அம்மாவுக்கும் அப்பாவுக்கும், நானும் உங்கள் பேரன் ராகுலனும் தங்கள் பாதம் பணிகிறோம். ஆசீர்வதியுங்கள்.

தூதுவனைப் பார்த்தபோது நம் மண்ணுக்கே வந்ததுபோல மகிழ்ச்சியாயிருந்தது. லிகிதத்தில் தங்கள் முத்து முத்தான எழுத்துக்களை வாசிக்கும்போது தங்கள் மடியிலேயே படுத்திருப்பது போல நிம்மதியாக இருந்தது.

என்னைக் குறித்து வணக்கத்துக்குரிய மாமன்னர் ஏன் மனக்கலக்கம் அடைய வேண்டும்? நான் பாயில் படுத்துறங்குவதைக் கேட்டு தாங்கள் ஏன் வருந்துகிறீர்கள்?

என் கணவர் மட்டுமல்ல இளவரசர். சிறுவயதில் விளையாட்டுத் தோழர். பின்னர் வாழ்க்கைத் துணைவர். பல இளவரசிகளை அவர் நிராகரித்தபோது என்னையுமறியாமல் எதிரே சென்று நின்றேன். இரு ஆன்மாக்களின் சங்கமமாக என்றும் நீங்காத பந்தமாக அவரின் மனைவியாகும் பேறு பெற்றேன்.

ராஜவம்சத்தவரான க்ஷத்திரியர் வாளேந்துவதையும், நாடுகளைப் போரிட்டு வெல்வதையும், பெரிய சாம்ராஜ்ஜியத்தை நிர்மாணிப்பதிலும் பெருமை காண்பவர்கள். இளவரசரும் வாள் வில் என வீரத்திலும், இசை நடனம் என கலா ரசனையிலும் எல்லா விதத்திலும் பெருமை படைத்தவர். அவர் இப்போது நாடுகளை வெல்லும் போரைத் தேடாமல் ஞானத்தைத் தேடும் போராட்டத்தில் லயித்திருக்கிறார். இதிலும் அவருக்குத் துணை நிற்க நான் கடமைப் பட்டவளே. அவர் மண்ணிலும் படுத்துறங்கும்போது நான் மஞ்சத்தில் உறங்க மனம் ஒப்புமா?

ஆணின் உலகம் அவரது மனத்தின் விஸ்தாரத்தை, அதன் போக்கின் வேகத்தைக் கொண்டு பல காத தூரம் நான்கு திசைகளிலும் கூட விரியக்கூடும். ஆனால் ஒரு பெண்ணுக்கு, அவரது மனைவிக்கு அவர் மட்டுமே உலகம்.

தாங்கள் வெளிப்படையாகக் கூறாவிட்டாலும் இங்கே கபிலவாஸ்து மாமன்னரும், அங்கே என் தந்தையும் இளவரசர் மீது கோபம் கொண்டுள்ளது எனக்குப் புரிகிறது. இளவரசர் அவர்கள் எதிர்பார்ப்பைப் பூர்த்தி செய்யாதது மட்டுமல்ல அவர்கள் ஏற்க இயலாத மார்க்கத்தில் மேற்சென்றுவிட்டார். எனக்கு இளவரசரைப் பற்றி எண்ணும் போதெல்லாம் சாதகப் பறவையே நினைவுக்கு வருகிறது. வானிலிருந்து வரும் தூய மழை நீரையன்றி வேறெதையும் அருந்தாது உயிர் துறக்கவும் அது இயல்பாய் முன்வரும். இளவரசரின் ஞானத் தேடல் என்னும் தாகம் தீரும் நேரம் நெருங்குகிறது. இத்தனை

நாள் ஒரு தங்கக் கூண்டில் சிறைப்பட்ட சாதகப் பறவையாகவே அவர் தன்னுள் தவித்திருக்கிறார். அவரது விடுதலை என் மகிழ்ச்சி. அவரது ஞான தாகம் தீரும் நேரமே என் விருப்பமும்.

குளிர்காலப் பனிமூட்டமென்று இந்தக் காலகட்டத்தைப் பற்றித் தாங்கள் குறிப்பிட்டீர்கள். நானோ இவற்றை அமாவாசையை அடுத்து வரும் நாட்களென்றே கருதுவேன். முழுநிலவாக அவர் மனதில் ஞான ஒளி பரவும் நாள் வரும்.

உங்கள் நல்வாக்குப்படியே நானும் அவர் என்னைக் காண வருவார் என முழுமனதாக நம்புகிறேன். எந்த அறையில் இரவு பிரியாத நிலையில் என்னையும் ராகுலனையும் விட்டு நீங்கினாரோ அதே இடத்தில் அவராகவே எங்களை மீண்டும் சந்திப்பார். அந்தத் திருநாள் வரும் வரை நான் அங்கேயே அவருக்காகக் காத்திருப்பேன். அவர் ஞானம் வரும் வேளைக்காகத் தவமிருக்கிறார். நான் அவர் வரும் வழி மீது விழி வைத்துக் காத்திருக்கிறேன். அன்பு மகள் யசோதரா.'

தூதுவனிடம் லிகிதத்தைக் கொடுத்து அனுப்பும்போது தனது பதில் தாய் தந்தையருக்கு மன மகிழ்ச்சியைத் தராது என்றே தோன்றியது. மகிழ்ச்சியும் துக்கமும் தாண்டிய நிலையைத் தேடி அன்புக் கணவர் சென்றிருக்கும்போது மானசீகமாய் இங்கே அதே நிலையை நானும் தேட வேண்டியவள்தானே?

''சாக்கிய வம்ச இளவரசர் சித்தார்த்தனை மகத நாடே அன்புடன் வரவேற்கிறது'' என்று துவங்கினார் மகாராஜா பிம்பிசாரர். பிரதம அமைச்சரும், ராஜகுருவும், படைத்தளபதியும், ஏனைய அமைச்சரும் முக்கியஸ்தர்களும் என சபை கூடியிருந்தது.

''நான் ராஜகுமாரனாக தங்கள் தேசத்துக்கு வரவில்லை. ஒரு வைராகியாக, பிட்சை எடுத்து வாழும் வழிப்போக்கனாகவே வந்திருக்கிறேன்.''

''அப்படியே இருக்கட்டும் சித்தார்த்தரே. தங்கள் தந்தையும் கபிலவாஸ்து மக்களும் நீங்கள் திரும்பி வரும் நாளை ஆவலோடு எதிர்பார்க்கின்றனர்.''

''மகாராஜா, இருப்பு குறித்த கேள்விகளுடன் நான் புறப்பட்டு விட்டேன். இருப்பிடம் எது என்பது தற்செயலானது.''

''ராஜகுமாரரே, நீங்கள் என்னை உங்கள் பெரியப்பாவாகக் கருதி இங்கேயே என்னுடன் இருக்கலாமே? சகோதர நாட்டில் நீங்கள் வேறு ஒரு அரண்மனையில் இருக்கப் போகிறீர்கள். அவ்வளவுதானே?''

''மாமன்னரே, தங்கள் தலைநகர் ராஜகஹத்துக்கு வெளியே மலை அடிவாரத்தில் 'அமர கலாம' என்னும் குருவின் ஆசிரமத்தை கண்டேன். அவரிடம் சீடனாயிருந்து யோகம் கற்க எண்ணம்.''

பெரிய செந்தூரத் திலகமும் ருத்திராட்சக் கொட்டைகளைத் தங்க மாலையில் அணிந்திருந்த ராஜகுரு ''மன்னா, தங்கள் அனுமதியுடன் நான் சித்தார்த்தரை சில கேள்விகள் கேட்க விரும்புகிறேன்.''

''கேளுங்கள் ராஜகுரு அவர்களே...''

''சித்தார்த்தரே, அமர கலாம தம்மை ஷ்ரமணர் என்று கூறிக்கொள்கிறார். ஆனல் சார்வாக வழிமுறையில் அஜிதரை அவர் பின்பற்றவில்லை.''

''அதாவது ஸ்வபாவம் என்னும் வழிமுறையில் துய்ப்பு என்னும் இயல்பை துய்ப்பின் மூலமே தாண்டுவது. அதை அவர் ஏற்கவில்லை என்பதை நான் அறிவேன் பெரியவரே.''

''அமர கலாம மகாவீரரின் வழியையும் முழுதாக ஏற்கவில்லை. அதாவது பல காலமாக தன்னை யோகி என்று கூறிக்கொள்ளும் அவர் துறவு பூண்டு, வாயின் மீது வெள்ளைத் துணியை போர்த்தி, கண்ணுக்கு தெரியாத ஜீவன்களைக் கூட காக்கும் முறைக்கு வரவில்லை.''

''ராஜகுரு அவர்களே! ஷ்ரமண வழிமுறை வைதீக மதம்போல குதிரைக்கு சேணம் பூட்டிய வழிமுறைகளை நிராகரிப்பதே. மகாவீரருக்குப் பின் வந்த அஞ்ஞான மார்க்கம் சஞ்சயின் என்பவர் தொடங்கிய மற்றொரு சுதந்திர சிந்தனை வழி. நான் இந்த சிந்தனைகளை ஒப்பிடும் ஒரு யோகியாகவே அமர கலாமவை காண்கிறேன்.''

''சித்தார்த்தரே, குதிரைக்கு கடிவாளம் பூட்டியதுபோல என நான்கு வேதங்கள் காட்டிய வழியில் செல்லும் நான்கு வருணத்தோரையும் அவமதிக்கும்படி பேசிவிட்டீர்கள்.''

''நான்கு வருண பேதம் மகாபாரத காலத்திலேயே சர்ச்சைக்கு எடுத்துக்கொள்ளப்பட்டது தான். வேதங்கள் பற்றி குறிப்பிட்டீர்கள். அவ்வழியில் ஹோமத்தில் பல சாதுவான ஜந்துக்களை பலி கொடுப்பதை மகாவீரர் நிராகரித்ததே சரி.''

''நீங்கள் இளையவர் சித்தார்த்தரே. பல ராஜ்ஜியங்கள் உள்ள பாரதவர்ஷத்தில் இன்னும் வேதமும் வைதீக மார்க்கமுமே வழிகாட்டுகின்றன. மகாவீரர் வழியில் சென்றவர் மிகச் சிலரே.''

''வேதங்களைப் பற்றிய சர்ச்சைக்கு இந்த நட்பு முறையான சந்திப்பு சரியான தருணமல்ல. உபநிடதங்களில் கடோபநிடதத்தை எடுத்துக்

கொள்வோம். கேள்வி கேட்பதும் தானே அழியாத சத்தியத்தைத் தேடி அறிவதுமே ஒருவரின் கடமைகளுள் சிறந்தது. ஷ்ரமண வழிமுறையே ஞானிகள் தம் தேடலில் புதிதாக வெளிப்படும் சுதந்திரம் பற்றியதே.''

மகாராஜா குறுக்கிட்டார் ''வாள், வில், இசை, ஓவியம் இவற்றில் மட்டுமே சித்தார்த்தர் வல்லவர் என நினைத்திருந்தேன். தர்மம் பற்றிய ஆழ்ந்த அறிவிலும் சிறந்து விளங்குகிறீர்கள். எங்களுடன் தாங்கள் உணவருந்தி கௌரவியுங்கள்.''

''தங்கள் அன்பை மதித்து இந்த ஒரு முறை உங்கள் அரண்மனையில் உணவருந்துகிறேன். பிட்சை எடுத்து வாழ்வது ஒன்றே அகம்பாவத்தை அழித்து உடமைப் பற்றின்றி ஞான மார்க்கத்தில் நிலைக்க உதவும் மாமன்னரே.''

''தங்கள் விருப்பப்படியே ராஜகுமாரரே. நீங்கள் மறுபடியும் என் அரண்மனைக்கு கண்டிப்பாக வர வேண்டும்.''

''என் முயற்சி பூரணமாகி நான் மெய் ஞானம் பெற்றால் முதலில் மகத நாட்டுக்கே வருவேன்.''

அத்தியாயம்

௰

யசோதரா ராணி பஜாபதி கோதமியின் அறைக்குச் சென்றபோது அவர் மலைநாட்டுப் பெண்கள் கொண்டு வந்திருந்த கம்பளி, சால்வைகள், விரிப்புகள், ஜமக்காளங்களைப் பார்த்தபடி இருந்தார். ''வா யசோதரா... நீயும் தேர்ந்தெடு... குளிர்கால மாளிகை தயாராகிக் கொண்டிருக்கிறது.'' யசோதராவும் மரியாதைக்காக சிலவற்றைத் தேர்வு செய்தாள். மலைப்புரத்துப் பெண்களுக்கு மூக்கு மிகவும் சிறியதாகவும் கூர்மையற்றும் இருந்தது. குள்ளமாக இருந்தனர். அவர்கள் அணிந்திருந்த பாசி மணி மாலைகள் வண்ண மயமாய் அழகாயிருந்தன. நீளம் குறைவான வெள்ளைப் புடவையை அவர்கள் முட்டிக்குச் சற்றுக் கீழே வரும்படி சுற்றிக்கொண்டு அதிகம் நீளமில்லாத தலைப்பை இடமிருந்து வலமாக வரும்படி அணிந்திருந்தனர். ஆண்கள் அணிவது போன்ற நாடாக்களால் மேலே போட்டுக் கட்டிக்கொள்ளும் சட்டைகளை சிறிய வடிவில் தைத்து அணிந்திருந்தார்கள்.

அவர்கள் விடைபெற்றுச் சென்றதும் ''யசோதரா... இந்த மாளிகையில் நீ இதுவரை காணாத ஒரு அறை இருக்கிறது. அதை பார்க்கலாம் வா...'' என்று அவள் கையைப் பற்றி அழைத்துச் சென்றார் ராணி பஜாபதி கோதமி.

தனது அறையிலிருந்து வெளிப்பட்டு நீண்ட நடையில் பல அறைகளைத் தாண்டி உப்பரிகை செல்லும் படிக்கட்டுகளின் முன்

நின்று வலப்புறமாகத் திரும்பினார். ஒரு சிறிய நடை, அதன் முடிவில் மரக்கதவுகள் திறந்து உள்ளே சாளர வெளிச்சம் தவிர தீப்பந்தங் களுடன் பணிப்பெண்கள் நின்றிருந்தனர்.

பெரிய விசாலமான அறை. இருக்கைகளோ கட்டில்களோ இல்லை. காட்சிப்படுத்த வசதியான மரச்சட்டங்களால் ஆன பல தட்டுக்களின் மீது ஏகப்பட்ட பொருட்கள் இருந்தன. அத்தனையும் மரத்தால் ஆனவை.

முதலில் சின்னஞ்சிறிய வில் - கூர்முனை இல்லாத மர அம்புகளுடன் கண்ணில் பட்டது. வண்ணம் பூசப்பட்ட சிங்கம், புலி, கரடி, மான், யானை, குதிரை பொம்மைகள் இருந்தன. ஈட்டி, கேடயம், கத்தி, சிறிய குதிரைகள் பூட்டிய தேர். சிறிய மர ஏணி மட்டும் ஒரு இடத்தில் சுவரின் மீது சார்த்தப்பட்டு இருந்தது. ''இது எதற்கு அத்தை?'' ''இதில் ஏறி சறுக்க நன்கு தேய்த்து வழுக்கிச் செல்லும் சறுக்கு மரமும் நடுவில் தாங்கும் சட்டங்களும் தனித்தனியே இருக்கின்றன'' என்றார் ராணி. செவ்வக வடிவ மரச்சட்டத்தில் கயிறுகளில் கோர்த்த பல வண்ண வட்ட வடிவ மணிகள் இருந்தன. ''இவை விளையாடும் சிறுவர்கள் தமது வெற்றிகளை கணக்கிடுவதற்கு.'' ஒரு மேஜையின் மீது சிறிய படை வீரர்கள் நூற்றுக்கணக்கில், அதைத் தவிர கணிசமான குதிரைப் படை, யானைப் படை ஆகியவை ஒரு கோட்டையைச் சுற்றி வியூகம் போல வைக்கப்பட்டிருந்தன. ''தேவதத்தனும் சித்தார்த்தனும் பொம்மைகளை வைத்தே நிறைய போர்களை நடத்தி இருக்கிறார்கள்.''

ஓவியம் வரையும் தூரிகைகளும் சிறிய மரச்சட்டத்தில் படுதாக்களும் இருந்தன. மூங்கிலை வைத்து நுட்ப வேலைப்பாட்டில் அமைந்த காடு, தோட்டம் இவைகளும் பொம்மைகளாக இருந்தன. அரசவையின் மாதிரி, கோட்டை, அரண்மனை, கோயில், நகர், தெருக்கள்... இவைகள் மண்ணால் செய்த வண்ண பொம்மைகளால் வடிவமைக்கப்பட்டிருந்தன.

''ராகுலன் பிறந்த நாள் முதலே எனக்கு இந்த அறையின் நினைவு மிகுந்தது'' என்றார் ராணி.

உணவருந்தும்போது ''சித்தார்த்தன் நம்மை விட்டு இரவில் யாருமறியாது கிளம்புவதற்கு ஓரிரு நாட்கள் முன்பு தனியே நகர்வலம் சென்றது உனக்கு தெரியுமா?''

''தெரியாது அத்தை.''

''அப்போது அவன் ஒரு சவ ஊர்வலம், ஒரு வயோதிகன், பின்னர் ஒரு வைராகி என ஒவ்வொரு நாள் ஒரு காட்சியை கண்டான்.''

‘‘இதை உங்களிடம் யார் சொன்னது?’’

‘‘வேறு யார்? தேரோட்டி காந்தகன்தான்.’’

‘‘இப்போது அவன் எங்கே?’’

‘‘முதலில் அவனை சிறையில் அடைத்தார் மன்னர்.’’

‘‘அதன் பிறகு?’’

‘‘சித்தார்த்தன் மனம் இதை அறிந்தால் புண்படும் என்று நான் எடுத்துக் கூறியதால் அவன் நாடு கடத்தப்பட்டிருக்கிறான்.’’

யசோதரா பதில் ஏதும் சொல்லாமல் சிந்தனையில் ஆழ்ந்தாள். உணவு உண்டு அரசி தாம்பூலம் தரித்துக் கொண்டார். யசோதாரா மறுத்துவிட்டாள்.

‘‘வெளி உலகம் அறியாதவராய் அவரை வைத்திருக்க முடிவெடுத்தது தான் ஒருவேளை அவர் இந்த சன்னியாச வழியில் செல்ல காரணமாகி விட்டதோ?’’ என்று பேச்சைத் தொடர்ந்தாள் யசோதரா.

மகாராணி சற்று நேரம் கழித்து ‘‘கபிலவாஸ்து உருவான வரலாறு பல பாடல்களில் நாட்டியங்களில் நீ கண்டிருப்பாயே...’’ என்றார்.

‘‘தெரியும், நான்கு சகோதரர்களான மூதாதைய மன்னர்கள் வளமான நிலத்தில் உருவாக்கிய நகரும் நாடும் கபிலவாஸ்து.’’

‘‘இப்படி ஒரு நாட்டையே உருவாக்கிய கற்பனையையும் திட்டத்தையும் எல்லா தேச வரலாற்றிலும் காண இயலாது யசோதரா. அபூர்வமான இந்த முனைப்பும் தீர்க்க தரிசனமும் கொண்ட வம்சத்தின் வித்து சித்தார்த்தன். அவனிடம் அபூர்வமான இந்தத் தேடல், ஆன்மீகத்தின் மீதான ஈடுபாட்டில் துறவறம் கொள்ளத் துணியும் அர்ப்பணிப்பு மனப்பான்மை பூரணமாய் இருக்கின்றன. அதனால்தான் கட்டாந்தரையில் படுத்து உறங்கி பிட்சை எடுத்து வாழும் மனத்திண்மை அவனிடம் இருக்கிறது. இது அவனை ஒரு நாள் இல்லாவிட்டாலும் ஒரு நாள் கட்டாயம் தனது லட்சியத்தை அடைய வைக்கும்.’’

●

வெண்மையான எட்டு முழ வேட்டியை இடுப்பைச் சுற்றி கால்களுக்கு இடையே வளைத்துப் பின்பக்கம் சொருகும் பாரம்பரிய முறையில் அணிந்து ஒரு அங்கவஸ்திரம் மேலே அணிந்து ஆசிரமத்தில் மரத்தடியில் ஒரு தட்டையான கல்லின் மீது அமர்ந்திருந்தார் அமர கலாம. அவருக்கு எதிரே இன்னொரு அதே உயரக் கல்லின் மீது அமர்ந்திருந்தான் சித்தார்த்தன்.

''இந்த ஆசிரமச் சூழலில் சௌஜன்யமாக உணர்கிறீரா சித்தார்த்தரே?''

''ஐயமில்லை யோகியாரே. தங்களை குருவாக ஏற்க விரும்புகிறேன்.''

''இன்றே தொடங்கலாம். தியானம் பற்றிய தங்கள் அனுமானம் என்ன?''

''மனத்தை குவித்தல்.''

''எதன் மீது குவித்தல்?''

''இறைவன் மீது.''

''எந்த இறைவன் மீது? அவன் வடிவமென்ன?''

''வடிவம் இல்லாத இறைவன், பரம்பொருள் என்று கொள்ளலாம்.''

''வடிவமின்மை மீது அதாவது சூனியத்தின் மீது மனத்தை குவிப்பதா?''

சித்தார்த்தனால் பதில் கூற இயலவில்லை.

''சரி. நீங்கள் தியானம் செய்ய முயன்றீர்களா? என்ன அனுபவம் உள்ளது?''

''முயன்றிருக்கிறேன். ஒவ்வொரு முறை அமரும்போதும் சங்கிலிகளாக ஏதோ வடிவங்கள், மனிதர்கள், நினைவுகள் குறுக்கிட்டு முயற்சியை தளர அடிக்கும்.''

''இன்று இங்கே துவங்கும்போது அவ்வாறு நிகழாதா? என்ன நினைக்கிறீர்கள்?''

சித்தார்த்தன் வாளாவிருந்தான்.

''பத்மாசனத்தில் அமருங்கள்.'' அமர்ந்தான்.

''உங்கள் மூச்சை சீராக இழுத்து விடுங்கள். அது சீராகி உங்களுக்கே ஒரு பிசிறில்லாத சுருதியில் கேட்பதுபோல் உணருவீர்கள். அதுவரை மூச்சை சீராக இழுத்து விடுவதிலேயே கவனமாயிருங்கள்.'' அமர கலாம தானும் அதைச் செய்தார். ''இப்போது சீரான சுருதியை உணருகிறீர்களா?''

ஆமென்பதாய் சித்தார்த்தன் தலையசைத்தான். ''விழிகளை மூடி வரும் எண்ணங்களை, காட்சிகளை எதிர்க்காமல் வர விடுங்கள். சற்று நேரம் அவ்வாறே செல்லட்டும்.''

சித்தார்த்தன் பலமுறை எதிர்கொண்ட நிலையே இது. பிம்பிசாரர் முதல் யசோதரா வரை, நாவிதர் முதல் காந்தகன் வரை வனம், மழை,

கபிலவாஸ்து, ராஜகஹம் என பலவும் வந்தன. அமைதியாய் அவரது அடுத்த கட்டளைக்காகக் காத்திருந்தான்.

''சித்தார்த்தரே, இப்போது ஒவ்வொன்றாக எண்ணங்களை நழுவ விடுங்கள். வலிந்து முயற்சிக்காமல் இயல்பாக அவை நழுவுகின்றன என உங்களுக்கு நீங்களே சொல்லிக் கொள்ளுங்கள். மூச்சை வெளியே விடும்போது ஒரு எண்ணம் அல்லது காட்சி வெளியேறியது என்று உணருங்கள். மூச்சை உள்ளே இழுக்கும்போது வேறு எண்ணம் ஏதுமின்றி அந்த மூச்சையே அவதானியுங்கள்.''

வெளியேறும் மூச்சுக் காற்றையே மையப்படுத்தியதில் அதன் உள்ளார்ந்த ஏற்ற இறக்கம் மெல்ல சீர்படுவதை உணர முடிந்தது. இந்த கவனக் குவிப்பு முயற்சியில் எண்ணங்கள் காட்சிகள் மோதும் சலசலப்பு இரண்டாம் பட்சமானது. மூச்சுக் காற்றிலேயே அதன் சமநிலைச் சுருதியிலேயே நிலைப்பது மட்டுமே ஒரே இயங்குதலாக மாறியது. அப்போது ஓயாத மனம் தன் வழியிலே போய்க் கொண்டிருக்க, எந்த ஏற்ற இறக்கமும் அலையடிப்பும் இல்லாத சுவாசம் ஒரு தொட்டிலைப்போல தன்னைச் சுற்றியும் ஏந்தியும் சாந்தி தருவதாக இருந்தது.

பிறந்த நாள் முதலாகத் திரிந்து அலைந்து பட்ட இன்ப துன்ப அனுபவங்கள் எதனோடும் இந்த ஆழ்ந்த அமைதியை ஒப்பிட இயலவில்லை. முதன் முதலாக உடல் என்பதும் உயிர்ப்பு என்பதும் பிந்தி நின்றன. இயங்கும்போது இயங்குகிறேன் பார் என்ற குறைந்தபட்ச அகம்பாவம். ஒடுங்கி அமர்ந்தால் இன்னும் எத்தனை நேரம் இப்படிச் சிரமப்பட வேண்டும் என்னும் கேள்வி. இவ்வாறாய் எப்போதும் முள்ளாகவே உறுத்திக் கொண்டிருக்கும் உடல் பற்றிய பிரக்ஞை அகன்றது. விழித்திருக்கும் நேரங்கள் என்றுமே அலைக்கழிப்பாகவே இருந்தன. தனித்திருந்தாலும் மனம் பல காத தூரங்களைக் கடந்து இறந்த காலத்தின் பல வருடங்களைக் கடந்து எங்கெங்கோ சென்று வந்தது. உறக்கம் ஓய்வைத் தந்தது. அமைதியைத் தரவில்லை.

உடலும் மனமும் இயங்க ஆன்ம அனுபவத்தில் - அந்த அனுபவத்தில் இருந்து பிரிந்து - ஆழும் நிலை முதன் முதலாகக் கைவசமானது. இது வாய்த்துவிட்டது என்னும் பரவசமோ பரபரப்போ இன்றி, நன்கு துடைத்துப் பளபளக்கும் விளக்குபோல உள் நிர்மலமானது. இந்த உள்தான் ஆன்மாவா? உடலமும் சுவாசமும் மனமும் பல பிறவிகளின் முடியாச் சங்கிலியின் ஒரு கண்ணியாகவே எப்போதும் இருந்தன. இருக்கின்றன. புலன்களின் தேடலெல்லாம் பழைய அனுபவத்தை

மீண்டும் அரங்கேற்றி அதனுடன் நடப்பு அனுபவத்தை ஒப்பிட்டுப் பார்த்து இன்னும் அதிகத் துய்ப்பு உண்டோ என எதிர்பார்த்து இதையே மீண்டும் மீண்டும் மீண்டும் ஓயாமல் செய்கின்றன. எப்போதேனும் அதில் போலியாக அலுப்புற்று சலிப்புற்று அதற்குத் தீர்வாக இன்னொரு ஜீவனின் துய்ப்பில் பங்களிப்புச் செய்கிறது மனம். இருவரின் சிக்கல்களை இன்னும் இறுகிய தாறுமாறான நூல்களின் பிணைப்பாக மாற்றி அதை ஜீவிதம் என்று அழைக்கிறார்கள். ஆறாம் அறிவு இதை சரி என்று அனுசரணையாக நியாயப்படுத்துகிறது. சிக்குண்ட ஏனைய ஜீவிதங்களோடு ஒப்பிட்டு உயர்வு தாழ்வு கூறி, சுதை பொம்மைகளை பிரம்மாண்டமென நிலைநாட்டும் தருக்கங்களைக் கருவிகளாக்கி மாயையும் பற்றும் அகம்பாவமுமே உண்மை, வேறு எதுவும் இந்த வாழ்நாளில் தேடத் தேவையில்லை என்னும் கிணற்றுத் தவளைத்தனமே நிலைத்துவிட்டது.

உள் என்பது புறம் தொடர்பற்றுப் போகும்போதே ஊர்ஜிதமாகிறது. உள் தேடல் உள்ளது. தேவைகள் அற்றது. சாந்தமானது. சவால்களும் சபதங்களும் சாதனைகளும் வேதனைகளுமற்றது. உள் தன்னளவில் பூரணமானது. குறைகளையும் பாக்கியங்களையும், அல்லது மருந்தையும் மருத்துவர் தேடும் ரணங்களையும் அறியாதது. நான் என்று எப்போதும் காட்சிப்படுத்தப்படும் ஒன்று. சித்தார்த்தன் என மற்றவர் கண்டு வந்த ஒன்று இந்த உள்ளுக்கு உள்ளே இல்லை. உறக்கம் இயக்கம் என்னும் இருமை இதில் இல்லை.

மொட்டு அவிழ்ந்து மலர்வதுபோல இந்த அகவழியான அனுபவத்தின் ஆரம்ப கணங்கள் தந்த அமைதி பற்றிய பிரக்ஞையும் மெல்ல மெல்ல அடங்கியது. எந்த அச்சமும் நிச்சயமின்மையும் எதிர்பார்ப்பும் இல்லாத ஒரு மௌனமும் அது தந்த அமைதியுமாக பல நாட்களாகத் தேடிய பெருநிலையின் முதற் கட்டத்தை அடைந்தான். மற்ற சீடர்களின் பயிற்சிகளை மேற்பார்வையிட்ட அமர கலாம ஆசிரமத்தின் நந்தவனத்தில் தோட்ட வேலைகளைச் செய்தார். சூரியன் மேலே மேலே சென்று உச்சியை அடைந்தது. சித்தார்த்தன் ஆடாமல் அசையாமல் நிஷ்டையிலேயே இருந்தான்.

பிற்பகலானது, அமர கலாம ஏனைய சீடர்களுக்கு வைதீக மதமோ அல்லது ஷ்ரமணத்தின் மகாவீரர் பாதையோ இவை இரண்டையுமே புரிந்துகொள்ளாமல் நிராகரிப்பதோ அல்லது ஏற்பதோ தவறான திசையில் செல்வதாகும் என்று விளக்கிக் கூறினார்.

ஆசிரமத்தில் உள்ள தோட்டம், தொழுவத்தில் இருக்கும் ஆடுமாடுகள், செடிகள் என எல்லா உயிரினங்களின் இயங்குதலையும்

சீடர்கள் அவதானிக்க வேண்டும். தியானம் மூலமாக புறவய உலகில் பின்னிப் பிணைந்து தனது தேடலை இழக்காமலிருக்கும் வலிமையைப் பெற வேண்டும் என்று உபதேசித்தார். சூரியன் மேற்திசையில் இறங்கத் தொடங்கியது. மாலை நெருங்கும் வேளையில் ஒரு சீடனை சித்தார்த்தனிடம் அனுப்பினார்.

''யோகி சித்தார்த்தரே...'' என்று பலமுறை அந்த மாணவன் சித்தார்த்தனை அழைத்துத் தோள்மீது கைவைத்து அசைக்க சித்தார்த்தன் விழிகள் திறந்தன. அவன் முகத்தில் சாந்தம் தெளிவாகத் தென்பட்டது.

அமர கலாம, சித்தார்த்தன், மற்ற மாணவர்கள் அனைவரும் நதியில் நீராடித் திரும்பினார்கள்.

அன்று இரவு சித்தார்த்தன் கனவில் ஒரு வெளிச்சம் தன்னை விழுங்கிய பின்பு அது மட்டும் எங்கும் நிறைந்திருக்கக் கண்டான்.

அத்தியாயம்

11

மகாராணி பஜாபதி கோதமி அனுப்பிய பணிப்பெண் யசோதராவின் மாளிகையில் அவளது சயன அறை வாசலில் நின்றாள். அங்கே தயாராக நிற்கும் இரு பணிப்பெண்களைக் காணவில்லை. மெதுவாக அறைக்குள் எட்டிப் பார்த்தாள். அங்கே யசோதரா, ராகுலன் இருவருமே இல்லை. பூஜையறையின் வாசலில் நின்ற பணிப் பெண்ணிடம் விசாரித்தாள். இளவரசி ராகுலனுடன் நந்தவனத்துக்குச் சென்றார் என்று பதில் வந்தது. பிரதான நுழைவாயிலுக்கு வந்து படிகளில் இறங்கி நந்தவனத்தில் நுழைந்தாள். பூப்பறிக்கும் பெண்கள், தோட்டக்கார ஆண்கள் இவர்களே தென்பட்டனர். விரிந்த நந்தவனம் முழுவதும் தேடி எப்போது மகாராணிக்கு விவரம் சொல்வது? பூப்பறிக்கும் பெண்களுக்கும் நந்தவனத்தில் எந்தப் பக்கம் இளவரசி இருக்கிறார் என்பது தெரியாமலிருக்கலாம். திரும்ப மாளிகையின் படிக்கட்டுகளில் ஏறி முன் வாயிலைக் கடந்ததும் வலதுபுறம் படிகளில் ஏறி இந்தமுறை யசோதராவின் அறைப்பக்கம் செல்லாமல் உப்பரிகைப் பக்கம் சென்றாள். அங்கே இருந்த காவற் பெண் ''எங்கே செல்கிறாய்?'' என்று மிரட்டினாள்.

''உப்பரிகைக்கு.''

''அங்கே யாருமில்லை.''

''தெரியும். நந்தவனத்தில் இளவரசி இருக்கிறாரா இல்லையா என்ற சரியான விவரத்தை மகாராணியிடம் சொல்ல வேண்டும்.''

''இதை நீ என்னிடம் முறையாகக் கூறி அங்கே செல்ல முயற்சித்திருக்க வேண்டும்.''

''மகாராணியின் ஆணைப்படி நான் செயற்படுகிறேன் என்பதை நினைவிற்கொள்.''

மேலும் பேச்சுக் கொடுக்காமல் உப்பரிகையின் கிழக்குப் பக்க மூலையில் இருந்து பார்த்தாள். செடிகள், கொடிகள் பூத்துக் குலுங்கி சீராக வரிசையாக இருந்தன. காலை இள வெய்யிலில் பட்டாம் பூச்சிகளும், சிறு பறவைகளும் சிறகடித்தன. நந்தவனம் அரண்மனை மதில்கள் வரை பச்சைப் பசேல் என விரிந்திருந்தது. மேற்குப் பக்கம் பார்த்தாள். இளவரசி தென்படவில்லை.

வெளியில் வந்து படியிறங்கிப் போனவள் மறுபடி காவற் பெண்ணிடம், ''இளவரசி எங்கே போயிருக்கிறார் என்று தெரியுமா?''

''இதை நீ முன்பே கேட்டிருக்க வேண்டும். அவர் நந்தவனம் போகவில்லை.''

''பிறகு?''

''கோசாலை போயிருக்கிறார்.''

''இதை நீ முன்பே கூறியிருக்கலாம்...''

''நீயும் கேட்டிருக்கலாம்.''

ராணியின் பணிப்பெண் படிகளில் இறங்கி முன் வாயில் வழியே வெளியேறி வலது பக்கமாகத் திரும்பி நடப்பதற்கென பதிக்கப் பட்டிருந்த மெல்லிய செங்கற்களால் ஆன பாதையில் நடந்து நெடுக மாளிகையின் பிரதான முடிவு வரை செல்லும்போது மூச்சு வாங்கியது. பின்கட்டை அடைந்ததும் வலது பக்கம் திரும்பியவள் சமையற் கூடத்துக்கான படிகளில் ஏறி அதன் உள்ளே போனாள். அது பணியாளர்களுக்கான பொது சமையலறை.

பெரிய அண்டா ஒன்றில் பால் காய்ந்து கொண்டிருந்தது. மற்றொன்றில் ஏதோ ஒரு கீரை வகை இஞ்சி மஞ்சள் மிளகு சீரக வாசனையுடன் கொதித்துக் கொண்டிருந்தது. சோறு வெந்து விட்டதால் அதன் கீழ் எரிந்த விறகுகள் தணிக்கப்பட்டு அந்தப் பாத்திரத்திலிருந்து அரிசி நறுமணத்துடன் ஆவி பெருக்கிக் கொண்டிருந்தது. ஒரு பக்க மேடையில் கோதுமை மாவை ஒரு பெண் தண்ணீர் சேர்த்து ரொட்டி செய்யும் பதத்துக்குக் கலந்து பிசைந்து கொண்டிருந்தாள். வெல்லமும் பாலும் நெய்யும் முந்திரியுமாய் பாயசம் மற்றொரு பாத்திரத்தில் இருந்து மணம் வீசியது. இளவரசர்

சித்தார்த்தர் மாளிகையில் உணவு அரசரின் மாளிகையைவிட சிறப்பானது என்று கேள்விப்பட்ட போதெல்லாம் அதை வதந்தி என்று நிராகரிப்பாள். ஆனால் இன்று தெளிவாகத் தெரிகிறது. அடுத்த முறை ராணியுடன் வரும்போது சுவை பார்க்க வேண்டும்.

தண்ணீர் நிரப்பிய பெரிய பாத்திரங்களே முதலில் தென்பட்டன. ஒரு சிறிய மேடையில் காய்கறிகளுடன் ஒரு மண் ஜாடியும் வெண்கல லோட்டாவும் தென்பட்டன. லோட்டாவில் தண்ணீர் நிரப்பிக் குடித்தாள். சமையற்கூடத்திலிருந்து படிகளிலிறங்கி ஒரு சிறிய சுவர்த்தடுப்பின் மையப்பட்ட கதவுகளைத் தாண்டி திறந்த வெளியாயிருந்த கூடத்தை அடைந்தாள். மத்தியில் கற்கள் பதித்த நடைபாதையும் இரு புறமும் பாத்திரங்கள் கழுவும் சிறு சிறு மேடைகளும் இருந்தன. மேடைகளைச் சுற்றி சீராக நீர் ஓடி வெளியேற ஜல தாரைகள் இருந்தன. உயரம் குறைவான வட்ட வடிவ பாத்திரங்களில் நீர் நிரப்பப்பட்டிருந்தது. அதில் தண்ணீர் குறையக் குறைய கூடத்தில் வடகிழக்கு மூலையில் இருந்த கிணற்றிலிருந்து நீரைக் குடங்களில் இறைத்து தூக்குத் தூக்கியாக இரு பக்கமும் கயிறுகளுக்குள் வைக்கப்பட்டிருந்த பெரிய குடங்களில் ஒருவர் நிரப்பினார். மற்றொருவர் அதைத் தோளில் தூக்கி வந்து கழுவு மேடைகளுக்கு அருகே இருந்த பாத்திரங்களில் நிரப்பினார். ஆற்று மணலையும், சாம்பலையும், தேங்காய் நாரையும், சிறு செங்கற்களையும் வைத்து பாத்திரம் தேய்ப்பவர்கள் சுறுசுறுப்பாகப் பாத்திரங்களை சுத்தம் செய்து கழுவிக் கொண்டிருந்தனர். இந்தக் கூடம் மட்டுமே இளவரசர் குடும்பத்துக்கான சமையலுக்கும் ஏனையருக்கும் பொதுவாக இருந்தது. ராஜ குடும்பத்துக்கான சமையல் சிறிய அறையில் பாதுகாப்பாகச் செய்யப் பட்டது. அந்தக் கூடத்தைக் கடந்து சிறிய தடுப்புச்சுவரின் பின்பக்கம் இருந்த கோசாலையை அடைந்தாள்.

பல கொட்டில்கள் இடைவெளிகள் விட்டு இருந்தன. கழுநீர், புற்கள், புண்ணாக்கு என மரத் தொட்டில்களில் உணவு நிரப்பப்பட்டு ஒரு தொட்டிலுக்கு சுமாராக பத்து மாடுகள் இருந்தன. சாணத்தை சுத்தம் செய்து எடுத்து பெரிய குவியலாகப் பின்புறம் கொண்டு சென்றார்கள் பல பணியாளர்கள். மேலே கூரையிடப்பட்டு நாலாப் பக்கமும் திறந்து இருந்த கொட்டில்களில் இளவரசி எங்கே இருக்கிறார்? அவர் இங்கே என்ன செய்கிறார்? கையை ஓங்கித் தட்ட ஒரு பணியாள் ஓடோடி வந்தான். ''இளவரசி எந்த கொட்டிலில் இருக்கிறார்?'' ''வாருங்கள்'' என்று அழைத்துச் சென்றான்.

ராணியின் பணிப்பெண்களே போகாத இடம் கோசாலை. யசோதரா ஏதோ வினவிக் கொண்டிருக்க பணியாளர்கள் அதைப் பணிவாக

அவளைச் சுற்றி நின்று கேட்டுக் கொண்டிருந்தார்கள். ஓரிரு நிமிடங்கள் தயங்கி நின்ற பணிப்பெண் பின்னர் அருகே சென்று வணங்கி ''மகாராணி தானே வந்து தங்களை காண விரும்பினார்.'' ''நானே சற்று நேரத்தில் அங்கே வருகிறேன்.'' திரும்பி நடந்த பணிப்பெண் ஏதோ நினைவு வந்தவளாக அங்கே நின்றிருக்கும் அனைவரையும் கூர்ந்து கவனித்தாள். ராகுலன் ஒரு பணிப்பெண்ணின் தோளின் மீது தூங்கிக் கொண்டிருந்தான்.

●

''மாமன்னர் 'யசோதரா ஏன் ராகுலன் பற்றிய விவரங்களை தெரிந்து கொள்வதில் ஆர்வம் காட்டவில்லை?' என்று வினவினார்'' என ஆரம்பித்தார் ராணி கோதமி.

''அத்தை, ஜோதிடம் கணிக்கும் பலன்கள் மாற்ற முடியாதவை என்றால் நாம் அதை தெரிந்துகொண்டு எதுவும் செய்வதற்கில்லை. குழந்தைக்கு எது உகந்ததோ அவனுக்கு நம் கடமை எதுவோ அதை எப்படியும் நாம் செய்யத்தான் போகிறோம். ராகுலன் வளர்ப்பை அவனது அப்பாவின் குழந்தைப் பருவத்தோடு ஒப்பிட்டால் நாம் ராகுலனை இயல்பாக வளரவிடுகிறோம் இல்லையா?'' ராணி பதிலேதும் சொல்லாமல் ''கோசாலை போயிருந்தாயாமே?'' என்று பேச்சை மாற்றினார்.

''இளவரசர் மட்டுமல்ல நானுமே இத்தனை நாள் வெளி உலகத் தொடர்பு இல்லாமல் தானிருந்தேன். முதலில் நம் அரண்மனையிலேயே நான் தெரிந்துகொள்ள எவ்வளவோ இருக்கிறது. எப்போதுமே ஏதோ ஒரு காட்சி இருக்கிறது. நம் விழிப்புதான் வித்தியாசம்.''

ராணிக்கு இது தனக்கே பொருந்தும் என்று தோன்றியது. யசோதராவிடம் எத்தனை மாற்றம்? இது ஏன் எனக்குப் பிடிபடாமற் போனது?

''ராகுலன் தன் அப்பாவின் கண்காணிப்பில் வளரும் காலம் அதிக தூரத்தில் இல்லை என்றே என் உள்ளுணர்வுக்கு தோன்றுகிறது. என்னை அதுவரை அவன் முன்னுதாரணமாக காணக்கூடும். நான் அதைப் பற்றி மிகவும் கவனமாக இருக்கிறேன்...'' விடைபெற்றாள் யசோதரா.

●

அமர கலாமவின் ஆசிரமம் தன்னிறைவு பெற்றதாக இருந்தது. காய்கறிகளுக்கு செடிகள், பாலுக்கு மாடுகள். நெல், கோதுமை

எதையுமே சீடர்கள் பயிர் செய்தார்கள். அவர்களே சமைத்து உண்டார்கள். தியானம் செய்தார்கள். ஆசிரமத்தை சுத்தம் செய்தார்கள். சித்தார்த்தனை விட அனைத்து மாணவருமே இளையவர்கள்.

சித்தார்த்தன் பிட்சை எடுப்பதை நிறுத்தவேயில்லை. அவர்களோடு தோட்ட வேலை செய்வதும் வழக்கம். எப்போதாவது அவர்கள் சமைப்பதை உண்பதும் உண்டு. ஆனால் பிட்சை எடுக்காத நிலையில் உள்ள ஒரு விவசாயிபோல சித்தார்த்தனால் தன்னை உருவகித்துக் கொள்ள இயலவில்லை.

பூரணமானது எது என்னும் ஞானம் சித்திக்கும் நேரம் இன்னும் எத்தனை தூரம் என்று தெரியவில்லை. அமர கலாம சற்றே தன்னை அதன் அருகில் அழைத்துச் சென்றிருக்கிறார். புறப்பட்டதும் போக வேண்டியதும் நானேதான். ஒரு வைராகியாக, பிட்சை எடுத்து உண்பவனாக மட்டுமே என்னால் இருக்க முடியும். ஆசிரமம் என்பது ஒரு நிறுவனம். ஒன்றை நிறுவி அதைச் சார்ந்து வாழ்வது என்பது நான் தேர்ந்தெடுத்த திசைக்கு சம்பந்தமில்லாதது.

பிட்சை எடுக்கும்போது மட்டுமே அன்றாடம் சமுதாயத்தின் அங்கங்களான பலவித மக்களைச் சந்திக்கிறேன். அப்படிப்பட்ட தரிசனம் இல்லாமல் உலக நன்மைக்கு நான் எதுவும் செய்ய வாய்ப்பில்லை.

அரச மாளிகையில் இருந்த காலம் எதை என்னிடமிருந்து மறைத்ததோ அதை இந்த பிட்சை ஏந்தி உண்ணும் காலம்தான் மீட்டுத் தருகிறது.

''நேற்று நகரில் என்ன கண்டீர்கள்?'' அமர கலாம திடீரெனக் கேட்டார்.

முதல் நாள் சித்தார்த்தன் குழந்தைகளின் விளையாட்டைக் கூர்ந்து கவனித்தான். ஆண் குழந்தைகளாகட்டும் பெண் பிள்ளைகளாகட்டும் விரும்பி விளையாடியது ஒளிந்து கண்டுபிடிப்பதே. பெண் குழந்தைகள் மரச் சொப்பு பொம்மைகளை வைத்து சமைக்க, குழந்தை வளர்க்க விளையாட்டில் முயன்றார்கள். ஆண்பிள்ளைகள் கத்தியாக குச்சிகளை உருவகித்து சண்டை இட்டார்கள். அவர்கள் மேலும் மரத்தில் யார் முதலில் ஏறுவது, ஒரு அணில் அல்லது ஓணானை அடித்துக் கொல்வது, செங்கற்களை வைத்து சிறிய வீடு கட்டுவது, குத்துச் சண்டை, சிறிய குச்சிகளில் வில் அம்பு சண்டை என பெரியவர்களை நகலெடுத்து ஒத்திகை பார்த்தார்கள். ஒரு வேளை பெரியவர்களும் தம் மூதாதையரின் நகல்களாகவே அதில் ஒருவரை ஒருவர் விஞ்ச முயல்கிறார்களோ?

‘‘நகரத்தில் செய்தி என்னவென்று கேட்டேன்?’’ என்றார் அமர கலாம மறுபடியும்.

சித்தார்த்தன் செய்தி என்னும் கோணத்தில் யோசித்தான். பல கிராமங்களிலும் நகரங்களிலுமிருந்து மக்கள் நதிக்கரையில் குவிந்திருந்தார்கள். ‘‘நாளை கும்பமேளா. அதுதான் முக்கிய செய்தி’’ என்றான்.

அடுத்த நாள் அமர கலாம நதிக்கரைக்குக் கிளம்பும் சித்தார்த்தனுடன் சேர்ந்து கொண்டார். அபூர்வமாகதான் அப்படி நிகழும்.

சீடர்கள் அவரின் கருத்தை அவரது செயற்பாடுகள் மற்றும் அரிதான சுருக்கமான பேச்சுக்கள் வழி புரிந்துகொள்ளப் பழகி இருந்தனர். சித்தார்த்தனுக்குத் தனது தேடலை ஒட்டிய கவனங்கள் இருந்ததால் அவர் கற்றுத் தரும் நேரம் மிக முக்கியமானதாக இருந்தது.

நதியை நெருங்க விடாமல் மாட்டு வண்டிகளும், குதிரை வண்டிகளும் நிறுத்தப்பட்டிருந்தன. கூட்டம் கூட்டமாக ஆண்கள், பெண்கள், குழந்தைகள் நெரிசல்.

வைதீக மதம் தொடர்பான சடங்குகளில், சம்பிரதாயங்களில் அமர கலாம ஈடுபாடே காட்டியதில்லை. இன்று கும்பமேளாவுக்காக அவர் வருகிறாரா? வழக்கமான படித்துறையை அவர்கள் இருவரும் சிரமப்பட்டே அடைந்தனர்.

சித்தார்த்தன் நெரிசலில் சிக்கி ஒரு வழியாகக் குளித்துவிட்டு வெளியே வரும்போது அமர கலாம எங்கே என்றுகூட தேடத் தோன்றவில்லை. சில அடிகள் முன் வைக்கும்போது அவனது தோளைப் பற்றி அழுத்தினார். அவர் சைகை காட்ட அவனும் பின் சென்றான். கதிரவன் மெல்ல மெல்ல மேலெழும்பத் துவங்கி இருந்தான்.

படித்துறை அருகே ஒரு மண்டபம் இருந்தது. அதன் தூண்கள் மீது தொற்றி எக்கி அவர் மண்டபத்தின் மேற்பகுதியை அடைந்த லாகவம் வியப்பளித்தது.

அவனும் அவரைப் பின்பற்றி மேலேற நான்கைந்து ஆட்கள் அமரும் அளவு இடம் இருந்த மேற்பரப்பை அடைந்தான். அமர கலாம கிழக்கு நோக்கி அமர்ந்தார். சித்தார்த்தன் பத்மாசனத்துக்கு மாறி நிஷ்டையில் ஆழ்ந்தான். அமர கலாம தொட்டு அசைத்தபோதுதான் புற உலகின், மனித நெரிசலின் சத்தமும் சுட்டெரிக்கும் சூரியனும் சித்தார்த்தனுக்கு உறைத்தன.

‘‘சித்தார்த்தரே, தாங்கள் வெப்பம், குளிர், புற உலக நிகழ்வு அனைத்தையும் தாண்டி ஆழ்நிலை தியானம் புரியுமளவு தேறிவிட்டீர்கள். இதை பரிட்சிக்கவே இங்கே அழைத்து வந்தேன். அந்த பரிட்சையின் முடிவு இதுதான். என் பயிற்சி அனைத்தையும் உங்களிடம் பகிர்ந்துவிட்டேன். இனி என்னைத் தாண்டி உங்கள் தேடலைத் தொடரும் வேளை இது…’’ என்றபடி எழுந்து மண்டபத்துக்குக் கீழே இறங்கினார்.

சித்தார்த்தனும் அவரைப் பின்தொடர்ந்து ஆசிரமத்தை அடைந்தான்.

அவரின் ஆணை கிடைத்துவிட்டது. இனி மேற்செல்வது அவசியமானது. இது வரையில் உந்திய சக்திக்கே இனிச் செல்லும் திசை தெரியும்.

அத்தியாயம்

12

கூரையில் தங்கத் தகடுகள் பதிக்கப்பட்டு முன்பக்கம் ஒரு மயிலின் வடிவமும் பக்கவாட்டில் சிறகுகளை விரித்தது போலவும் இருந்த சித்தார்த்தனின் ரதத்தின் அமைப்பில், நான்கு சிறு தூண்களில் இருந்து நவமணி மாலைகள் நீண்டு தொங்கி அசைந்தன. பக்கவாட்டில் இருந்த பட்டுத் திரைகளை யசோதரா ஓரமாக ஒதுக்கச் சொல்லி ரதத்தில் ஏறினாள். நுட்பமான மர வேலைப்பாடுகள் ரதமெங்கும் செய்யப்பட்டிருந்தன. சக்கரங்களில் பதிக்கப்பட்டிருந்த வெண்கலப் பட்டைகள் பளபளத்தன. ராகுலன் அவள் மடியில் அமர்ந்தபடி உற்சாகமாய்ப் புன்னகைத்தான். ''குதிரையை வேகமாக போகச் சொல் அம்மா'' என்றான் மழலையாக. காந்தகன் இருந்த இடத்தில் புதிய சாரதி வந்துவிட்டான். ''சிற்பி மயன் வீட்டுக்கு செல்'' என யசோதரா கட்டளை பிறப்பித்தாள். முன்பக்கம் இரு குதிரை வீரர்கள் சென்றனர். தனது வருகை குறித்து அவர்கள் அறிவிப்பு செய்தபடியே செல்லக் கூடாது என யசோதரா ஆணையிட்டிருந்தாள்.

சித்தார்த்தனின் மாளிகைக்கு வெளியே வந்ததும் ரதம் வலப்பக்கமாகத் திரும்பியது. எதிர்ப்பட்ட பொதுமக்கள் விலகி நின்று யசோதராவுக்கும் வணக்கம் தெரிவித்தனர். ஒவ்வொரு முறையும் இரு கை கூப்பி யசோதரா பதில் வணக்கம் தெரிவித்தாள். ராகுலன் முகம் மகிழ்ச்சியில் பிரகாசித்தது.

தெப்பக்குளத்தை ஒட்டி இருந்த அந்தணர் வாழும் வீதியைத் தாண்டி மறுபடி வலது பக்கம் திரும்பியது. வீட்டின் முன்பக்கம் தோட்டம்

இல்லாமல் சிறிதும் பெரிதுமாய் கற்களும் பல வேறு நிலையில் முழுமை அடைந்த சிற்பங்களுமாக அந்தத் தெருவில் நுழைந்ததுமே அது கலைஞர்கள் வாழுமிடம் என்பது தெளிவாகத் தெரிந்தது. ரதத்தின் குதிரைக் குளம்பொலிகளின் சத்தம் கேட்டு உளிச் சத்தங்கள் நின்றன. கலைஞர்கள் எழுந்து நின்று வணங்கினர்.

சிற்பி மயன் வீடு பெரியதாக இருந்தது. தெற்கு நோக்கி இருந்த அந்த வீட்டில் நுழைந்ததும் கிழக்கு பார்த்தபடி ஒரு சிறிய கோயில் இருந்தது. அதில் விஸ்வகர்மாவின் ஆறடி உயரச் சிலை பிரதிஷ்டை செய்யப்பட்டிருந்தது.

ஐந்து முகங்கள், எட்டு கரங்களுடன் தாமரை மலர் மீது வீற்றிருந்தார் விஷ்வ கர்மா. ஒரு கையில் சூலம், மறு கையில் உடுக்கை, மூன்றாம் கையில் சங்கு, நான்காம் கையில் சக்கரம், ஐந்தாம் கையில் வேல், ஆறாம் கரத்தில் வில். அனைத்துக்கும் முன்பாகத் தெரிந்த முதல் இரண்டு கரங்களில் யாழும் வீணையும் என கல்வி, கலை வீரம் இவற்றின் கடவுளாக விஷவகர்மா.

யசோதரா அந்தக் கோயிலில் நுழைந்து வணங்கி வெளிவரும்போது பெரியவர் மயன் குச்சியை ஊன்றியபடி மெதுவாக நடந்து வந்து ''வர வேண்டும் இளவரசியாரே... இளவரசர் ராகுலனை பார்ப்பது சித்தார்த்தரையே பார்ப்பதுபோல இருக்கிறது'' என்றார்.

''தாங்கள் பெரியவர். ஏன் என்னை வரவேற்க எழுந்து வர வேண்டும்?''

''தாங்கள் இளவரசி என்பது மட்டுமல்ல. அதிதி தேவோ பவ என்னும் பாரம்பரியமும் உண்டு தேவி.'' அவர் மெதுவாக வீட்டு நடையைத் தாண்டி வீட்டுக்குள் நுழையும் வரை அதே மெல்லடிகளை வைத்து யசோதராவும் நடந்தாள். வேலையை நிறுத்தியிருந்த இளைஞர் களைப் பார்த்து ''தயவுசெய்து பணியை தொடருங்கள் சிற்பிகளே'' என்றாள். ராகுலன் பிஞ்சு அடிகளின் ஓட்டத்தில் ஒரு சிற்பி அருகே சென்றான். அந்த இளைஞன் கூரான உளியில் சிற்பம் மீது சிறிய சுத்தியலால் பணி புரிவது ராகுலனுக்கு வியப்பாக இருந்தது. ''அம்மா இங்கே வா... இதை பார்'' என்றான். விரிந்த புன்னகையுடன் குபேரனின் உருவம்போல தோன்றிற்று. ''இதற்கு சிற்பக்கலை என்று பெயர் ராகுலா'' என்று அவனருகே குனிந்து அவனிடம் பேசிவிட்டு யசோதரா வீட்டின் உள்ளே நுழைய பெண்கள் அனைவரும் ஓரே குரலில் ''இளவரசி யசோதராவுக்கு வணக்கம்'' என்றனர். பதில் வணக்கம் கூறி ஒரு ஆசனத்தில் அமர்ந்தாள் யசோதரா. அதன் பின் பெரியவர் அமர்ந்தார். பெரிய கூடத்தின் மேற்குச் சுவரின் மீது

சித்தார்த்தன் கிரீடம், கவசம், உடைவாள், கையணிகள், பட்டுப் பீதாம்பர உடை, கழுத்து நகைகளின் மீது வெள்ளைப் பட்டு அங்கவஸ்திரம் என்னும் பெரிய அளவு ஓவியத்தில் காட்சி தந்தான்.

எழுந்து சென்று அதனருகே நின்று கூர்ந்து வியந்தபோது யசோதராவால் கண்ணீரைக் கட்டுப்படுத்த இயலவில்லை. தாமரை நிற உதடுகள் எத்தனை முத்தங்கள் இட்டிருக்கின்றன... எவ்வளவோ அன்பு மொழிகள் பேசி இருக்கின்றன. கூரிய நாசி. தீர்க்கமான பார்வை. மிளிரும் கண்கள். கம்பீரமான தோற்றம்.

''ஐயா... தங்களது கைவண்ணம்தானே இது?'' பரவசத்துடன் வினவினாள்.

''இல்லை தேவி. என் பேரன்கள் இதை வரைந்தார்கள். நான் இளவரசர் சித்தார்த்தரை சிறு வயது முதலே பார்த்திருப்பதால் அவர்கள் இளவரசருடைய சாமுத்திரிகா லட்சணங்கள் எதைக் குறைத்து மதிப்பிட்டிருந்தாலும் நான் அவர்களை நிறுத்தி சரிசெய்து வந்தேன். அவ்வளவே.''

''தத்ரூபமாக வந்துள்ளது'' என்று கூறி கைகளைத் தட்டினாள். வெளியில் நின்றிருந்த தேரோட்டி வந்து வணங்கி நின்றான். ''அந்த பெட்டியை எடுத்து வா.''

அவன் கொண்டுவந்த பெட்டியைத் திறந்தபோது யசோதரா தங்கக் காசுகளாலான ஒரு மாலையை எடுத்து ''தாங்கள் இதை ஏற்க வேண்டும்'' என்றாள்.

''அரசர் எங்களை ஆதரிக்கும்போது வெகுமதிகள் எதற்கு தேவி?''

''இது வெகுமதி அல்ல. ஒரு கலைஞருக்கு என் காணிக்கை.''

பெரியவர் தன் பேரன்களை அழைத்தார். இருவரும் யசோதராவை விழுந்து வணங்கினர். அவர்களிடம் மாலையைக் கொடுத்தாள்.

●

சிறு குன்றின் மேலிருந்து சித்தார்த்தன் அமர கலாமவின் ஆசிரமத்தை அவதானித்தான். ஒரு வருடத்துக்கும் மேலாக இங்கே மிகுந்த எதிர்பார்ப்போடும் ஈடுபாட்டோடும் கழித்தேன். நீண்ட வழியில் நிழல் தந்து, உணவு தந்த ஒரு பழ மரம்போல என் சக்திகளை மேம்படுத்தி என் வழியில் என்னைப் போகச் சொல்லிவிட்டது. தொலைவும் வலியும் போராட்டமும் ஒரு பொருட்டே இல்லை. இருள் நீங்கி ஒளி பிறக்க வேண்டும். எனக்குத் திறக்கும் கதவு எல்லோருக்கும் விடுதலை உண்டு என்று பறைசாற்ற வேண்டும்.

கீழே செடி மரங்களுக்குள் மறைந்தும் பின் வெளிப்பட்டும் இருவர் வருவதுபோல் தோன்றியது. கும்ப மேளா முடிந்து தம் மலை நாட்டுக்குத் திரும்புபவர்களாக இருக்க வேண்டும்.

மகத நாட்டில் அடி எடுத்து வைத்தது முதல் தனது பயணம் தன்வயமான ஒரு திசையில் செல்லத் துவங்கி இருந்தது.

மாலை மங்கி இரவின் அரவணைப்பு துவங்கும் நேரம். சித்தார்த்தன் இரவுகளில் மரத்தின் அடியில் உறங்குவதில்லை. வானம் தெளிவாக இருந்தது. குகை எதையும் தேடாமல் சரிவாயில்லாமல், ஓரளவு சமதளமாக இருந்த ஒரு பாறை மீது படுத்துக் கொண்டான். எண்ணற்ற நட்சத்திரங்கள். ஏதோ ஒரு மூலையில் ஒரு எரிகல் இறங்கியது மின்னல் வேகத்தில். கோள்கள் பழுப்பு, மஞ்சள், சிவப்பு என வெவ்வேறு வண்ணங்கள் காட்டின. எது எந்தக் கோள் எனத் தேடாமல் மனம் லேசாகி அவதானித்துக் கொண்டிருந்தது. சிறுவயதில் அவனுக்கு வான சாஸ்திரம் போதிக்கப்பட்டது.

''தேவர்கள் வானில்தானே இருக்கிறார்கள். ஆனால் ஏன் அவர்களது நடமாட்டம் தென்படுவதே இல்லை?'' என்னும் அவன் கேள்விக்கு குருவின் புன்னகையே பதிலாக இருந்தது.

பறவைகளின் இனிமையான சீழ்க்கை ஒலி சித்தார்த்தனை எழுப்பிய போது, அந்தக் கணம் தான் ஆசிரமத்தில் இல்லை என்பது நினைவுக்கு வந்தது. அருகில் தென்பட்ட மரங்களில் உயரமான ஒன்றில் சித்தார்த்தன் ஏறி வலுவான கிளை ஒன்றின் மீது நின்று நோட்டம் விட்டான். சிறு ஓடையும் சுனையும் வந்த வழியிலேயே சென்று ஒரு சரிவில் சென்றடையும்படி தென்பட்டது.

சுனையில் நீராடி எழுந்து ஈரத்துணிகளுடன் திரும்ப நடக்கும்போது இரு இளைஞர்கள் அவனெதிர்ப்பட்டு வணங்கி நின்றனர்.

●

சுத்தோதனர் மாளிகையின் நீராழி மண்டபம். யசோதராவின் மடியை விட்டு இறங்கிய ராகுலன், மண்டபத்தின் அருகே இருந்த அவரது சிம்மாசனத்தில் எக்கி எப்படியோ ஏறிவிட்டான். ஆனால் இறங்கத் தெரியவில்லை. தவித்தான். ''அம்மா...'' என்று அழைத்தபடி இரு கைகளையும் நீட்டினான். ''சொன்னாலும் கேட்காமல் தாத்தாவின் சிம்மாசனத்தில் நீதானே ஏறினாய்? நீயே இறங்கு'' என்றபடி தனது வழக்கமான ஆசனத்தில் அமர்ந்தாள். சுத்தோதனரின் சிம்மாசனத்தில் சித்தார்த்தன் கூட அமர்ந்தது கிடையாது. ஏன்? ராணி கோதமிக்குக்கூட

அமரும் துணிவு கிடையாது. இந்தக் குழந்தைக்கு எத்தனை தைரியம்? இளங்கன்று பயமறியாது.

''வணக்கம் மகாராஜா ராகுலரே...'' என்னும் சுத்தோதனரின் குரல் கேட்டதும் ''வணக்கம் மாமன்னரே...'' என்று அவர் பாதம் பணிந்தாள். ''பலமுறை கூறியிருக்கிறேன் மகளே, நீ என்னை அப்பா என்றே அழைக்கலாம்.'' அவளை ஆசீர்வதித்து வேறு ஒரு ஆசனத்தில் அமர்ந்தார். ''சித்தார்த்தனின் சித்திரத்தை எழுதி உன் மாளிகையை அலங்கரித்திருக்கிறாய் என்று அறிந்தேன். மிக்க மகிழ்ச்சி. எனக்கு தோன்றாமலேயே போய்விட்டது.''

''ராகுலன் அப்பா முகம் அறியாது வளர வேண்டாம் என எண்ணினேன்.''

மன்னர் பதில் எதுவும் கூறவில்லை. கலங்கிய கண்களிலிருந்து நீர் சிந்தாமல் கவனமாகக் கட்டுப்படுத்திக் கொண்டார்.

''மயன் என்ற பெயருக்கேற்ப மூத்த சிற்பி தத்ரூபமாக இளவரசரை வரைந்திருக்கிறார். தாங்கள் விஜயம் செய்து காண வேண்டும்.''

சுத்தோதனர் பதிலுரைக்கும் முன் ராகுலன் சிம்மாசனத்திலிருந்து பாதி இறங்கியவன் சறுக்கிக் கீழே விழுந்து அழுதான். அவனைத் தூக்க ஓடி வந்த பணிப்பெண்ணிடம் ''நில். அவனே எழுந்து என்னிடம் வரட்டும்'' என்றாள் யசோதரா. ஓரிரு நிமிடங்கள் உரத்த குரலில் படுத்தபடி அழுத ராகுலன் ஓரக்கண்ணால் பார்த்தான். யாரும் அருகே வராதது தெரிந்தவுடன் குரலின் சுருதி குறைந்து அழுதபடியே எழுந்து நின்றான். ''வா...'' என்றாள் யசோதரா. சிணுங்கியபடியே அவளருகில் வந்து ஆடையைப் பற்றியவுடன் ''தாத்தாவுக்கு வணக்கம் சொல்'' என்றாள். அவன் அவரை நிமிர்ந்து பார்த்துவிட்டு அவள் மடியில் முகம் புதைத்துக் கொண்டான்.

'ஏன் ராகுலனின் ஜாதகபலனை பற்றி நீ விசாரிக்கவில்லை?' என்று வினவ எண்ணியிருந்த சுத்தோதனர் அந்த எண்ணத்தைக் கைவிட்டார். குழந்தை வளர்ப்பில் தனித்தன்மையுள்ள யசோதராவின் போக்கு, தான் குழந்தை சித்தார்த்தனை வளர்த்த விதம் பற்றி அவருக்குள்ளே கேள்விகளை எழுப்பியது.

அத்தியாயம்

13

யசோதராவின் பணிப்பெண் ஒருத்தி ''அம்மா... தோட்டக்காரன் ஒருவன் தங்களை காண விரும்புகிறான்'' என்றாள். அந்தப்புரத்துக்குள் ஆண்களுக்கு அனுமதியில்லை என்பது விதி. ஆனால் ராணியோ இளவரசியோ அனுமதித்தால் அவர்கள் மட்டும் அனுமதிக்கப்படுவர். ''வரச் சொல்.'' ஒரு தோட்டக்காரன் இளைஞன் கூப்பிய கைகளுடனேயே பேசினான். ''இளவரசியார் வாழ்க. தாங்கள் ஒரு பறவை அல்லது விலங்கு உயிர் நீத்திருந்தால் தெரிவிக்கச் சொல்லி இருந்தீர்கள். ஒரு பெரிய பஞ்சவர்ணக் கிளி இறந்து கிடக்கிறது'' என்றான். ''நான் வரும் வரை மாளிகை வாயிலில் காத்திரு'' என்றாள். ''தங்கள் உத்தரவுப்படியே'' என்று வணங்கி விடைபெற்றான்.

யசோதரா தனது அறையிலிருந்து வெளிப்பட்டு நடையைக் கடந்து இடது பக்கம் திரும்பி முதல் அறைக்குள் நுழையாமல் வாயிலிலேயே நின்று கவனித்தாள். சின்னஞ்சிறிய செங்கற்களை மிகப் பெரிய கூடமளவு இருந்த அந்த அறையின் மூலையில் இருந்து எடுத்து வந்திருந்தான் ராகுலன். ஒரு சிறிய அளவிலான அமைப்பில் இரு செங்கற்களை கீழே படுத்த வாக்கில் வைத்திருந்தான். அவற்றின் மீது செங்குத்தாக இரு செங்கற்களை வைத்தான். பின் அவை மீது கூம்பாக இரண்டு செங்கற்களை அடுக்க முயன்றபோது அவை விழுந்தன. மறுபடி முயன்றான். ராகுலன் கவனத்தைக் கலைக்காமல் இருப்பதற்காக கைதட்டி வேலைக்காரியை அழைக்காமல் உள்ளே எட்டிப் பார்த்து சுட்டு விரலால் சைகை செய்து அழைத்தாள் யசோதரா.

பணிப்பெண் அறைக்கு வெளியே வந்ததும் ''ராகுலன் கவனத்தை கலைக்காதே. அவனாகவே நிறுத்தும்போது அவனை குளிப்பாட்டி அழைத்து வா.''

''அப்படியே ராஜகுமாரி. இளவரசர் ராகுலன் பிஞ்சுக் கரங்களால் செங்கற்களை இடம் மாற்றுவதை காணவே மிகவும் சங்கடமாயிருந்தது.''

''அவனுடைய கை தாளுமளவு மிக மெல்லிய செங்கற்களைதானே தருவித்தோம். பிறகென்ன?''

''அவர் உடல் மண்ணாகி அழுக்காகிறதே... இளவரசருக்கு உதவக் கூடாது என்று தாங்கள் கட்டளையிட்டதால் கையைக் கட்டிக் கொண்டு நிற்கிறேன் ராஜகுமாரி.''

''மண் அவனுக்கு அன்னியமாக இருக்க வேண்டும் என்று என்ன கட்டாயம்? அவன் களைப்படைந்தது போதும் என்னும்போது அழைத்து வா'' என்று கூறித் தன் அறைக்குத் திரும்பினாள்.

''அம்மா... நான் வீடுகள் கட்டினேன் உனக்கு தெரியுமா?'' குளித்துப் புத்துணர்ச்சியுடன் வந்த ராகுலன் வினவினான்.

''பார்த்தேனே கண்ணா... நீ பழகப் பழக நல்ல உயரமான ஒரு மாளிகையையே கட்டுவாய். சற்று நேரம் நந்தவனம் போகலாம் வா'' என்று அவன் கரம் பிடித்து நடத்தி அழைத்து வந்தாள்.

''இளவரசி நான் இளவரசர் ராகுலனை தூக்கி வரட்டுமா?'' என்ற பணிப்பெண்ணுக்குக் கடுமையான பார்வையிலேயே பதிலளித்தாள். ராகுலன் அவள் விரல்களை விட்டு விட்டு வாயிற்பக்கம் ஓட அவள் விரைவாக அவன் பின்னே நடந்தாள்.

படிக்கட்டுகளில் இருந்து நந்தவனத்துக்குள் இறங்கியதும் ''ராகுலா, எவை எவை என்னென்ன பறவைகள் சொல்.'' படிக்கட்டுகளை ஒட்டி ஒரு நீள் சதுரக் கூடமெங்கும் இறைக்கப்பட்டிருந்த தானியங்களைக் கொத்திக் கொண்டிருந்த புறாக்களைக் காட்டிக் கேட்டாள். ''தெரியுமே அம்மா, புறா...'' என்று தானியங்களை மிதித்தபடி அவன் அந்தக் கூடத்துக்குள் ஓட புறாக்கள் படபடவென சிறகடித்துப் பறந்தன. அவை ஒன்றாக மேலெழும்பியது அவனுக்கு மிகவும் குதூகலத்தைக் கொடுத்தது. கை தட்டியபடி அவன் நெடுக ஓட ஓட ஒவ்வொரு தப்படிக்கும் பல பறவைகள் பறந்தன.

அவன் மறு முனைக்குச் சென்ற நேரத்தில் துவங்கிய இடத்தில் இருந்த பறவைகள் மறுபடி தரையிறங்கி, தானியங்களைக் கொத்தித் தின்னத் துவங்கி இருந்தன. அவனை அழைத்து வா என்று சைகை செய்ய, ஒரு

பணிப்பெண் அவனை அழைத்து வந்தாள். கிளி மரித்த தகவல் கூறிய தோட்டக்காரன் யசோதராவின் கட்டளைக்காகக் காத்து நின்றான். ராகுலன் அருகில் வந்ததும் அவனிடம் ''பறவைகள் என்ன செய்கின்றன ராகுலா?'' என்றாள்.

''பறக்கின்றன...'' என இரு கைகளையும் மேலே ஆட்டிக் குதித்து, ''நான் மறுபடி எல்லா புறாக்களையும் பறக்க வைக்கிறேன்'' என்று அவள் கையிலிருந்து தன் கையை விடுவித்துக்கொள்ளத் திமிறினான். ''இரு ராகுலா, இவை எப்படி பறக்கின்றன?''

''இறக்கையை வைத்து... என்னை விடு அம்மா. நான் புறாக்களுடன் விளையாடிவிட்டு வருகிறேன்.''

''பறக்காமல் படுத்துக் கொண்டிருக்கிற கிளியை நீ பார்த்திருக்கிறாயா?''

''எதுவுமே பறக்காமல் இருக்காது. நாம் ஓடினால் அவை எழுந்து பறக்கும். என் கையை விடு...''

''இரு அந்தக் கிளியை பார்த்துவிட்டு மறுபடி இங்கே வரலாம்'' என்று அவன் கையைப் பற்றியபடி யசோதரா நடக்க தோட்டக்காரன் விரைந்து முன்னே சென்று ''இந்தப் பக்கம் யுவராணி'' என்று வழிகாட்டியபடி சென்றான்.

ஒரு செம்பருத்திச் செடியின் கீழே ஒரு பஞ்சவர்ணக் கிளி செத்துக் கிடந்தது. அதன் அலகு கேள்விக்குறியைத் திருப்பி வைத்ததுபோல பெரிதாக வளைந்திருந்தது. அதன் இறக்கைகள் பல வண்ணங்களில் கற்றையாயிருந்தன. அதை எறும்புகள் மொய்த்துக் கொண்டிருந்தன. ''அதன் அருகே நீ ஓடு... பறக்கிறதா என்று பார்ப்போம்.'' ராகுலன் சற்றே தயங்கி வழக்கமான விரைவின்றி மெதுவாக ஓடினான். அதன் அருகே சென்றதும் நின்று கூர்ந்து கவனித்தான். ''அம்மா, அது அசையவே இல்லை.''

''இதன் பெயர் என்ன ராகுலா?''

''கிளி.''

''இல்லை ராகுலா. இது கிளியின் உடல். கிளியின் சடலம்.''

''சடலம் என்றால் என்ன அம்மா?''

''உயிர் இல்லாத உடல். நீ முதலில் பார்த்தவை அனைத்தும் புறாக்கள். அவற்றிற்கு உயிர் இருக்கிறது. சிறகு விரிக்கின்றன. இதற்கு உயிரில்லை. இது செத்துவிட்டது.''

''உயிர் என்றால் என்ன அம்மா?''

''உயிர் என்பது நடப்பது, அசைவது, சாப்பிடுவது, பறப்பது...''

''செத்துவிடுவது என்றால்?''

''அந்த உயிர், அதாவது பறக்கிற சக்தி, தானியத்தைக் கொத்துகிற சக்தி போய்விடுவது அவ்வளவுதான்.''

ராகுலன் பதில் சொல்லவில்லை. ''மறுபடி புறாக்களிடம் போய் விளையாடலாமா?'' என்றான்.

யசோதரா சம்மதமாய்த் தலையசைத்தாள்.

●

தன்னை வணங்கி நின்ற இரு இளைஞர்களிடம் ''இரண்டு நாட்களாக என்னை தொடர்ந்தா வந்தீர்கள்?'' என வியப்பான தொனியில் வினவினான் சித்தார்த்தன். இருவரையும் அமர கலாம ஆசிரமத்தில் பார்த்தது நினைவுக்கு வந்தது.

''என் பெயர் சொரூப் யாதவ். இவன் அருண் ராஜ்புத். நாங்கள் ராஜகஹத்திலிருந்து கலிங்க நாடுவரை செல்ல எண்ணியிருந்தோம். தனியே செல்ல விருப்பமில்லை. துணிவுமில்லை. தங்களை பின்தொடர்ந்து வந்தோம். தாங்கள் மாவீரர் என்றும் ராஜ வம்சத்தைச் சேர்ந்தவர் என்றும் கேள்விப்பட்டோம். எனவே தங்கள் வழிகாட்டலை தேடி வந்தோம். நீங்கள் வேகமாக நடந்தபோது வழியை தவறவிட்டோம்.''

''ஏன்? நான் அமர கலாமவிடம் விடைபெற்றபோதே என்னுடன் இணைந்து வந்திருக்கலாமே?''

''வந்திருக்கலாம். ஆனால் நீங்கள் அவருக்கு இணையான யோகி. அவர் தமக்குப் பிறகு உங்களையே ஆசிரமத்தில் குருவாக இருக்கும் படி வேண்டியும் தாங்கள் அதை மறுத்துவிட்டீர்கள். எங்களோடு பயணப்பட தாங்கள் விரும்புவீர்களா என்று ஐயம்.''

''ஐயமும் அச்சமுமான ஒரு பயணத்தை இரு இளைஞர்கள் துவங்க வேண்டுமா?'' என்றான் சித்தார்த்தன். அவர்கள் பதில் பேசவில்லை.

''அது இருக்கட்டும். நீங்கள் யோகக் கலையை கற்க ஆர்வமின்றியா அவருடன் ஆசிரமத்தில் இத்தனை நாள் இருந்தீர்கள்?''

சொரூப் பதில் சொல்லத் தயங்குவதைக் கண்ட அருண் பேசத் துவங்கினான் ''யோகியாரே... நாங்கள் ஒரே கிராமத்தினர். சொரூப்புக்கு இடையர் தொழிலிலோ அல்லது எனக்கு போர்வீரனாவதிலோ

ஆர்வமில்லை. குழந்தைப் பருவம் முதலே நாங்கள் தோழர்கள். எங்கள் வயதொத்த வைசிய இளைஞர்களைப்போலவே நாங்களும் வணிகம் செய்ய விரும்பினோம். பெற்றோரும் உறவினரும் ஒப்பவில்லை. அதுதான் தேசாந்திரிகளாகத் திரிந்து கொண்டிருக்கிறோம். யோகக் கலையைப் பற்றி கொஞ்சம் தெரிந்து கொள்ளலாம் என்று சில நாட்கள் அமர கலாம ஆசிரமத்தில் தங்கி இருந்தோம்.''

''திரிந்து நீங்கள் திரும்பிப் போகும்போது வருண அடிப்படையிலான தொழில் செய்யும் கட்டாயம் மாறி இருக்கும் என நம்புகிறீர்களா?''

''இல்லை இளவரசரே. எங்களை வணிகராக வேற்று நாட்டில் ஏற்கும் வாய்ப்புகள் அதிகம். கலிங்கம் செல்ல எண்ணி இருக்கிறோம்.''

சித்தார்த்தன் பதில் எதுவும் பேசவில்லை. ஷ்ரமண மார்க்கத்தை ஏற்பவர்கள் சிதறியே இருந்தார்கள். ராஜ்ஜியத்துக்கு ராஜ்ஜியம் வேறுபாடு இருந்தது. ஷ்ரமண மார்க்கம் வைதீகத்துக்கு இணையாக ஏற்கப்பட்ட நாடுகளில் இவர்கள் எதிர்பார்ப்பு பூர்த்தியானாலும் ஆகலாம்.

''நான் கலிங்கம் செல்வதாக எப்படி நினைத்தீர்கள்?''

''அப்படி இல்லை. இந்த வனப்பிரதேசத்தை கடந்த பிறகு கிராமங்களில் நாங்கள் விசாரித்து கலிங்கம் சென்றுவிடுவோம்'' என்றான் சொரூப்.

சித்தார்த்தன் முன்னே சில தப்படிகள் நகர்ந்து அவர்கள் காலடிச் சத்தம் கேட்காமற் போனபோதுதான் அவர்கள் ஒரு துணியால் சுற்றிய சுமைக்கு இரு மேல் முடிச்சுகளிட்டு அதை இருவர் தோளிலும் தூக்குத் தூக்கியாக எடுத்துக்கொள்வதைக் கவனித்தான்.

''என்ன இருக்கிறது சுமையில்?''

''மாற்றுத் துணிகள், உணவு உண்ணும் தட்டு, தண்ணீர் குடிக்கும் சொம்பு, லோட்டா, கொஞ்சம் மாவு, வெல்லம். இவையே.''

காடுகளில் திரியும்போது வெளியேறும் வழி எது என்று தேடியதே இல்லை சித்தார்த்தன். இவர்கள் இருவரும் ஒரு முனைப்போடு இணைந்ததால் மரங்களில் ஏறி காட்டின் அடர்த்தி, விலங்குகள் நடமாட்டம், மேகங்களின் சூழல் இவற்றை அவதானிக்கும்படி அவர்களுக்கு வழி காட்டினான். வனத்தை இரண்டு நாட்களில் கடந்தனர்.

''இது ராஜ கஹமாயில்லாமலிருக்கலாம். மகத நாடு மிகவும் விரிந்தது. நாம் மற்றொரு நாட்டுக்கு வந்திருக்க வாய்ப்பில்லை'' என்றான் சித்தார்த்தன்.

ஊரை நெருங்கும் முன் நதிக்கரையில் ஒரு நாவிதரிடம் ஷவரம் செய்துகொண்டு ஊருக்குள் பிட்சை எடுக்க சித்தார்த்தன் சென்றபோது இருவரும் தயங்கினார்கள். ''நான் கலிங்கம் செல்லும் வழியை விசாரித்து வருகிறேன்'' என்று கூறி நகர்ந்தான் சித்தார்த்தன்.

கதிரவன் உச்சியை நெருங்கும்போது சித்தார்த்தனுடன் ஒருவர் குதிரை மீது வந்தார். ''இவர் வணிகத்துக்கென கலிங்கம் செல்பவர். உங்களுக்கு குதிரை ஏற்றம் தெரியுமா?''

''எனக்கு தெரியும்'' என்றான் அருண்.

''அவ்வாறெனில் மற்றொரு குதிரையில் என்னுடன் துணையாக வர நான் ஆட்களை தேடிக் கொண்டிருந்தேன். கலிங்கத்தில் அந்தக் குதிரையை விற்று நான் தேவையான பொருட்களை வாங்குவேன்'' என்றார் வியாபாரி.

''நாங்கள் கலிங்கத்தை அடைந்த பிறகு எங்கள் வழியில் செல்வோம்'' என்றான் சொரூப்.

அருணைப் பார்த்து ''நீ என்னுடன் வா. ஒரு ஜோடிக் குதிரையுடன் வருவோம்'' என்று அவனை அழைத்துச் சென்றார். அவர்கள் இருவரும் நகர்ந்தனர்.

''நீங்கள் ராஜ போகத்தை விட்டுவிட்டு பிட்சை எடுக்கக் காரணம் என்ன?'' என்றான் சொரூப்.

''நீங்கள் இருவரும் உங்கள் உறவினரை விட்டு நீங்கியது எதனால்?''

''எங்கள் கனவான வணிகத் தொழிலுக்கு எங்கள் கிராமத்து உறவும் சுற்றமும் அனுமதித்திருக்க மாட்டார்கள்... வேறென்ன?''

''அங்கே ஏற்ற சூழ்நிலை இல்லை என்றுதானே கிளம்பினீர்கள்? என்னுடைய தேடலுக்கு ஏற்ற சூழ்நிலை இல்லை என்றுதான் நானும் புறப்பட்டேன்.''

''தங்கள் தேடல் பற்றி நான் தெரிந்துகொள்ளலாமா?''

''பொருள் சேர்க்கதானே நீங்கள் இருவரும் கிளம்பினீர்கள்?''

''சந்தேகமின்றி.''

''பொருள் எதற்கு?''

''திருமணம் குழந்தைகள் என்னும் இல்லறத்திற்காகதானே ஐயா...''

''இளமையில் இந்தத் தேடல். முதுமையில் நடமாட வலு இருந்தாலே போதும் என்னும் ஏக்கம். இல்லையா?''

‘‘...’’

‘‘சொல் சொரூப். நான் கூறியது சரிதானே?’’

‘‘இருக்கலாம் ஐயா. நான் முதுமையைப் பற்றி நினைப்பதே இல்லை.’’

‘‘அவ்வாறெனின் மரணம் பற்றி?’’

‘‘மரணம் பற்றி நினைக்கும் வயதில்லை இது.’’

‘‘முதுமை, மரணம், இவற்றுக்கு அப்பாற்பட்ட உண்மையை, துன்பங்களுக்கு அப்பாற்பட்டு - துன்பங்களினின்று விடுதலை தரும் ஞானத்தை நான் தேடுகிறேன்.’’

அத்தியாயம்

14

கபிலவாஸ்துவின் தெருக்கள் எல்லாம் விழாக் கோலம் பூண்டிருந்தன. காலையின் எந்நேரத்திலும் மன்னர் வருகை இருக்கலாம் என எண்ணி மக்கள் வழி நெடுக இருமருங்கும் காத்திருந்தனர். வண்ணமிகு தோரணங்கள் அவர் செல்லும் வழியைத் தெரிவித்தன. மன்னரை மட்டுமன்றி மன்னர் குடும்பத்தில் அனைவரையுமே ஒரே நேரத்தில் காண்பதற்கு இது நல்ல வாய்ப்பு. பெண்கள் பெரிய எண்ணிக்கையில் குழுமியிருந்தனர். இளவரசர் சித்தார்த்தரின் மகன் ராகுலனை அவர்களில் மிகக் குறைவானோரே பார்த்திருந்தனர். யசோதராவின் நிலையை அவர்கள் மிகுந்த கரிசனத்தோடும், கவலையோடுமே நோக்கினார்கள். அந்தப் பெண்ணுக்கு ஏற்பட்ட நிலை எந்தப் பெண்ணாலுமே எதிர்கொள்ள இயலாத ஒன்று என்றே எண்ணினார்கள். யசோதராவையும் காணும் ஆவல் மிகுந்திருந்தது.

முதலில் வெண்மையான வாட்டசாட்டமான குதிரையில் ''மாமன்னர் சுத்தோதனர் வருகிறார். பராக் பராக்...'' என்று அறிவித்தபடியே ஒரு வீரன் வந்தான். நான்கு வரிசைகளில் நாற்பது குதிரைப் படைவீரர்கள் அவனைத் தொடர்ந்து வந்தனர். நூறு பேர் இருக்கலாம் என மதிப்பிடத்தக்க காலாட்படை வீரர்கள் அவர்களைப் பின்பற்றி வந்தனர். அவர்களுக்குப் பின் தகதகக்கும் தங்கக் கூரை கொண்ட தேர் மட்டான வேகத்தில் ஊர்ந்து வந்தது - மக்கள் மாமன்னரை தரிசிக்கத் தோதாக. காலாட் படையினரின் வேக நடைக்கு ஈடாக மன்னரின்

தேரில் மன்னரும் மகாராணியும் வீற்றிருந்தார்கள். அவருக்குப் பின்னே சித்தார்த்தனின் தேரில் யசோதராவும் ராகுலனும். அதற்குப் பின் பிரதான அமைச்சர், ராஜ குரு, மந்திரிகள், படைத் தலைவன் என அணிவகுத்தன தேர்கள். ராகுலன் அம்மா மடியில் உட்காராமல் எழுந்து நின்று தேரின் தூண்களைப் பற்றி உற்சாகமாய் வேடிக்கை பார்த்தபடியே வந்தான்.

நகரின் பிரதான வீதிகளைக் கடந்த தேர்களின், படைகளின் அணிவகுப்பு நகரைத் தாண்டி வயல் வெளிகள் தென்படும் நிலையில் வேகம் குறைந்து நிற்பதாய்த் தோன்றியது. கூட்டத்தின் நெரிசலையும் மீறி சில ஜனங்கள் தரையில் விழுந்து மன்னரை வணங்கினார்கள். கிட்டத்தட்ட எல்லோருமே கை கூப்பி வணங்கினார்கள்.

இறுதியாக மன்னரின் தேர் நின்ற வயல்வெளி அருகே நூற்றுக் கணக்கில் கிராமத்துப் பெண்கள் குழுமியிருந்தனர். மன்னரின் தேரருகே செல்ல அனுமதிக்கப்பட்ட இரண்டு பெண்கள் மன்னருக்கு ஆரத்தி எடுத்தார்கள். மன்னர் தேரை விட்டு இறங்கியதும் வரிசையாக நின்ற பெண்கள் மலர் தூவி வரவேற்றார்கள். நீர் இறைத்து இளகி இருந்த வயலில் மன்னர் இறங்கியதும் ‘‘மாமன்னர் வாழ்க... மாமன்னருக்கு வெற்றியுண்டாகட்டும்...’’ என்னும் கோஷங்கள் ஒருமித்துப் பெரிய குரலாக வெளிப்பட்டன.

யானைக்குச் செய்வதுபோல பட்டுத் துணி போர்த்தப்பட்ட இரண்டு எருதுகள் ஒரு விவசாயியால் நிலத்துக்குள் அழைத்து வரப்பட்டன. தங்கப் பூணிட்ட கலப்பை நுகத்தடியில் மாடுகள் பூட்டப்பட்டன. மன்னர் கலப்பையைச் சம்பிரதாயமாகத் தொட விவசாயி மாடுகளைத் தட்டிக் கொடுக்க அவை நகர்ந்ததும், ஒரு சேவகன் ஏந்திய தங்கத் தட்டிலிருந்த விதைகளை மன்னர் நிலத்தில் தூவினார். மன்னரை வாழ்த்தும் கோஷங்கள் மீண்டும் எழுந்தன.

மன்னர் மறுபடி தேரில் ஏறி அமர்ந்ததும் இரு வரிசையாக வந்த ஆண்களும் பெண்களும் கோலாட்டம் ஆடினர். மன்னர் மற்றும் பரிவாரங்கள் அந்த நாட்டியம் முடியும் வரை இருந்தனர். பிறகு சாரிசாரியாக ரதங்களும் வீரர்களும் மன்னரின் மாளிகைக்குப் புறப்பட்டனர்.

சற்று நேரத்தில் விரிந்து பரந்து வரப்புகளால் பிரிக்கப்பட்ட எல்லா நிலங்களுக்கும் மடை திறந்த நீர் பாய்ந்தது. மாடுகளும் உழைப்பாளிப் பாட்டாளிகளும் நிலங்களெங்கும் ஒரே சமயத்தில் இறங்கி நூற்றுக்கணக்கான கலப்பைகளுடன் உழத் தொடங்கியது கண்கொள்ளாக் காட்சியாயிருந்தது. மன்னர் செய்ததுபோல் ஒரு உழவு

உழுது அவர்கள் விதைக்கவில்லை. மேலும் மேலும் நீர் பாய்ச்சி நிலத்தை உழுது இளக்கும் பணியிலிருந்தார்கள். ராகுலன் சித்தார்த்தரின் அச்சு போன்ற வடிவமாய் இருப்பதாக மக்கள் பேசிக் கொண்டனர்.

●

வணிகருடன் இரு இளைஞர்களும் கிளம்பிச் சென்ற பின்பு, உதக ராம புட்டரின் இருப்பிடத்தை விசாரித்தபடி சென்றான் சித்தார்த்தன்.

ஒரே மாதிரியாக அனைவரும் மேற்குப் பக்கம் என்றனர். மேற்குத் திசையில் செல்லச் செல்ல ஒரு மலையே தென்பட்டது. சூரியன் மலைக்குப் பின்பக்கம் இறங்கத் துவங்கி இருந்தான். மலையில் ஏறாமல் அதைச் சுற்றி வருவதுபோல் அதை அவதானித்தபடியே நடந்தான். மாலை மங்கும் நேரம். சலசலவென்று ஓடும் நீரோடையில் மிகவும் குளிர்ந்த நீரைப் பருகி இளைப்பாறினான். நிமிர்ந்து பார்த்த போது பேரிரைச்சலின்றி வீழும் சன்னமான பல அருவிகளும் காடுகளுக்கு இடைப்பட்ட குடிலும் தென்பட்டன. இருட்டும் முன் முனைப்போடு மலையேறி குடிலை அடைந்தான். குடிலின் ஒரு மூலையில் கோரைப்பாய் சுற்றி வைக்கப்பட்டிருந்தது. மண் ஜாடிகள், மட்பாண்டங்கள், குவளைகள் தென்பட்டன. குடிலில் தன் சிறு துணி மூட்டையை வைத்துவிட்டு வெளியே வந்து அடுப்பைத் தேடினான். மூன்று கற்களுக்கு இடையே நீறு பூத்த நெருப்புத் துண்டுகள் தென்பட்டன. சிறிய குச்சியை அதில் வைத்து ஊதி ஒரு நெருப்புத் தழலை உருவாக்கி சில குச்சிகளை மேலும் இணைத்து சிறிய பந்தம்போல ஏந்தி குடிலுக்குள் வந்து அங்கே ஒரு மூலையில் இருந்த அகல் விளக்கை ஏற்றினான். குச்சிகளின் தழலைத் தணித்து வெளியே சென்று வைத்துவிட்டு வந்து தியானத்தில் ஆழ்ந்தான்.

தியானம் கலைந்து சித்தார்த்தன் கண் விழித்தபோது இரவு இரண்டாம் ஜாமத்தை எட்டியிருந்தது. நடு வயது கடந்த ஒருவர் அவன் அருகே அமர்ந்திருந்தார். ''வணக்கம் யோகியாரே. உங்கள் ஊரையும் பேரையும் தெரிந்து கொள்ளலாமா?''

''என் பெயர் சித்தார்த்தன். கபிலவாஸ்து எனது நாடு.''

''தாங்கள் மாமன்னர் சுத்தோதனரின் திருக்குமாரர் இளவரசர் சித்தார்த்தரா? தாங்கள் ராஜகஹம் வந்ததை அறிந்தோம். இங்கே தாங்கள் வந்தது குறித்து மெத்த மகிழ்ச்சி.''

''நான் உதக ராம புட்டரின் வழிகாட்டுதலில் யோகம் கற்க எண்ணி வந்தேன்.''

''என் பெயர் ஜெயசிம்மன். நான் சில காலமாக அவரது மாணவனாக முயன்று வருகிறேன்.''

அவர் 'முயன்று வருகிறேன்' என்று கூறுவது பணிவாகவா இல்லை உதக ராமபுட்டரிடம் மாணவனாகச் சேருவதே கடினம் என்று உணர்த்தவா?

''யோகி புட்டர் இன்னும் சற்று உயரத்தில் உள்ள குடிலில் இருக்கிறார். காலையில் தாங்கள் அவரை சந்திக்க இயலும். சில கிழங்கு வகைகளும் அரிசிச் சோறும் உணவாகத் தாங்கள் ஏற்று அருள வேண்டும்.''

இந்த மலைப் பகுதியில் பிட்சை பற்றிய பேச்சை எடுக்க விரும்பவில்லை சித்தார்த்தன். குறைந்த பட்சம் காய்கனிகளைச் சேமித்து சமைக்க எண்ணினான்.

●

''அமர கலாம என்னையா பரிந்துரைத்தார்?'' சற்றே வியப்புடன் கேட்டார் உதக ராம புட்டர்.

''நான் அவரின் கூற்றுப்படி - அதாவது அவர் தமக்கு தெரிந்ததை யெல்லாம் கற்றுக் கொடுத்துவிட்டேன் என்று குறிப்பிட்டபோதுதான் நான் கிளம்பினேன். ஆனால் அதற்கு சில காலம் முன்பே தங்களைப் பற்றி குறிப்பிட்டிருந்தார்.''

''ராஜகஹத்துக்கு தாங்கள் வந்து யோக சாதனைகளில் ஈடுபடத் துவங்கிய விவரம் எனக்கும் தெரிய வந்தது. அமர கலாம பற்றி தங்கள் கருத்தென்ன?''

இந்தக் கேள்வியை சித்தார்த்தன் எதிர்பார்த்திருக்கவில்லை. அமர கலாம உடன் தான் பயிற்சி பெறும் மாணாக்கனாக இருந்த நாட்களிலோ, அவரை விட்டு நீங்கிய இந்த சொற்ப காலத்திலோ அவரை எடை போட்டு மனதுள் சிந்தித்து இருக்கவில்லை.

''அவரை யோகத்தில் நிலைத்து நிற்கும் ஒரு சாதகராகவே கருதுகிறேன். நல்ல குரு. புலன்களை வென்ற மேம்பட்ட நிலையின் சின்னம்.''

''சரியாகச் சொன்னீர் சித்தார்த்தரே. அவர் யோகத்தில் நிலைத்தவர். அதில் ஒரு பூரணத்துவத்தை அவர் உணர்ந்து கொண்டிருப்பவர். தாங்கள் தமது தேடலில் யோகக் கலையையும் சேர்த்துக் கொண்டீர்களா?''

''ஒரு யோகியாகவோ அல்லது சம்சாரியாகவோ இருப்பது என்பது வேறு. ஞானம் என்னும் பேற்றை அடைவது வேறு. தங்கள் கருத்து இதுதானே யோகியாரே?''

''அதைக் குறிப்பிடவில்லை. தங்கள் லட்சியம் இதைத் தாண்டிய தொலை நோக்கு உள்ளது.''

''அது என்னை உந்தியதாலேயே நான் ராஜ போகத்தை விட்டு நீங்கினேன். தங்களைப் போன்ற, அமர கலாமவைப் போன்ற ஆசான்களின் வழி காட்டுதலின்றி நான் மேற் செல்லுதல் சாத்தியமா?''

புட்டர் மௌனமானார். ''மாணவர்கள் என்று வருகிற பலரும் ஒரு காலகட்டத்தில் யோகம் பயில்பவர்கள். அவர்களது நீண்ட காலத் திட்டம் அங்கேயிருந்து தொடர்வது அபூர்வமே. வயோதிகத்தில் குருவுக்குத் துணையாக ஓரிருவரே எஞ்சுவர். பலரும் குடும்ப வாழ்க்கைக்குத் திரும்புகிறவர்களே. உங்களைப் பொருத்த அளவில் ஒரு பளிங்கு போலவோ, ஒரு அமைதியான நீர்ப்பரப்பு போலவோ தங்கள் நிலையை தங்களுக்கே எடுத்துக் காட்டும் பணி என்னுடையதாக இருக்கும்.''

மறுநாள் காலையில் புட்டரின் குடிலுக்குச் சென்றபோது அவர் தியானத்தில் இல்லை. ஆழ்ந்த சிந்தனையில் இருந்தார்.

அவரது சிந்தனையைக் கலைக்காமல் அமர்ந்த சித்தார்த்தனுக்கு ராஜகஹத்தில் தன் பின்னே வந்த இரு இளைஞர்கள் நினைவுக்கு வந்தனர். அவர்களிடம் மரணம், துன்பம் என்னும் இருளைத் தாண்டும் தேடல் பற்றி குறிப்பிட்டதும் ஏதோ ஒரு அகந்தையோ, உடலோ அல்லது புலனோ தன்னை இழுத்துப் பிடித்துக் கொண்டுதான் இருக்கிறது. நூற்றாண்டு கால இருளையும் ஒரு நொடியில் விரட்டும் சுடரை அது தடுத்து நிறுத்திக் கொண்டிருக்கிறது. தனக்குள் அந்த வெளிச்சம் பரவாமல் இருளையும், இருள் நீக்கிப் பெரு நிலை தந்த வெளிச்சத்தையும் உலகுக்கு எங்கே உணர்த்துவது?

திடீரென அவனை கவனித்தார் புட்டர். ''சித்தார்த்தரே, தாங்கள் கடுமையான உபவாசம், நீண்ட நேர தியானம் இதையெல்லாம் செய்வதன் பயன் என்ன? அதை உணர்ந்திருப்பீர்கள் இல்லையா? என்ன பலனை உணர்ந்தீர்கள்?''

''துவக்கத்தில் இறந்த காலம் சமகாலத்தை ஊடுருவி என் தேடலில் உள்ள நிலைப்பையே பல சந்தர்ப்பங்களில் கேள்விக்குறி ஆக்கியது. தியானம் என்னும் தினசரி நியமம் எனக்கு ஒரு புதிய ஆற்றலை

கொடுக்கிறது. தியானம் நான் என் தேடலில் முன் செல்லும்போது என்னை பின்னுக்கிழுக்கும் பாரத்தை ஒன்றுமில்லாமற் செய்து விடுகிறது.''

''அகம்பாவமும் இச்சைகளும் தரும் பற்று மட்டுமே தடை என்று நீங்கள் எண்ணியிருப்பீர்கள் சித்தார்த்தரே. துவக்ககால மனநிலைக்கு அது பொருத்தமான அணுகுமுறையே. ஆனால் யோக சாதனை தரும் ஆன்மீக ஆற்றலும் அகம்பாவத்தின் சாயல் உள்ளதே. ஒரு மல்லனுக்கு தன் உடலின் வலு பற்றிய மமதைபோல யோகிக்கு உள்ளேயும் சிறிய கர்வம் சத்தமின்றி உள் நுழைந்திருக்கும்.''

''அதை இனங்கண்டு களைவது எவ்வாறு யோகியாரே?''

''ஆத்ம சோதனையான விசாரங்களில், ஒரு சுயவிமர்சனத்தில் நீங்கள் ஈடுபட்டே இருக்க வேண்டும். லட்சியத்துடன் ஐக்கியமாவது என்பது ஒரு குறுகிய கால இலக்காக இருப்பதே உத்தமம். விடுதலை என்பது ஒரு பெருநிலைக்கு பரிணமிப்பது. அந்த பரிணாமம் என்பது லட்சியத்தின் வரையறைகளுக்குள் அடங்க முடியாதபடி பிரம்மாண்டமானது.''

அத்தியாயம்

15

மகாராணி பஜாபதி கோதமி, மகன் நந்தாவின் நெற்றியின் மீது ஈரத்துணியை மாற்றிக் கொண்டிருந்தார். ஒரு பணிப்பெண் மென்மையான குரலில் ''ராஜகுமாரி யசோதரா அவர்களும் குழந்தை இளவரசர் ராகுலனும் தங்களை காண வருகிறார்கள்'' என்றாள்.

சற்று நேரம் கழித்து ராணி கோதமி தனது அறைக்குள் நுழைந்தபோது யசோதரா எழுந்து அவர் பாதம் தொட்டு வணங்கினாள். ராகுலனிடம் வணங்கும்படி கூற அவன் மலங்க மலங்க விழித்தான். யசோதரா அவனைக் கட்டாயப்படுத்தவில்லை.

''நந்தா மல்ல தேச விஜயம் முடித்து திரும்பி வந்திருக்கிறார் என்று கேள்விப்பட்டேன். அவரை காண வந்தேன். நந்தா கிளம்பும்போது ராகுலனுக்கு ஒரு வயதுகூட நிறைந்திருக்கவில்லை. இப்போது தனது சித்தப்பாவைக் கண்டு அவனும் சந்தோஷப்படுவான்.''

''நந்தா ஜுரம் வந்து படுத்திருக்கிறான். நீ அண்ணி என்னும் முறையில் அவன்தான் உன்னை காண வந்திருக்க வேண்டும்.''

''அத்தை... அவர் ராகுலன் பிறக்கும் வரை எங்கள் இருவரின் மகன் என்னும் ஸ்தானத்தில்தான் இருந்தார். நன்கு ஓய்வெடுக்கட்டும். நான் தொந்தரவு செய்யாமல் முகத்தை பார்த்துவிட்டு வருகிறேன்.''

யசோதரா உள்ளே மெதுவாக நுழைந்தாலும் நந்தா விழித்திருந்ததால் அவன் ''அண்ணி, வாருங்கள்'' என்று இரு கை கூப்பி எழுந்து உட்கார்ந்தான்.

''எப்படி இருக்கிறீர்கள் தம்பி?'' என்று அவன் நெற்றியில் கை வைத்துப் பார்த்தாள். கொதித்தது. ''படுங்கள் தம்பி. பிறகு வருகிறேன்.''

''அண்ணன் கண்டிப்பாக திரும்பி வருவார் அண்ணி... நம்மை யெல்லாம் அவர் மிகவும் நேசித்தார்.'' யசோதரா அவன் கண்களைக் கூர்ந்து பார்த்து ''முதலில் உடல் நலம் தேறட்டும் தம்பி'' என்றாள்.

''ராகுலன் வந்திருக்கிறானா அண்ணி?''

''என்னோடுதானே இருந்தான்...'' என்று யசோதரா திரும்பிப் பார்த்தபோது அவன் அறையில் கதவின் அருகே நின்று எட்டிப் பார்த்தபடி ஓடிவிடலாமா என்பதுபோல நின்றிருந்தான்.

''உள்ளே வா... இதுதான் உன் சித்தப்பா நந்தா'' என்றாள். உடனே ராகுலன் ஓட ஒரு பணிப்பெண் அவனைப் பின்தொடர்ந்தாள்.

''பிறகு பேசுவோம் தம்பி. மல்ல நாட்டில் உங்கள் அனுபவங்களை தெரிந்துகொள்ள எனக்கும் ஆவல்தான்.''

''மல்ல நாட்டிலிருந்து நிறைய பரிசுகள் அனுப்பி இருக்கிறார்கள். அம்மாவின் அறையில்தான் இருக்கின்றன.''

ராணிபஜாபதியின் மிகப் பெரிய அறையில் பத்துப் பதினைந்து நீள் சதுரப் பெட்டிகள் மூங்கிலால் ஆனவை இருந்தன. ''வா, திறந்து பார்'' என்று ராணி கோதமி அழைத்தும் ராகுலன் தயங்கி நின்றான்.

ஒரு பணிப்பெண் திறந்த முதல் கூடையில் பட்டுத் துணியில் சுற்றப்பட்ட குதிரைகள் பூட்டிய தேர் ஒன்று. மரத்தால் செய்யப்பட்ட பொம்மை. ஒரு கரு நாகத்தின் பொம்மை மற்றொரு பெட்டியில் இருந்தது. ராகுலன் வியப்போடு அதைப் பார்த்தான். ''நீ நாகத்தை இன்னும் பார்த்ததே இல்லை ராகுலா'' என்றாள் யசோதரா.

முழு நீள அளவுள்ள ஒரு மர உருளை. அதை பணிப்பெண் கையில் எடுத்தபோது ஒரு பக்கம் ஒரு மரப்பந்தின் சிவப்பு வண்ணம் பாதி பந்தின் அளவு தென்பட்டது. அவள் கையை அசைத்ததும் அது மறு பக்கம் சிவப்பு அரைப் பந்தாகத் தென்பட்டது. அப்போது மறுபக்கம் வெறும் வட்ட வடிவத் துளை மட்டுமே தென்பட்டது. ராகுலன அதைக் கையில் வாங்கி இப்படி அப்படி அசைத்து மகிழ்ந்தான். சாண்

உயர யானை பொம்மை தேக்கு மரத்தால் செய்யப்பட்டு வெள்ளைத் தந்தங்கள் கூராய் நீட்டியிருக்க காண அழகாயிருந்தது. ஒரு மரத்தில் அது கட்டப்பட்டிருந்தது. அதன் கால்கள் நுணுக்கமான மரச் சங்கிலி வைத்துப் பிணைக்கப்பட்டிருந்தன.

சிறிய புல்லாங்குழல், யாழ், தபலா, உடுக்கை, புல்புல்தாரா என இசைக்கருவிகள் சிறு வடிவில் இருந்தன.

சிறிய மரச்சக்கரங்கள் பொருத்தப்பட்ட இரு அடி உயரமுள்ள மரக் குதிரை ராகுலனுக்கு மிகவும் பிடித்திருந்தது. அவன் அதில் ஏறி அமர ஒரு பணிப்பெண் அதைத் தள்ளிச் செல்ல அவன் குதூகலமாய்ச் சிரித்தான்.

''இதைத் தவிர பட்டுப் புடவைகளும் அணிகலன்களும் வந்திருக்கின்றன'' என்று ராணி ஒரு மரக்கட்டிலின் அருகே சென்றார். தங்க நகைகளும் பட்டுப் புடவைகளும் கம்பளிச் சால்வைகளும் கண்களைப் பறித்தன.

''மன்னருக்கு ஒரு தங்க வாளை பரிசாக அனுப்பியிருக்கிறார்கள். அதன் உறை முழுவதும் தந்தத்தால் ஆனது'' என்றார் மகாராணி. பணிப்பெண் ஒருத்தியைப் பார்த்து அவர் கண்ணசைக்க அவள் மற்ற பணிப் பெண்களையும் அழைத்துக்கொண்டு வெளியேறினாள்.

''நந்தாவுடன் இதைச் சுமந்து பணியாட்கள் மட்டும் வரவில்லை. ஒரு லிகிதமும் வந்துள்ளது. அதை அந்நாட்டு மகாமந்திரியே கொண்டு வந்திருந்தார்.''

''என்ன விசேஷமான செய்தியை அவர் லிகிதத்தில் கொண்டு வந்திருந்தார்?''

''அவர்கள் நாட்டு இளவரசியான ஜனபாத கல்யாணிக்கு நந்தாவை அவர்கள் மணம் முடிக்க விரும்புகின்றனர்.''

''மிகவும் நல்ல செய்தி அத்தை. சுபமான அந்த வைபவம் விரைவில் நிகழட்டும்.''

''எனது விருப்பமும் அதுவே. அவள் சிறுமிதான். பூப்பெய்தவில்லை. தவிர மகாராஜா ஜோதிஷ விற்பன்னர்களை ஆலோசித்தபோது இன்னும் இரண்டு வருடங்களில் அல்லது அதிக பட்சம் மூன்று வருடத்துக்குள் சித்தார்த்தன் புகழின் உச்சியை எட்டி உலகம் போற்ற வலம் வருவான். கபிலவாஸ்துவுக்கு திரும்ப வருவான்'' என்றே கணித்திருக்கிறார்கள்.''

''ஜோதிட சாஸ்திரம் சொல்வதே நடக்கட்டும். நம் பிரார்த்தனையும் அதுவேதான். ஆனால் ராகுலனின் தந்தை வருவதையும், நந்தா திருமணத்தையும் ஏன் சம்பந்தப்படுத்தி சிந்திக்க வேண்டும்? பூப்பெய்தும் முன்போ, பின்போ திருமணம் செய்வது உகந்த நல்ல நேரத்தைப் பொருத்து அமையலாம். பெரியவர்கள் உங்களுக்கு தெரியாததில்லை.''

''யசோதரா தற்போது மன்னருடைய கனவெல்லாம் நந்தாவின் திருமண வைபவத்தின்போது ராகுலனுக்கு இளவரசப் பட்டம் சூட்டி சித்தார்த்தனிடம் ஆட்சிப் பொறுப்பை ஒப்படைப்பதே.''

''ராகுலனின் தந்தை வழியில் ராகுலன் செல்வதை உறுதி செய்வதே என் பணி. என் மனம் உறுதியாய்ச் சொல்லுகிறது - எந்த அறையில் எங்கள் இருவரையும் விட்டுச் சென்றாரோ அங்கேயே எங்களை ஏற்றுக் கொள்வார்.''

''என் விருப்பமெல்லாம் அதுவேதான் யசோதரா. நந்தா பிறந்த பின்பும் கூட என் மகன் என்றால் முதலில் நினைவைத் தொடுவது சித்தார்த்தன்தான். அவன் இல்லாத ஒரு வாழ்க்கையாக இது இருக்கவே இருக்காது.''

''தங்கள் பாசமும் தாயன்பும் தாங்கள் சொல்லி தெரிய வேண்டியதில்லை அத்தை. பெண்களின் உலகம் தாயன்பிலும் பதிவிரதா தர்மத்திலும் எளிதாக இருந்தாலும் பூரணமாக இருக்கும். ஆனால் மன்னரின் எதிர்பார்ப்புகள்தான் எனக்கு அச்சமளிக்கின்றன. தமது லட்சியத்தில் இருந்து என் கணவர் பிறழும் சாத்தியங்கள் இருப்பதாக எனக்கு தெரியவில்லை.''

ராணி கோதமி பதிலேதும் கூறவில்லை. சென்ற முறை ஜோதிடம் சொன்னதுபோல நடந்ததால் அதுவே மறுபடியும் நடக்கும் என்று நம்புகிறார். கபிலவாஸ்துவுக்கு வரும் சித்தார்த்தன் தனது மகன், மனைவி, தம்பி, அம்மா, அப்பா என்னும் இந்த அன்பு உலகை நிராகரிப்பானா? யசோதராவின் தெளிவு திட்டவட்டமானது. என்னிடம் தெளிவில்லை. ஆனால் அவன் மீது பிடிமானமும் பந்தமும் எனக்கும் இருக்கிறது. கபிலவாஸ்து வரும்போது சித்தார்த்தன் என்ன முடிவெடுப்பான்... எங்களுக்கும், குழந்தைக்கும் மன்னருக்கும் என்ன வழி காட்டுவான்?

●

''சித்தார்த்தரே! தியானம், ஆழ்நிலை தியானம், குண்டலினி யோகம், சமாதி, நிர்விகல்ப சமாதி இந்த நிலைகளை என்னுடைய எளிய

வழிகாட்டுதலில் இந்த ஓராண்டுக்குள் தாங்கள் செழுமைப்படுத்திக் கொண்டீர்கள். நான் மறுபடி தங்களுக்கு நினைவு படுத்துவதெல்லாம் உங்கள் தருக்க அறிவை, யோக ஆற்றலின் அகம்பாவத்தை, ஏன் உங்கள் தேடலின் தடத்தையே கூட தாண்டி நீங்கள் அகழ்ந்து அகழ்ந்து தோண்டி ஆன்மாவின் ஆழத்திலிருந்து - பிறிதொன்றாக - முற்றிலும் வேறான ஒளி வீசும் ஞான விளக்காக வெளிப்பட வேண்டும். சிந்தனையின் தீவிரமும் அகம் அழிந்த ஒப்பற்ற புரிதலின் இடையே ஆன ஒரு போராட்டமுமாக அது நிகழும். யோக சாதனையின் மறுபக்கமான அகம். அந்த அகம் தரும் போதையைப் பற்றி மட்டுமே எச்சரிக்கை செய்வேன்.''

''ஞானம் அருகில் வருவதுபோல இருக்கிறது புட்டரே. ஆனால் நழுவி விடுகிறது. தனது கருப்பையிலிருந்து தானே பிறந்து வருவது போல - எது என் முயற்சி சார்ந்தது - எது எனக்குள்ளே இருப்பது என்பது பற்றிய போராட்டம் நடக்கிறது. ஆனால் இடையறாது நடக்கவில்லை.''

''காட்சிகளை அவதானிக்கிறீர்களா சித்தார்த்தரே? காட்சிகளில் காணப்படுவது மாயையாகவும் நிஜமாகவும் இரண்டுமாகவுமே இருப்பதை உணர்ந்தீர்களா? எது மாயை? எது நிஜம்?''

''எல்லாமே நிஜம் எல்லாமே மாயை என்று பொதுப்படையாகத் தோன்றுகிறது. அப்படிப்பட்ட ஒரு அவதானிப்பு மேம்போக்கானதோ என்று ஐயமும் கூடவே எழுகிறது.''

''ஒரு உதாரணம் சொல்கிறேன். உங்கள் கருத்தைச் சொல்லுங்கள் சித்தார்த்தரே. ஒரு இரவு நேரம், மழையில் ஊறிய ஒரு கயிறு ஒருவன் காலில் பட்டதும் அவன் சறுக்க, அவன் அது வளைந்து அவன் காலைச் சுற்றியதுபோல பதறி, அஞ்சி, உதறி ஓடுகிறான். பாம்பை நிஜமாகவே மிதித்தவுடன் வரும் அதே அதிர்ச்சி அனுபவம்தான் இவனுடையதும். இந்நிலையில் அது கயிறா பாம்பா?''

''கயிறுதான்.''

''பாம்பை மிதித்த பதற்றத்தை அது கொடுத்ததே சித்தார்த்தரே...''

''பாம்பு அங்கே ஊர்ந்திருக்கும் அச்சத்துடன் அவன் நடமாடியதும் - ஏற்கெனவே மிதித்த, தனது அல்லது பிறரது அச்சம் மிகுந்த அனுபவமும் -இரண்டும் மறுபடி அவனுள் வெளிப்படுவது உண்மை. ஆனால் பாம்பு மாயை.''

''மனம் எதை தரிசிக்கிறதோ, உணருகிறதோ, அனுபவிக்கிறதோ அதுதானே நிஜம் சித்தார்த்தரே...''

''அதுவே இறுதியானதாக இருக்கட்டும். இதை காட்சிகளில் எப்படி பொருத்திப் பார்ப்பது புட்டரே?''

''காட்சியின் தோற்றம் ஒன்று, நிஜம், அதாவது அதன் உண்மை வடிவம் இரண்டு மற்றும் நம் மனதில் வெளிப்படும் விதம் என்னும் மூன்றாவதான பரிமாணம்... இப்படி மூன்று பரிமாணங்கள் இருக்கின்றன. இந்த மூன்றையும் பிரித்துப் பார்ப்பவனாகவும், அதை மூன்றாக விளங்கிக் கொள்ளுபவனாகவும் பரிணமிக்க வேண்டிய கட்டாயம் ஞானத்தேடலில் அடிப்படையாகும் சித்தார்த்தரே.''

சித்தார்த்தன் ஸ்தம்பித்து நின்றான்.

''ஞானம் என்ற ஒன்றே ஒன்றை உணர, இரண்டை, மூன்றை உணர வேண்டும். அதாவது இரண்டாகவும், மூன்றாகவும் பரிமாணங்கள் இருக்கலாம். அவை தோற்றம் மற்றும் அனுபவத்தின் கலவைகள். இந்த தோற்றத்தை, அதாவது தென்பட்டதும் - உள்ளார்ந்த அனுபவமும், மாயையை - நிஜத்தை இடம் மாற்றும் வித்தையை தாண்டிச் செல்வது ஒரு போராட்டம். அப்படி முன்னே நகரும் முனைப்பை ஒட்டி அதற்குத் துணையாக தியானமும் சமாதியும் நிகழ வேண்டும். அவை சாதனைகளாகத் தனித்து நின்றால் அகம்பாவமே எஞ்சும்.''

அத்தியாயம்

16

‘‘என்னை பிடி பார்க்கலாம்’’ என்று ராகுலன் ஓட நந்தா துரத்திக்கொண்டு ஓடினான். உப்பரிகையிலிருந்த யசோதரா மற்றும் ராணி பஜாபதி கோதமி கண்ணில் இருவரும் மின்னலாகத் தோன்றி மறைந்ததுதான். திடீரென மாடிப்படியில் தடதடவென இருவரும் ஓடி வரும் சத்தம் கேட்டது. ‘‘அண்ணி ராகுலனை நான் பிடித்து விட்டேன். அவன் தோற்றுவிட்டான். அதை ஒப்புக்கொள்ளச் சொல்லுங்கள்’’ என்றான். ‘‘நேற்று மாலை என்ன நடந்தது என்று நானும் சொல்கிறேன். கீழே உப்பரிகைக்கு வரும் படிக்கட்டுக்கு அருகே, அடுத்தடுத்து இரு தூண்கள் இருக்கின்றன அம்மா. நேற்று இரண்டு தூண்களிடையே இருந்த இடைவெளியில் நான் நுழைந்து வெளியே வந்தேன். இவனால் இயலவில்லை’’ என்றான் ராகுலன். சில நொடிகளுக்குள் ‘‘இப்போது என்னை பிடி பார்க்கலாம்...’’

‘‘ராகுலனுக்கு ஆறு வயதே முடியப் போகிறது இல்லையா?’’

‘‘ஆம் அத்தை. வரும் ஆவணியுடன் அவன் ஆறாம் வயதை பூர்த்தி செய்கிறான். நந்தாவின் தோளுக்கு சற்று கீழ்வரை உயர்ந்துவிட்டான். அவரைப்போலவே நல்ல உயரமும் அழகுமாக வருவான்.’’

‘‘சித்தார்த்தன் இன்னும் மகத நாட்டில்தான் இருக்கிறான். ஆனால் உதகராம புட்டரின் சீடனாக இல்லை. தெரியுமா?’’

‘‘கேள்விப்பட்டேன் அத்தை. நம் ராஜ்ஜியத்திலிருந்து பிராமணர் கௌடின்யரும் இன்னும் நால்வரும் ராகுலனின் அப்பாவின் சீடர்களாக அவரின் பின்னே செல்கிறார்களாமே?’’

‘‘கௌடின்யர் சித்தார்த்தனை விட வயதில் மூத்தவர். அவன் பிறந்தபோது மகானாக வருவான் என்றும் மன்னாக ஆகமாட்டான் என்றும் ஜோதிடம் கூறி மன்னரின் கோபத்துக்கு ஆளானவர்.’’

‘‘ஓரளவு மூத்தவர் தன்னை விட வயதில் இளையவராகவும் ஒரு க்ஷத்திரியராகவும் இருப்பவரிடம் சீடராகச் சேருவது வியப்பாக இருக்கிறது அத்தை.’’

‘‘எனக்கு மற்றொரு வியப்பும் இருக்கிறது. ஷ்ரமண மார்க்கத்தால் பல வேறு குல இளைஞர்கள் ஈர்க்கப்பட்டு வைதீக மதத்தின் சம்பிரதாயங்களை ஒதுக்கி ஷ்ரமண வழியை ஏற்பதில் ஆச்சரியமில்லை. மிகுந்த பட்டினியும் கட்டுப்பாடுகளுமாக இருக்கும் இவ்வழி பிராமணர்களுக்கு எவ்வளவு தூரம் ஒத்து வரும் என்பது எனக்கு ஆச்சரியமாக இருக்கிறது.’’

‘‘அவர்கள் இளவரசர் மீது வைத்திருக்கும் அளவிட முடியாத நம்பிக்கைக்கும் மரியாதைக்கும் இதுவே அடையாளம். அதேசமயம் மன்னரும், தாங்களும், நந்தாவும், நானும், ராகுலனும் நாம் எல்லோருமே அவரைதானே நம்பி இருக்கிறோம்?’’

‘‘சித்தார்த்தன் மீது அவர்கள் வைத்திருக்கும் பிடிமானமும் விசுவாசமும் குரு சிஷ்ய அடிப்படையிலானது. ஆனால் நம் எதிர்பார்ப்பு குடும்பப் பிணைப்பு காரணமானது. சித்தார்த்தன் குடும்பம், ராஜாங்கம் என்று மனம் மாறினால் மட்டுமே நமது நம்பிக்கை வீண் போகாது.’’

‘‘சீடர்களாக பிறரை ஏற்குமளவு முழுமையாக ஆன்மீகத்திலேயே ஈடுபட்டுவிட்ட அவர் மனம் மாறி குடும்பம் என்று திரும்புவார் என்பது ஐயமே...’’

‘‘ராகுலன் அவரின் வாரிசாகதான், அவரது வழிகாட்டுதலில்தான் செல்வான் என்று நீ அடிக்கடி கூறும் போதெல்லாம், எனக்கு ஒரு அச்சம் உண்டு. சித்தார்த்தன் தனது ஆன்மீக வழியிலேயே பெரிய மகானாக உயர்ந்துவிட்டால் உன் எதிர்பார்ப்பு வீணாகுமே யசோதரா...’’

‘‘உலகமே அவரை மகானாக ஏற்று வழி நடந்தால் சொந்த மகன் ராகுலனுக்கும் அதுவேதான் அத்தை.’’

''நீயும் நானும் அவ்வாறு சித்தார்த்தனின் வழியில் செல்லலாம். ராகுலன் சாக்கிய வம்சத்தின் அடுத்த மன்னராகும் வாரிசு இல்லையா? உணர்ச்சிவசப்படாமல் யோசி.''

''இல்லை அத்தை. உலக நன்மைக்காக சாக்கிய வம்சத்து சித்தார்த்தர் என்னும் இளவரசர் தன் குடும்பத்தை மட்டுமா துறந்தார்? இல்லை. ராஜாங்கத்தையும் ராஜ போகத்தையும் சேர்த்தே தானே துறந்தார்? அந்த அளவு அது உயர்ந்தது உலக நன்மைக்கான உத்தமமான வழி என்றால் அவரின் அந்தப் பாதையில் செல்லுவது எனக்கும் ராகுலனுக்கும் கடமைதானே? எந்த அறையில் என்னை விட்டு நீங்கினாரோ அதே அறைக்கு நிச்சயம் அவர் வருவார். அப்போது அவர் மனமறிந்து எவ்வழியானாலும் அவர் வழியில்தான் செல்வேன்.''

•

நேரஞ்சர நதிக்கரையில் கௌடின்யன், சித்தார்த்தன் இருவரும் அதிகாலையில் நீராட வந்து கொண்டிருந்தனர். சித்தார்த்தனது உடல் எலும்புக்கூட்டுக்குத் தோல் போர்த்தியதுபோல இருந்தது. ஒளி வீசும் இரு கண்களும் இரு குழிகளுக்குள் தெரிந்தன. பலகாலமாக மழிக்கப் படாத சிகை தலையுச்சியில் ஒரு கொண்டையாக முடி போடப் பட்டிருந்தது. உணவின்றியும் ஓய்வின்றியும் உடல் பலவீனமாக, கைகள் நடுங்கின.

''என் தேடலில் நீங்கள் இத்தனை நம்பிக்கை வைத்து, பசி பட்டினி அலைச்சல் என்று பாதிக்கப் பட்டிருக்கிறீர்கள் கௌடின்யரே...''

''இளவரசர் சித்தார்த்தரே! ஷ்ரமண வழி கடுமையான உபவாசம் கொண்டது என்பது நாங்கள் அறிந்ததே. ஒரு ராஜவம்சத்தினரான தாங்களே இத்தனை உபவாசமும் கட்டுப்பாடுகளுமான யோகியாகி விட்டீர்கள். யோக சாதனையில், ஞான சித்திக்கான தேடலில் உறுதியாய் நிற்கிறீர்கள். எங்களுக்கு அதுவே வழி காட்டுதல்.''

''வைதீக மார்க்கத்தில் வருணப் பிரிவு மட்டுமல்ல. மிருக பலிகளும் போகங்களும் அதீதமாயிருக்கின்றன. அதே சமயம் ஷ்ரமண மார்க்கத்தில் உள்ள கடுமையான உபவாசமும் அதீதமென்றே தோன்றுகிறது. உங்களை பார்க்கும்போது எனக்கு கவலையாயிருக்கிறது.''

கௌடின்யரும் சித்தார்த்தனும் நதியை நெருங்கிவிட்டனர். அவர்களைப் பின்தொடர்ந்து வந்த நான்கு சீடர்களும் நீராடத் தயாராகிக் கொண்டிருந்தனர்.

கோவணத்துடன் நதியில் இறங்கிய சித்தார்த்தன் களைப்பு மிகுதியில் மயங்கி விழுந்தான். ''பஸ்பா, மஹாநாமா...'' எனக் குரலிட்டு கௌடின்யன் அழைக்க மூவரும் விரையும் நதி நீரோட்டத்தில் அடித்துச் செல்லப்பட இருந்த சித்தார்த்தனை முதலில் பற்றிப் பிடித்தனர். கௌடின்யரை நகரச் சொல்லிவிட்டு பஸ்பாவும், மஹாநாமாவும் ஒருவர் முதுகுப் பக்கமாக சித்தார்த்தனின் இரு கைகளின் கீழே தன் கைகளை விட்டும், இன்னொருவர் இரு கால்களைப் பற்றியும் தூக்கினர். இதற்குள் பாஸிகாவும், அஸ்வஜித்தும் உள்ளங்கைகளிலேயே தண்ணீரை எடுத்து வந்து சித்தார்த்தனின் முகத்தில் தெளித்தனர்.

''ஊருக்குள் சென்று இடையர்களிடம் பால் கேட்டு வாங்கி வா'' என்றதும் அஸ்வஜித் விரைந்தான். பரிவிராஜர்களாக அறுவரும் அலைந்து கொண்டிருந்ததால் குடில் ஏதும் இல்லை. ஒரு வேட்டியை விரித்து ஒரு துணி மூட்டையைத் தலையணையாய் வைத்து மறுபடியும் நீர் தெளிக்க சித்தார்த்தன் விழிகள் அசைந்தன. முழுமை யாக மயக்கம் தெளியவில்லை. புத்திசாலித்தனமாக அஸ்வஜித் கிராமத்திலிருந்து ஒரு சிறிய மரக் கரண்டியைக் கொண்டு வந்திருந்தான். காய்ச்சி இருந்த பால் அவன் கொண்டு வருவதற்குள் சிறிதே ஆறி இருந்தது. மண் கலயத்தில் இருந்த பாலை மரக் கரண்டியில் எடுத்து கௌடின்யன் சித்தார்த்தன் வாயில் புகட்டினான். சிறிய அளவு பால் உள்ளே சென்றதும் சித்தார்த்தன் சுய நினைவுக்கு வந்தான்.

சேனானி கிராமத்தின் மிகப் பெரிய பண்ணையார் உதயபுத்திரனின் விசாலமான வீடும் தோட்டமும் காண்பவர் யாரையும் கவரும். நேரஞ்சர நதியின் பின்புலத்தில் அது ரம்மியமான தோட்டங்களுடன் இருந்தது.

அதிகாலையில் சுஜாதா தன் கணவனை எழுப்பினாள். ''நான் ஆலமரத்திடம் ஒரு வேண்டுதல் செய்திருந்தேன். உங்களுக்கு நினைவிருக்கிறதா?''

உதயபுத்திரன் கண்களைக் கசக்கியபடியே ''நினைவிருக்கிறது சுஜாதா. இன்று அதிகாலையில் அதற்கு என்ன வந்தது?''

''ஆலமரம் ஒரு கடவுள் வடிவில் நேரில் வந்து நான் படைக்கும் பால் பாயசத்தை அருந்துவதாக நேற்றிரவு கனவு கண்டேன்.''

''ஒரு கனவை இவ்வளவு முக்கியப்படுத்தி விடியும் முன்னே என்னை எழுப்பி சொல்லவேண்டுமா சுஜாதா? போய் நீ உன் வேலையைப் பார்.''

அவனுக்குத் தன் வேண்டுதலின் அருமை தெரியவில்லை. அழகும் பணமும் இருந்தும் திருமணம் தள்ளிக்கொண்டே சென்றது. அப்போது ''ஆலமரமே! நான் உனக்கு பாயசம் படைப்பேன். நேரஞ்சன நதியே நீயே சாட்சி'' என்று வேண்டிக்கொண்டதால்தானே நல்ல கணவனும் ஒரு ஆண் பிள்ளையும் கிடைத்தார்கள். வேண்டுதல் பூர்த்தியாகும் வேளை வந்துவிட்டது. இல்லையென்றால் கனவு ஏன் வர வேண்டும்?''

''இன்று முதல் நீங்கள் மட்டும் மாலை உணவு அருந்துங்கள்'' என்றான் கௌடின்யன் சித்தார்த்தனிடம்.

வழக்கமாக பிட்சை என்பது காலை ஒரு முறைதான். அதில் எந்த மாற்றமுமில்லை. அந்தப் பிட்சையில் கிடைப்பது மதியம் உணவாகவும் அதாவது ஒரு நாளின் ஒரே வேளை உணவாகவும் இருக்கும். ஆனால் அன்று மயங்கி விழுந்த பின் ஒரு மாற்றத்தைப் பரிந்துரைத்தது கௌடின்யன்தான். காலையில் பிட்சையில் வரும் கனிகளை பசுவுக்கு அளிப்பது வழக்கம். அதை மாற்றி மாலையில் சில கனிகளை உண்ணும்படி அவனும் ஏனைய சீடர்களும் வேண்டிக் கொண்டனர். சித்தார்த்தன் அதை அவர்கள் ஐவருக்கும் பொதுவான பழக்கமாக்கியது கௌடின்யனுக்கு மிகவும் உறுத்தலாக இருந்தது.

''கௌடின்யரே, ஆறு ஆண்டுகள் கழிந்துவிட்டன. கடுமையான உபவாசங்களையும் கட்டுப்பாடுகளையும் கொண்டிருந்தேன். இப்போது நீங்களும் சேர்ந்துகொண்டீர்கள். ஷ்ரமணத்தின் கடுமை மிகுந்த உபவாசங்களுக்கும் மறுபக்கம் வைதீகத்தின் சடங்கு முறைகளுக்கும் இடைப்பட்ட ஒரு மார்க்கம் இருக்கலாம். அதை நான் பரிட்சித்துப் பார்த்து, ஞானம் சித்திப்பதில் தடை ஏதும் இல்லை யென்றால் உலகுக்கும் சொல்வேன். ஆன்மீகம் தேடும் முனைப்பில் சடங்கு சம்பிரதாயங்களை பின்னுக்கு தள்ளிய சுதந்திர சுவாசமே ஷ்ரமண மார்க்கம். அதே திசையில் மற்றுமொரு புதிய இடைப்பட்ட மார்க்கத்தைப் பற்றி சிந்திக்கிறேன். எதிர்காலம் மட்டுமே இதற்கு விடையளிக்க முடியும்.''

மறுநாள் சீடர்கள் ஐவரும் விழித்தெழுந்தபோது சித்தார்த்தன் தென்படவில்லை.

சுஜாதாவின் உள் மனம் நேற்று நிறைவேறாமற் போன ஆலமரக் கடவுளுக்கான படையல் இன்று கண்டிப்பாக நடந்தேறும் என்று சொல்லிக்கொண்டே இருந்தது. ஏதோ ஒரு தைரியத்தில் காலை எழுந்த உடனேயே பாலும் பாலில் வெந்த அரிசியுமான பாயசத்தைச் சுண்டச் சுண்டக் காய்ச்சி நெய் சேர்த்து வைத்திருந்தாள். முதல் நாள்

பல முறை ஆலமரம் சென்று பார்த்து வந்தாள். இறைவன் வரவே இல்லை.

மாடுகளுக்கு ஒரு முறை காலையில் தானே தீவனம் கொடுத்து வணங்கி வருவது காலையில் அவள் ஏற்றுக் கொண்டிருந்த கடமைகளுள் ஒன்று. அதில் முனைந்தாள்.

திடீரென வேலைக்காரன் மூச்சு வாங்க ஓடோடி வந்து, ''ஆலமரத்துக்கு கீழே நாம் இது வரையில் கிராமத்தில் கண்டிருக்காத முனிவர் ஒருவர் நிஷ்டையில் இருக்கிறார்'' என்றான்.

அளவற்ற மகிழ்ச்சியுடன் ஒரு தங்க வட்டிலில் நிறைய பாயசத்தை நிரப்பி எடுத்துக்கொண்டு ஆலமரத்தை நெருங்கினாள். இவ்வளவு தேஜஸுடன் வீற்றிருக்கும் இந்த மகான் ஒரு மானுடராக இருக்க வாய்ப்பேயில்லை. ஆலமரம் மனித வடிவில் என் காணிக்கையை ஏற்க வந்த திருவிளையாடலே இது என்று முடிவு செய்தாள்.

சித்தார்த்தனின் முன் கிடந்து வணங்கி, எழுந்து அவனது நிஷ்டை கலைவதற்காகக் காத்திருந்தாள். பரவச நிலையில் இருந்த அவளுக்கு, ஐந்து ஆண்கள் வந்து அவளைப்போலவே காத்திருப்பது கண்ணில் பட சற்றே நேரமானது. ''தாங்கள்?'' என வினவினாள்.

''நாங்கள் இவருடைய சீடர்கள்.''

''நீங்கள் இவரை குரு என்று மட்டுமா நினைக்கிறீர்கள்? இவர் மானுடரே அல்லர். இந்த ஆலமரத்தில் உள்ள கடவுளின் மறுவடிவம். இந்த ஆலமரம் எங்கள் கிராமத்தினர் அனைவரின் விருப்பங்களை பூர்த்தி செய்யும் கடவுள்...'' என்றாள். ''இந்த தங்க வட்டிலில் உள்ள பாயசத்தை அந்தக் கடவுளுக்கு அர்ப்பணிக்க என்று நான் கொண்டு வந்திருக்கிறேன்.''

''எளிய உணவை மட்டுமே பிட்சை எடுத்து உண்பார். தங்க வட்டிலில் உண்பது முறையாகாது'' என்றான் கௌடின்யன்.

சுஜாதா கண்களில் நீர் மல்கியது. இறைவன் ஏற்பாரா? மாட்டாரா? வெகு நேரம் கழித்து சித்தார்த்தனின் விழிகள் திறந்தன.

''தேவனே! இந்த ஏழையின் வேண்டுதலை நிறைவேற்ற வேண்டும். தாங்கள் இந்த இனிப்பான அன்ன பாயசத்தை அருந்தி அருள வேண்டும். ஆலமரம் தேவன் வடிவில் வந்து என் வேண்டுதலை நிறைவேற்றுவதாக கனவு கண்டேன்.''

''நான் மனிதன் அம்மா. தேவன் அல்லேன்.''

''கௌதம மகரிஷி தேவருக்கு நிகரான தேஜஸ் உடையவர் என்று என் அம்மா கூறுவார்கள். உங்கள் தேஜஸில் அந்த கௌதமரையே நான் பார்க்கிறேன். தாங்கள் ஆலமரத்தில் உள்ள கடவுளின் அவதாரமாகவும் இருக்கிறீர்கள். நீங்கள் இதை ஏற்றால் அது தெய்வம் ஏற்றதற்கே ஒப்பாகும்.''

''தங்க வட்டிலில் ஒரு துறவி உண்ணக் கூடாது. இருந்தாலும் உன் அன்பை ஏற்று இதை நாங்கள் அனைவரும் அருந்துவோம்'' என்று பதிலளித்தான் சித்தார்த்தன்.

''அவ்வாறெனின் நான் வீட்டுக்கு சென்று அனைவருக்கும் நிறைய பாயசம் கொண்டுவருகிறேன்.''

கௌடின்யன் ''அம்மா, இதை அருந்துவது ஷ்ரமண வழிக்கு உகந்ததல்ல'' என்றான்.

இதைக் கேட்டதும் சுஜாதா குலுங்கிக் குலுங்கி அழுது இரு கரம் கூப்பி ''கௌதமரே... தாங்கள் இதை மறுத்து இந்த ஏழையை நிராகரித்து விடாதீர்கள்'' என்று விம்மலுடன் கூறினாள்.

இரு கரங்களை நீட்டி சித்தார்த்தன் அதை வாங்கியபடி ''அன்பை நிராகரிப்பது அதர்மமாகும் அம்மா...'' என்றான். அதை விரல்களால் எடுத்து அவன் உண்டபோது கரங்களிலும் இதழ்களிலும் பால் வழிந்தது. ஆனந்தக் கண்ணீருடன் பலமுறை சுஜாதா அவனை வணங்கினாள். உணவை உண்டு முடித்த சித்தார்த்தன் தங்க வட்டிலைப் பின்புறமாக விட்டெறிய அது நதியில் விழுந்து மறைந்தது. சுஜாதாவிடம் சற்றும் அது குறித்த வருத்தமே இல்லை. வேலைக்காரன் கொண்டுவந்திருந்த மண் பானையிலிருந்து தண்ணீரை சிறு குடுவையில் எடுத்து சுஜாதா அவனது கைகள், கால்கள், முகம் அனைத்தையும் கழுவிவிட்டு மீண்டும் தரையில் விழுந்து வணங்கினாள்.

''கயை செல்லும் வழி இந்த நதியை ஒட்டிச் செல்வதே. விசாரித்து மேற்செல்வோம்'' என்ற சித்தார்த்தனிடம் கௌடின்யன் ''இல்லை சித்தார்த்தரே. நாங்கள் ஐவரும் வந்த வழியே சென்று ராஜகஹம் செல்கிறோம்'' என்றான்.

''காரணமென்ன கௌடின்யரே?''

''போகமான பாதைக்கே தாங்கள் போய்விடுவீரோ என அச்சமாக இருக்கிறது. தாங்கள் தங்க வட்டிலில் உணவு அருந்தியதும், ஒரு பெண் தங்களை தொட்டு கழுவி விட்டதும் முறையல்ல.''

''அன்புக்கு முன் எதுவுமே அசுத்தமில்லை கௌடின்யரே.''

மறுமொழி பேசாமல் கௌடின்யரும் மற்ற நால்வரும் நடந்து சென்றனர்.

சித்தார்த்தன் தனி வழியே கயை நோக்கி நடந்தான்.

பாகம் இரண்டு

புத்தர்

அத்தியாயம்

18

புரட்டாசி மாதம். தேய்பிறையில் சந்திரன் இருக்குமிடமே தெரியவில்லை. இன்னும் நான்கு நாட்களில் அமாவாசை. வெய்யிற் காலமும், மழைக் காலமும் முடிந்து குளிர் நாட்களுக்கு இன்னும் இரண்டு மாதங்கள் பாக்கி இருந்தன. அதிக உஷ்ணமில்லாத தட்ப வெட்பம். கயை என்னும் நகரத்தை அடையும் முன்னே அதன் அருகே உள்ள ஒரு காட்டில் சித்தார்த்தன் இளைப்பாறினான்.

ஞானம், நிர்வாணம் என்னும் விடுதலை எனக்கு மட்டும் வேண்டுமென்றா நான் இந்தக் கடினமான வழியைத் தேர்ந்தெடுத்தேன்? துன்பங்களிலிருந்து விடுபடும் ரகசியம் எதுவோ அது எந்த எளியவருக்கும் புலனாக வேண்டும். அதை நான் உலகுக்கு உணர்த்துமளவு அது எளியதாக இருக்க வேண்டும். வைதீக மார்க்கத்தின் ஆரவார வைபவங்கள், விழாக்கள், சடங்குகள், வர்ண பேதங்கள் என்னும் அதீதம் ஒரு பக்கம். ஷ்ரமணர்களின் உபவாசம் மற்றும் கடுமையான நியமங்கள் மறுபக்கம். இடைப்பட்ட பாதை ஒன்று இருக்கவே கூடாதா? ஒரு ஏழைப்பெண் தூய மனதுடன் உணவளித்தாலோ பாதங்களைக் கழுவினாலோ கூட அது பிறழ்வு என்னும் கடுமையான அணுகுமுறையை மேற்கொண்டு செல்வது தான் ஷ்ரமணமா? அப்படி என்றால் அதைத் தாண்டிச் செல்லும் இன்னொரு வழி தேவையே.

கௌடின்யனும் மற்ற சீடர்களும் இன்றில்லையென்றாலும், என்றேனும் என் வழி அன்புமயமானது என்பது புரிந்து மீண்டும்

என்னுடன் பயணிப்பவராக, எண்ணற்ற மக்களின் துயர் துடைக்கும் எளிய ஒரு வழியைக் காட்டுவோராக கட்டாயம் உருவெடுப்பார்கள். இந்த இரவு மறைவதுபோல், அன்று அவர்கள் என்னை விட்டு விலகிச் சென்ற நேரமும் தற்காலிகமானதே. உறக்கமின்றி சிந்திப்பதும் ஓய்வில்லாது மேற்செல்வதும் தனி வழி செல்லும் சித்தார்த்தனின் வழக்கமாகி இருந்தன.

பொழுது புலர்ந்தது. சித்தார்த்தன் நதியில் நீராடி தொடர்ந்து நடந்தான். வண்டிகளும் நடமாட்டமும் கயை என்னும் நகரைத் தான் அடைந்துவிட்டதை புரிய வைத்தன.

பூக்களும் பறவைகளும் நெடிதுயர்ந்த மரங்களுமாய் அழகிய வனம் ஒன்றைக் கடந்த சித்தார்த்தன், தன்னையுமறியாமல் அந்த வனத்துக்குள் நுழைந்தான். இனி ஞானம் சித்திக்கும் வரை இந்த வனத்திலிருந்து நீங்கக் கூடாது என்னும் எண்ணம் பொறியாக மனதுள் உதித்தபோது ஒரு போதி மரத்தடியில் நின்றிருந்தான். விரிந்து உயர்ந்திருந்த போதி மர நிழலில் பத்மாசனமிட்டு அமர்ந்தான்.

தனி ஒரு மனிதனாக, எனக்கு மட்டும் விடுதலை என்பதுவா என் தேடல்? உலக மக்கள் யாவரும் உய்ய ஒரு வழி - மீளாத் துன்பங்களிலிருந்து அவர்களுக்கு விடுதலை - பிறப்பு, மூப்பு, மரணம், இன்னும் பிறப்புகள் மரணங்கள். உடலுக்குதான் இவை யாவும். உள்ளுறையும் அப்பழுக்கற்ற ஆன்மாவுக்கு இல்லை. இந்த உடல் நான் இல்லை. இதன் துய்ப்புகள் துன்பங்கள் - ஏன்? மரணமே கூட ஆன்மாவுக்கு இல்லை. உடலே நான், அதன் போக்கில் அது தேடும் எதிர்கொள்ளும் எல்லா அனுபவங்களும், ஆசை, நிராசை, மீண்டும் ஆசை என்னும் மீளா சக்கரச் சுழற்சி. புதிதாய்ப் பிறக்கும் ஒவ்வொரு மனித ஜீவனுக்கும் அதுவே வாழ்க்கைச் சக்கரம் என்பது மாயை.

மரணம் முக்தி இல்லை. மரணத்தில் விடுதலை இல்லை. மரிக்கும் முன் அந்த உயிர் தனது மனதின் அகம்பாவம் மற்றும் உடல் என்னும் தூண்களின் மீது எழுப்பிய ஆசை கோபுரம் அசையாமல் நிற்கிறது.

ஆசை சிறைப்படுத்துகிறது. எல்லா செயல்களின் காரணியாகிறது. சுவாசம் உடலில் உயிர் இருப்பதன் அடையாளம். ஆசைப்படுதல் வாழ்க்கையின் உயிர்நாடியான அடையாளம். ஆசையின் அலைக்கழிப்பு - நிராசை - மேலும் ஆசை - அலைக்கழிப்பு என்னும் சக்கரச் சுழற்சியில் இருந்து விடுபட முடியும் என்னும் நம்பிக்கை எனக்கு இருப்பதுபோல எல்லா மனிதருக்கும் சாத்தியமாக வேண்டும். அந்த நம்பிக்கை நிறைவேறும் வரையான போராட்டத்தைத் தொடரும் சக்தியின் ஊற்று எனக்கும் என்னிலிருந்து எல்லோருக்கும் புலப்பட

வேண்டும். நான் ஒரு சாதாரண மனிதனிடம் 'உன்னைப் போன்றவனே நான். என் தேடலில் நான் கரை சேர்ந்ததுபோல உன்னாலும் முடியும்' என்று கூறும் ஞானம் எனக்கு வேண்டும்.

ஓயாமல் உழலும் மனம். அதன் போக்கிலே பேசப்படும் சொற்கள். அதே வேகத்தில் அது காட்டும் வழியில் செய்யப்படும் செயல்கள். மனம் பேச்சு செயல் என்னும் மூன்று முனைகளில் ஒரு மெல்லிய ஆனால் வலிய ஆசை நூல் பின்னிப் பின்னிப் பெரிய வலையாகிறது. வெளியேறவே முடியாத சிறையாகிறது. உனக்குள் இருக்கும் ஆன்மாவை - இன்னொரு மனிதனுக்குள் உறையும் அதே ஆன்மாவை - உனக்கே அன்னியமாக்குகிறது. ஆன்மாவுக்கும் சகமனிதனுக்கும் அன்னியமான மனிதன் மனிதநேயத்துக்கே அன்னியம் ஆகிறான்.

சொந்தம் என்றும் அன்னியம் என்றும் பிரிக்கும் மனப்பாங்கு நிலம், பொருள், சுகம் என்னும் தேடலிலேதான் தொடங்குகிறது. அது முடிவதே இல்லை.

ஆசையும் அகம்பாவமும் தனிமனிதனை மட்டுமா ஆட்டுவிக்கும்? ஒரு குடும்பத்தை, சமூகத்தை, அரசை, அரசனை ஆட்டுவித்து, போரும் கொலையும் அழிவும் வழக்கங்களில் ஒன்றாகிவிட்டன.

ஆயுதத்தின் கூர்மையும் வடிவமுமே இரு மனிதரை ஒப்பிட வேறுபடும். நிராயுதபாணியாக யாரேனும் நிற்கிறாரா? போரும் அழிவும் கொலையும் ஆசையின் குழந்தையான தன்னலமும் இல்லாத நிராயுதபாணி எங்கும் இல்லை.

சித்தார்த்தனான நான் பிறப்பதற்கு முன்பே இவை யாவும் இப்படியே தான் இருந்தன. இந்த சித்தார்த்தன் மரித்த பிறகும் இவனது உடல் அழிந்த பிறகும் விடை தெரியாத புதிராய் அது நீடித்தால்? அப்படி அது புதிராகவே இருந்தால் இவன் பிறந்து வாழ்ந்து மறைந்த கால கட்டத்தால் மனித உலகுக்கு என்ன பயன்?

எண்ணங்களைத் தாண்டும் தியானம் என்னும் கலை வசப்பட்டது. உடலின் இச்சைகளை ஒடுக்கும் உபவாசமும் பழக்கம் ஆனது.

ஆனால் மனித குலமே உய்ய வேண்டும் என்னும் என் பிரார்த்தனை... ஏன் பரம்பொருளே, உனக்கு அற்பமாகத் தோன்றுகிறதா? மாயையில் மனித குலம் உழலுவது மறையவே கூடாதா? இடையறாது வேறு எதுவுமே தெரியாது இன்று ஒன்றையே வேண்டுகிறேன். உலகுக்குத் துன்பங்களினின்று விடுதலை ஒன்றை மட்டுமே வேண்டுகிறேன்.

நான் கொண்ட இந்த இடையறாத் தேடலில் நெடுந்தொலைவு வந்து விட்டேன். இப்போது வேண்டுவதெல்லாம் எனக்கு மட்டும் அல்ல

பரம்பொருளே! எண்ணற்ற மனிதரின் இந்த வையகத்துக்கே ஆன தீர்வு. அனைவருக்கும் வழிகாட்டும் ஞானம். நான் ஏறி நிற்க ஒரு பீடம் தேடவில்லை. என்னை எல்லோரும் கும்பிட ஒரு கோயில் வேண்டவில்லை. விடுதலை பெறட்டும் மனித குலம். அந்த விடுதலைக்கான மார்க்கத்தை உணர்ந்து அவர்களோடு பகிரும் ஒரு கருவியாக இந்த சித்தார்த்தன் இருப்பான். இருக்க வேண்டும். பரம்பொருளே! அது முடியாது என்றால் இந்த உடல் முடியட்டும். சித்தார்த்தன் என்ற பெயரையும் உடலையும் சுமந்த ஒருவனின் சுவாசமும் ஜீவிதமும் இங்கேயே முடியட்டும். மாயையை வெல்ல முடியாத வெற்றுச் சதைப் பிண்டமாகதான் இவன் இருக்க வேண்டும் என நீ விதித்திருப்பாயாயின் ஒடுங்கி ஓயட்டும் அந்த சதைப் பிண்டம். அந்த சுமை அந்த மாயையின் மறுபக்கம் இந்த போதிமரத்தடியில் புதைந்து போகட்டும்.

தேடல், சித்தார்த்தன், ஞானம் என்னும் மூன்றும் தனித்தனியாக இருந்தபோது, சித்தார்த்தன் இறுதியான கட்டம் இதுவே என்று தீர்மானமாக பத்மாசனம் இட்டு அமர்ந்தான். பகல் முடிந்து இரவு, மீண்டும் பகல் என காலம் மட்டுமே கடந்தது. சித்தார்த்தனின் முடிவில் மாற்றமே இல்லை. ஞானம் அல்லது மரணம் என்னும் சங்கற்பத்தில் சித்தார்த்தன் சிலையாய் அமர்ந்திருந்தான்.

அமாவாசை வந்து போய் வளர்பிறை தொடங்கியது. ஐப்பசியும் பிறந்தது. போதி மரம் தன் நிழலில் நிகழ இருக்கும் அற்புதத்துக்கு மௌனமாக சாட்சி கூறியது.

ஒரு நாள் மாடுகளை மேய்க்கும் ஒரு இளைஞன் போதி மரத்தடியிலே, சருகுகள் பாதி மூடிய நிலையில் ஒரு முனிவரைக் கண்டான். கிராமணியிடம் சென்று தகவல் தெரிவித்தான். அவருடன் கிராமத்தின் நூற்றுக்கணக்கான ஆண்களும் பெண்களும் அங்கே சென்றனர். இலைக் குன்றுபோல காட்சி தந்த அந்த முனிவரின் முகமும் நெஞ்சளவு உடலும் மட்டுமே தென்பட்டன.

கிராமணி தனது ஆட்களை அனுப்பி இவர் தேவலோகத்திலிருந்து வந்தவரா அல்லது மனிதகுலம்தானா என்று தெரிந்துகொள்ள விரும்பினார். இவர் மனிதர் என்றால் எப்படி அணில்களும், பறவைகளும், பாம்புகளும் கூட அவர் மீது அமர்ந்து ஊர்ந்து செல்கின்றன? அவை அவர்மீது அன்பாக ஏற முயலுகையில் சருகுகள் சரிந்து அந்தக் குன்றின் விஸ்தீரணம் விரிந்துகொண்டே போகிறதே.

மற்ற கிராமங்களுக்கும் செய்தி பரவி, கூட்டம் கூட்டமாக ஜனங்கள் வந்து வெளிச்சம் இருக்கும் வரை அவரை தரிசித்துச் சென்றனர்.

சுஜாதாவுக்கு செய்தி எட்டியதும் கனி வகைகள், அரிசி உணவு, கோதுமை உணவு என தங்க வட்டில்களில் எடுத்துக்கொண்டு சென்று, தினமும் அவர் கண் திறப்பார் என எதிர்பார்த்து, மாலை வரை காத்திருந்து ஏமாற்றத்துடன் திரும்பினாள். இவர் கௌதமரின் மறு அவதாரம் என்று அவள் அனைவரிடமும் கூறினாள்.

கிராமணி அனுப்பிய ஆட்கள் அவரிடம் கேள்விப்பட்ட அனைத்தையும் கூறினார்கள். தவம் செய்பவர் சாக்கிய தேச மன்னர் சுத்தோதனரின் இரண்டு மகன்களில் மூத்தவரான சித்தார்த்தர். மகத நாட்டில் பலரும் அவரை சாக்கிய முனி என்றே அழைக்கிறார்கள். சேனானி கிராம மக்கள் அவரை கௌதமர் என்று வணங்குகிறார்கள்.

செய்தி மகத மன்னர் பிம்பிசாரரை எட்டியது. அதன் பிறகு பல வீரர்கள் தீப்பந்தத்துடன் அந்த வனத்தைக் காவற் காத்தார்கள். இரவு பகலாக அவர்கள் தம் பணியைச் செய்தனர். சுஜாதா தினமும் உணவு எடுத்து வந்து மாலை வரை காத்திருந்து ஏமாற்றத்துடன் திரும்பினாள்.

காவல்வீரரும் தீப்பந்த வெளிச்சமும் இருக்கும் செய்தி பரவ மக்கள் மாலையிலும் கௌதமரை தரிசிக்கக் குழுமினர்.

ஐப்பசியும் தாண்டிவிட்டது. கார்த்திகையின் அமாவாசையின்போது சித்தார்த்தன் தவம் முப்பத்து நான்காவது நாளை எட்டியது. மன்னரின் ஆணைப்படி அவர் மீதிருந்த சருகுகள் அகற்றப்பட்டன. ஆனால் எதனாலும் சித்தார்த்தனின் தவம் பாதிப்படையவில்லை. பத்மாசனத்தில் சிலையாக அமர்ந்திருந்த நிலையில் எந்த மாற்றமுமில்லை. அணில்களும், சிறு பறவைகளும் அவர் மீது அமர்ந்தும் ஊர்ந்தும் அவரை அந்த வனத்தின் ஒரு அங்கமாகவே கருதின. தீப்பந்த வெளிச்சமும் மக்கள் நடமாட்டமும் பாம்புகளின் நடமாட்டத்தைக் கட்டுப்படுத்தின.

கார்த்திகை மாத வளர்பிறையில் கௌதமரைப் பார்க்க மகதத்தின் பல பகுதிகளிலிருந்தும் மக்கள் திரண்டார்கள். உச்சியில் முடிந்த கொண்டையும் மெலிந்த உருவமுமாக இருக்கும் கௌதமர் எப்போது தவம் நிறைந்து அருள்வார் என ஆவலுடன் மக்கள் வந்தவண்ணம் இருந்தனர். பிம்பிசாரர் தினசரி அவரது நலம் குறித்து படைத் தலைவரிடம் விசாரித்து வந்தார்.

கார்த்திகை மாதம். பௌர்ணமி நிலவொளியில் வனம் அழகாயிருந்தது. மக்கள் வெளிச்சம் இருப்பதால் வீட்டுக்குச் செல்ல அவசரம் காட்டாமல் சித்தார்த்தனின் முன் குழுமியிருந்தனர்.

கௌதமர் கண் திறந்தார். மக்கள் அவரை விழுந்து வணங்கினர். பத்மாசனத்திலிருந்து மாறிய புத்தர் எழுந்து நிற்காமல், திரும்பிக்

கிடையாக விழுந்து போதி மரத்தை வணங்கினார். வெகு நேரம் அந்நிலையிலேயே இருந்து எழுந்தவர் கூடியிருந்த மக்களைக் கை கூப்பி வணங்கியதும் ''கௌதம புத்தர் வாழ்க...'' என்னும் கோஷம் எங்கும் எதிரொலித்தது.

கரங்கள் கூப்பிய நிலையிலேயே புத்தர் ''துன்பங்களிலிருந்து விடுதலை தரும் ஞானத்தை, அதற்கான மார்க்கத்தை இந்த போதி மர நிழல் எனக்கு அருளியது. அது எனக்கு மட்டும் உரியதல்ல. நம் அனைவருக்குமானது...'' அவர் மெல்லிய குரலில் பொறுமையாகக் கூறியதை, படை வீரர்கள் மீண்டும் சத்தமாகக் கூற, மக்கள் ''கௌதம புத்தர் வாழ்க...'' என்னும் கோஷத்தை மீண்டும் எழுப்பினர்.

காவலர்கள் மக்களை விலக்கி வழி விட கௌதம புத்தர் நதியில் நீராடச் சென்றார்.

அத்தியாயம்

18

நதிக்கு நீராடக் கிளம்பிய புத்தரின் உடலில் தளர்வு இருந்தது. ஆனால் அது நடையில் தென்படவில்லை. காவலுக்கு உடன் வந்த வீரர்களிடம் புத்தர், ''நான் அரச மரியாதைகள் காவல்களுக்கு அப்பாற்பட்டவன். நீங்கள் செல்லுங்கள்'' என்று சொல்லி மேமேலே நடக்க, அவர்கள் பணிந்து நின்றுவிட்டனர். அவரைப் பின்தொடர முயன்ற நூற்றுக்கணக்கான மக்களிடம் அந்த வீரர்கள் ''கௌதம புத்தருக்கு தனிமையும் ஓய்வும் தேவை. நாற்பத்து ஒன்பது நாள் தவம் முடித்த அவரை தொல்லை செய்யக் கூடாது. இது மன்னரின் ஆணை'' என்று சொல்லித் தடுத்தவுடன் அவர்கள் கலைந்து சென்றனர். கிராமணியுடன் வந்த இரு இளைஞர்களை அனுமதிக்க வேண்டும் என்று கிராமணி வேண்ட அவர்கள் இருவர் மட்டும் அனுமதிக்கப் பட்டனர்.

பௌர்ணமி நிலவொளியில் கிட்டத்தட்ட எலும்புக் கூடுபோல, இடுப்பில் உடை தங்காமல் அடிக்கடி நழுவுமளவு தெரிந்தார் புத்தர். இளைத்த உடலில் உள்ள எஞ்சிய தெம்பையெல்லாம் ஈடுபடுத்தி எப்படி இவர் நடக்கிறார் என வியந்தபடியே சற்றே இடைவெளி விட்டுப் பின்தொடர்ந்தனர் இரு இளைஞரும். புத்தர் நதியில் நீராடினார். தமது சிறிய மூட்டையிலிருந்த மாற்று உடைகளை அணிந்தார்.

இப்போது இரு இளைஞரில் ஒருவன் ''புத்தரே! என் பெயர் தபுஸ்ஸா. இவன் என் தம்பி பல்லிகா. நாங்கள் வியாபார விஷயமாக கயைக்கு

வந்திருந்தோம். தங்கள் தவத்தை அறிந்ததும் ஒரு மாதத்துக்கும் மேலாக தாங்கள் ஞானம் பெற்று அருளும் அற்புதத்தை காண்பதற்காக காத்திருந்தோம். அன்புடன் நாங்கள் கொண்டுவந்த இந்த காவி உடையை ஏற்றுக்கொள்ளுங்கள்'' என்றதும், ''இதை பிட்சையாக ஏற்கிறேன்'' என அதை வாங்கிக்கொண்டார் புத்தர்.

''தங்களுக்கென எளிதில் ஜீரணிக்கக்கூடிய அரிசி, காய்கறிகளை வேக வைத்தோம். கனிகளும் உள்ளன. தினசரி நீங்கள் தவம் கலைக்கக் கூடும் என்று இரவு வெகு நேரம் காத்திருந்து பிறகே இத்தனை நாளும் உணவருந்தினோம். இதை அன்புடன் தாங்கள் உண்ண வேண்டும்'' என்றான் தபுஸ்ஸா.

தமது கப்பரையைக் கழுவி புத்தர் அதை நீட்ட ஒவ்வொரு உணவாக அதனுள் தபுஸ்ஸா போட்டான். அதில் பருக்கைகளாக, சிறிதளவே உண்ட புத்தர் எஞ்சியதை நதியில் மீன்கள் உண்ணும் என்றெண்ணி சேர்த்தார்.

''தாங்கள் சரியாகவே உண்ணவில்லையே கௌதம புத்தரே...''

''நீண்ட உபவாசத்துக்குப் பின் உடல் சகஜ நிலைக்கு திரும்ப ஓரிரு நாட்களாகும். போதி மரத்துக்கு அருகே உள்ள மக்களிடம் விரைவில் நான் உணர்ந்தவற்றை அவர்களுக்கு எடுத்துரைப்பேன். துன்பங்களி லிருந்து விடுபடும் மார்க்கத்தை உலகுக்கு சொந்தமாக்குவேன்.'' (இங்கு ஏதேனும் வரி விடுபட்டுள்ளதா என ஒரிஜினலுடன் சரிபார்க்கவும்) என்று கூறுங்கள். ''முதலில் என் குருநாதர்களை நான் சந்திக்க வேண்டும்.''

அவர்கள் வேகமாகச் செல்லும் காட்சி புத்தருக்கு கௌடின்யன் மற்றும் நான்கு சீடர்களை நினைவு படுத்தியது. 'அவர்களையும் சந்திக்க வேண்டும். நான் உணர்ந்த மெய் ஞானம் ஆன்மீக தாகமும் அறிவுப் பசியும் உள்ள அந்த இளைஞர்களுக்கு பிடிபட வேண்டும்.'

தபுஸ்ஸாவும் பல்லிகாவும் ''நாங்கள் கிராமணி மூலம் மக்களிடம் தங்கள் செய்தியை தெரிவித்து விட்டோம்'' என்று சொல்லத் தொடங்கி அதை நிறுத்திவிட்டனர். புத்தர் ஆழ்ந்த சிந்தனையில் இருந்தார். நதிக்கரையில் இருந்த ஒரு கட்டுமரத்தின் மீது நிலவொளியில் அவர் அமைதியின் வடிவமாகத் தோன்றினார். பதில் பேசவில்லை. சகோதரர்கள் இருவரும் மணலில் கட்டுமரத்துக்கு அருகே அவர் அழைத்துப் பேசும் வரை மௌனமாகக் காத்திருந்தனர்.

சற்று நேரத்தில் புத்தர் மௌனம் கலைத்தார். ''நான் மக்களின் அன்பை உதாசீனம் செய்ததாக ஆகி விடக்கூடாது. அதற்காகதான் செய்தி.''

இருவரும் மணலில் உடல் புதைய அவர் பாதம் பணிந்தனர். ''நாங்கள் இருவரும் தங்களின் சீடர்களாக விரும்புகிறோம். தாங்கள் அன்புடன் இசைய வேண்டும்.''

''தபுஸ்ஸா, பல்லிகா. நான் ஞானம் பெற்ற பின் என்னிடம் சீடராக விரும்பிய முதல் இருவர் நீங்கள். என்னுடன் இருங்கள். நீங்களிருவர், முன்னால் சீடரான கௌடின்யன், பஸ்பா, மஹாநாமா, பஷிகா, அஸ்வஜித் ஆகிய ஐவர் அனைவருமே என் செய்தியைப் புரிந்து அது ஏற்புடையதாக இருந்தால் மட்டுமே என் சீடராகுங்கள். நான் இப்போது ஞானம் பெற்றதற்கு நன்றி கூறி வணக்கம் செலுத்த விரும்புவது என் குருநாதர்களான அமர கலாம மற்றும் உதகராம புட்டர் ஆகியோருக்கு. அவர்களை வணங்கிய பின்னரே நான் உலகத்தாருக்கு என் செய்தியை அளிக்க இருக்கிறேன்.''

இரவில் அந்தக் கட்டுமரத்திலேயே புத்தர் படுத்து உறங்கினார். அதிகாலையில் அவர் கண் விழித்தபோது தபுஸ்ஸாவைக் காணவில்லை. பல்லிகா மட்டுமே இருந்தான். ''நீ எப்போதும் அதிகாலையிலேயே எழுந்து விடுவாயா?''

''இல்லை புத்தரே.''

''இரவு தூங்கவே இல்லையா?''

''ஆமாம் தவசீலரே. தங்களுக்கு காவலாக இருக்கும்படி தபுஸ்ஸா கூறியிருந்தான்.''

புத்தர் நீராடத் தயாரானார். ''சற்றே தாமதிக்க வேண்டும் புத்தரே.''

''ஏன்?''

''ஒரு நாவிதனை அனுப்பி வைப்பதாக பல்லிகா கூறிச் சென்றான். நாவிதன் எந்நேரமும் வரக்கூடும்.''

தலைமுடியை முடிந்து உச்சிக் கொண்டை இட்ட புத்தர் புன்னகைத்த படியே மீண்டும் கட்டுமரத்தில் அமர்ந்தார். ''தபுஸ்ஸா இரவே கிளம்பிவிட்டாரா? வியாபார விஷயமா?''

''வியாபார விஷயமில்லை. தாங்கள் இரு குருநாதர்கள் பற்றி குறிப்பிட்டிருந்தீர்கள். அவர்கள் இருவரும் தற்போது ராஜகஹத்தில் தான் இருக்கிறார்களா என்று விசாரித்து வர குதிரையில் சென்றிருக்கிறான். விரைவில் வந்துவிடுவான்.''

நாவிதர் வந்து புத்தரின் பாதம் பணிந்தார். புத்தரின் தலை முடியை அப்படியே விட்டுவிட்டு முகம் மட்டும் மழிக்கப்பட பளிச்சென்று

புத்தரின் முகம் பிரகாசித்தது. அவர் நீராடி வரும்போது பல்லிகாவை யும் காணவில்லை. புத்தர் கப்பரையை எடுத்துக்கொண்டு நகரை நோக்கி நடந்தார்.

சற்று நேரத்தில் பல்லிகா அவருக்கென காலை உணவைக் கொண்டு வந்தபோது நதிக்கரை வெறிச்சிட்டிருந்தது.

அவரைத் தேடி கயை நகருக்குள் பல்லிகா சென்றபோது அவரை அதிக தூரம் நகர விடாமல் மக்கள் பாதம் பணிந்து கொண்டிருந்தனர். கயை நகரமே பெருமிதம் பூண்டதுபோல அவரைக் காண வழியெல்லாம் மக்கள்.

கயையில் தங்காமல் மேலும் புத்தர் நடந்து சென்றார். பல்லிகா அவரின் நிழலாக நடந்தான். தபுஸ்ஸா செய்தியோடு வந்து கயையில் தங்களிருவரையும் தேடிக் கொண்டிருக்கலாம்.

புத்தரின் நடையின் வேகம் உடல் பலத்தால் அன்றி ஆன்மீக பலத்தால் விரைந்து இருந்தது. பல்லிகாவால் ஈடு கொடுக்க முடியாதபடி ஒரே நாளில் அவர் பல கிராமங்களைக் கடந்தார். பல்லிகா மூச்சிறைக்க அவரை விட்டு விடாமல் தொடர்ந்தான்.

தபுஸ்ஸா குதிரையில் அவர்களைத் தொடர்ந்து வந்து இறுதியாக வாரணாசிக்கு அருகே அவர்களைக் கண்டுபிடித்தான். மான்கள் திரிந்து கொண்டிருந்த ஒரு வனத்தில் புத்தர் அமர்ந்திருந்தார். தபுஸ்ஸா அவரை வணங்கியதும் ''சொல் தபுஸ்ஸா. ராஜகஹத்தில்தானே இருக்கிறார்கள் என் குருமார்கள் இருவரும்?''

தபுஸ்ஸா அவரின் பாதம் பணிந்து ''துக்கமான செய்தி புத்தரே. யோகியார் அமர கலாம, உதக ராம புட்டர் இருவருமே காலமாகி விட்டார்கள்.''

புத்தர் மௌனமாயிருந்தார். சில நொடிகள் கழித்து ''குதிரையில் சென்ற நீ திரும்பி வராதபோதே கேட்ட செய்தியை ஊர்ஜிதம் செய்துகொள்ளவே அவர்களது ஆசிரமங்களுக்கு சென்று விசாரித்து வருகிறாய் என்று புரிந்துகொண்டு வாரணாசிப் பக்கம் கிளம்பினேன். இது பொய்யாக இருந்திருக்கக் கூடாதா, நான் அவர்களின் ஆசிகளை நேரில் பெற்றிருக்கக் கூடாதா என்றே மனம் ஏங்குகிறது. மரணம் யாருக்கும் விதிவிலக்களிப்பதில்லை.''

நந்தவனத்தைச் சுற்றி வந்த புத்தர் அதன் முடிவில் ஏரி என்று ஐயப்படுமளவு பெரிய குளம் ஒன்றைக் கண்டு ரசித்தார். அதை ஒட்டி நடந்து வரும்போது ஒரு படித்துறையில் ஐந்து பேர்கள்

அமர்ந்திருந்தனர். நடையில் வேகம் கூட்டி படிகளில் இறங்கினார். ஐவரும் திரும்பிப் பார்த்தனர்.

கௌடின்யன் அவர் வந்ததைக் கண்டுகொள்ளவே இல்லை. பஸ்பா, மஹாநாமா, பஷிகா, அஸ்வஜித் நால்வரும் எழுந்து நின்று வணங்கினர்.

''கௌடின்யா நலமா?''

''தாங்கள் போகும் வழி தூய சன்னியாசத்திலிருந்து திசை மாறிய பிறகு நாம் என்ன பேசப் போகிறோம் சித்தார்த்தரே?''

''இவர் இப்போது சித்தார்த்தர் இல்லை. பூரண ஞானம் பெற்ற புத்தர்'' என்றான் தபுஸ்ஸா சினத்துடன்.

அவனை சாந்தப்படுத்துவதுபோல் கையமர்த்திய புத்தர் ''நாளை மறுநாள் நான் மான்கள் விளையாடும் இந்த நந்தவனத்தில் எனது மார்க்கம் பற்றி முதன் முதலில் பேச இருக்கிறேன். நீங்களும் இதே இடத்துக்கு வந்திருப்பதால் என் செய்தியைக் கேட்க அவசியம் வருவீர்கள் என நன்கறிவேன்'' என்று கூறி விடைபெற்றார்.

''தங்களிடம் மரியாதைக் குறைவாக நடந்த அவர்கள் நாளைய மறுநாள் சபைக்கு வருவார்கள் என்று எப்படி நம்புகிறீர்கள்?'' என்றான் பல்லிகா.

''கபிலவாஸ்துவில் போகியாக இருந்த இந்த ஐவரும், ராஜகஹத்துக்கு என்னைத் தேடி வந்து என் தேடலின் மீதும் என் மீதும் அளவில்லாத நம்பிக்கை வைத்து சீடர்கள் ஆனவர்கள். அவர்கள் என் மீது கொண்ட வருத்தம் ஒரு அவசரத்தில் எடுத்த முடிவு. வாரணாசி மக்களும் உலகும் முதன் முதலாக என் மார்க்கம் பற்றி அறியும்போது அவர்களும் அவசியம் வரத்தான் செய்வார்கள். என்னை உண்மையாக நேசிப்பவர்களான அவர்கள் என்னைப் பிரிந்தது தற்காலிகமானதே.''

மூன்றாம் நாள் மாலையில் மான்கள் மக்கள் குழுமும் சந்தடி கேட்டு வனத்தின் ஒரு மூலையில் ஒதுங்கின.

தேக்கு மரத்தால் செய்யப்பட்ட எட்டு அடி உயரமுள்ள ஒரு பெரிய மரத்தின் மீது (எது???) சாய்த்து வைக்கப்பட்டிருந்தது. அதை ஒட்டியபடி நின்றிருந்தார் புத்தர். சக்கரத்தின் மையத்தில் அச்சுக்கான துளையும், அதைச்சுற்றி நான்கு பெரிய பட்டைகளும் அவற்றைச் சுற்றி ஒரு வட்டமும் அந்த வட்டத்துக்கும் சக்கரத்தின் வெளிச்சுற்றுக்கும் இடைப்பட்டு அளவில் சிறியதான எட்டு பட்டைகள் இருந்தன.

‘‘இன்று உங்கள் முன் நிற்பவன் கௌதம புத்தன் என்று அழைக்கப் படுபவன். அவன் ஒரு காலத்தில் ஒரு இளவரசனாக போகங்களும், கொண்டாட்டங்களுமான சூழலில் வைக்கப்பட்டிருந்தான். முதுமை, மரணம், துறவறம் அவன் அறியாதவை.

ஒரு நாள் அவன் முதுமையை, மரணத்தை எதேச்சையாகக் கண்டான். துறவு இவற்றிற்கு அப்பாற்பட்ட ஒன்றாக ஒரு துறவியைக் கண்டதும் அவனுக்குத் தோன்றியது. பிறப்பு, இளமை, முதுமை , மரணம் இந்நான்கிலும் ஒரு சரடாகத் தொடருவது துன்பமே என்பது அவனுக்குப் புரிந்தது. ஆசைப்படும்போது, அதை அடையும் முயற்சியில், அவஸ்தையில் துன்பம். அடைந்த பிறகு அது நிலைக்க வேண்டுமே என்னும் நடுக்கத்தில் துன்பம். சுகம், பொருள், புகழ் இவற்றுள் எதோ ஒன்றில் பின்னிய ஆசையும், அதன் மறுபக்கமான துன்பமும் இடையறாது தொடர்கின்றன. இந்தத் துன்பங்களினின்று விடுதலை எது என்னும் ஆறு வருடத் தேடலின் முடிவில் கயையில் போதி மரத்தடியில் நான்கு உண்மைகளை அவன் உணர்ந்தான்.

முதல் உண்மை மிக எளியது. ஆனால் ஆன்மீகத்தின் அடிப்படை யானது. ஆசையே துன்பத்துக்குக் காரணம்.

இரண்டாவது ஆசையின் மற்றொரு லட்சணம். அழியப் போகும் மனிதர், பொருட்கள் அல்லது சுகத்தின் மீது பற்று. இந்தப் பற்று தரும் ஆசையின் நிராசையின் விளைவு இடையறாத் துன்பமே.

மூன்றாவது உண்மை ஆசையை வெல்ல முடியாமல் நம்மைத் தடுப்பது அகம் எனப்படும் நான் என்னும் அகம்பாவம்.

நான்காவது உண்மை: விடுதலைக்குத் தேவையான சக்தியைப் பெற நம்மிடம் உடல், மனம், சொல் என்னும் மூன்றும் தூயதாயிருக்கும் திரிகரண சுத்தி அவசியம் தேவை. இந்தத் தூய நிலையை நாம் அடைய வேண்டுமானால், நமக்கு எட்டு விதமான கட்டுப்பாடுகள் இருந்தால் மட்டுமே அது சாத்தியமாகும்.

நமக்கும் சகஜீவிகளுக்கும் நன்மையே நடக்கும் என்னும் நன்னம்பிக்கை தலையானது.

அன்பான சொற்கள், யாரையும் புண்படுத்தாத பேச்சு வேண்டும் என்பது இரண்டாவது நெறி.

அடுத்தது நமது லட்சியம் உயர்ந்த நிலையை எட்டும் லட்சியமாக நிலைத்து நிற்க வேண்டும்.

நான்காவது நமது நடத்தை அப்பழுக்கற்றதாக அதாவது தன்னலமற்று, பிறர் நலம் பேணுவதாக இருக்க வேண்டும். அதுவே நன்னடத்தை எனப்படும்.

ஐந்தாவது நாம் எந்தத் தொழில் செய்தாலும் அதில் நேர்மை வேண்டும். ஏமாற்றுவது மறையும்போதே உலகில் ஏமாற்றங்கள் மறையும்.

இந்த நெறிகளில் நாம் பிறழாமல் நிலைத்து நிற்பதே தலையாய நெறியான ஆறாவது நெறியாகும்.

ஏழாவது நம் அறிவை உலக நன்மைக்கு மட்டுமே பயன்படுத்துவதில் திடமாக நிற்பதாகும். அறிவை அழிவுக்குப் பயன்படுத்துவோரே உலகெங்கும் துன்ப முட்களை விதைக்கின்றனர்.

எட்டாவதானது இந்த எல்லா நெறிகளுக்கும் நமக்கு உறுதுணையான தியானம். தியானமே நாம் திரிகரண சுத்தியுடன் வாழ பக்கபலமாகும்.

நான்கு உண்மைகளும், அந்த உண்மைகள் உணர்த்தும் தடைகளைத் தாண்ட எட்டு நெறிகளுமான இந்த வழியை, புத்தன் என அழைக்கப்படும் இவன் ஒரு கருவியாக பௌத்தம் என்னும் மார்க்கமாக உங்கள் முன் முழு மனதோடு சமர்ப்பிக்கிறான். இந்த நான்கு உண்மைகளை, எட்டு நெறிகளை நாம் எளிதில் நினைவு கூறவே இந்த சக்கரம். இது தர்ம சக்கரமாகும்.''

இப்போது அனைவரும் தர்ம சக்கரத்தை உற்று நோக்கி வியந்தனர்.

புத்தர் தொடர்ந்தார் ''மனிதர்களையோ, மிருகங்களையோ யாரையும் துன்புறுத்தாது வாழ்வதும் இந்த எட்டு நெறிகளில் நிற்கும்போது சாத்தியமாகும். துன்பம் கொடுக்காமல் இருப்பவரே துன்பத்திலிருந்து விடுதலை பெற முடியும். ஆசை அறுபடும்போது துன்பம் தொலைந்து போகும்.

வருணபேதம் பௌத்தம் அறியாதது. நம் சகபயணிகளும் சகோதரரும் ஆன அனைவருக்கும் பௌத்தம் பொதுவானது. பௌத்தத்தை ஏற்று இந்த புத்தன் எப்படி தானே உணர்ந்தானோ அதற்கு இணையாக இந்த நன்னெறிகள் மூலம் தானும் ஞானம் பெற விரும்பும் எந்த ஒருவரும் பௌத்தத்தில் இணையலாம்.''

அவர் உரையை முடித்ததும் கூட்டத்தில் முண்டியடித்து கௌடின்யன், பஸ்பா, மஹாநாமா, பஷிகா, அஸ்வஜித் ஆகிய ஐவரும் அவர் பாதம் பணிந்தனர்.

அத்தியாயம்

௧௯

‘‘பௌத்த தர்மம் என்று இது அழைக்கப்படும். பௌத்தத்தை ஏற்கும் நம்பிக்கை உடையவர் உபாசகர்கள் என்று அழைக்கப்படுவார்கள். நம் ஐவரையும் முதல் அரஹந்தர்களாக புத்த பெருமான் அங்கீகரித் திருக்கிறார்’’ என்றார் கௌடின்யன்.

‘‘அரஹந்தரின் பணி என்ன?’’ என்றார் பர்ப்பா.

‘‘துறவு கொள்ள வருவோரை பிட்சுக்களாக பௌத்தத் துறவிகளாக ஏற்பது…’’

‘‘அதற்கு யார் முன் வருவார்கள்?’’

‘‘ஏற்கெனவே யசன் மற்றும் ஐம்பதுக்கும் மேற்பட்டோர் காத்திருக்கின்றனர்.’’

‘‘பிட்சுவாக ஒரே நாள் போதுமா?’’ இது பஸிகாவின் கேள்வி.

‘‘கால அளவை வைத்து பார்க்காமல் முதலில் பப்பஜர்களாக தமது இல்லத்தைத் துறந்து வருவோர் பின்னர் பிட்சுக்களுக்கான சபதங்களை ஏற்பர். அதாவது துறவறங்களுக்கான சபதங்களைச் செய்து பௌத்த தர்மத் துறவிகளாவர்.’’

‘‘சிறுவர்களுக்கு பிட்சு ஆகும் தகுதி உண்டா?’’

''உண்டு. முதலில் ஸ்ரபுணேரர்களாக நம்முடன் இணைந்து, கல்வி பயின்று 20 வயதுக்குப் பிறகு பிட்சுக்களாக ஆகலாம்.''

''பிட்சுக்களின் உடை என்ன?'' இது பர்ப்பாவின் அடுத்த கேள்வி.

''காவி உடைதான். இப்போது புத்தர் அணிந்திருப்பது போலவே இருக்கும்.''

''அஸ்வஜித் ஆரம்பத்தில் தலையை முழுதும் மழித்தே பிரிவிராஜராக, வைராகியாக இருந்தார். தற்போது தலையில் சிகை உள்ளது. எது சரியான தோற்றம் ஒரு பிட்சுவுக்கு?''

''புத்தர் ஞானம் பெறும்போது இருந்த தோற்றம் அவருக்கு மட்டுமே. அவர் ஞானம் தேடும்போது இருந்த தோற்றமே பிட்சுக்கள் எல்லோருக்கும்.''

''அரஹந்த், பிட்சுக்கள் இவர்கள் தவிர சாதாரண ஜனங்கள் வரும் போது அவர்கள் பெயர் என்ன?'' என்றார் மஹாநாமா.

''பௌத்தத்துக்கு வரும்போது நான் முன்பே கூறியதுபோல யாருமே உபாசகரே...''

''சரி, உபாசகர், பிட்சு, அரஹந்த் அனைவரையும் சேர்த்து பௌத்த வழி நடப்போரின் பெயர் என்ன?''

''சங்கா.''

''பெண்கள் பிட்சுவாகலாமா?'' என்றார் பஸிகா.

''கூடாது'' என்றார் கௌடின்யர்.

சிலையாக அமர்ந்திருந்தார் சுத்தோதனர். யசோதராவும், ராணி பஜாபதி கோதமியும் அவர் மௌனம் கலைக்கும் வரை பொறுமையாக இருந்தனர். ராகுலன் மட்டுமே ஓடி விளையாடி அந்தச் சூழ்நிலையில் பாதிக்கப்படாதவனாக இருந்தான்.

ஒரு சேவகன் வேகமாக வந்து ''வணக்கம் மகாராஜா. கலா உதாயின் வந்துவிட்டார்'' என்று கூறி வணங்கினான்.

''வரச் சொல்.''

கலா உதாயின் நடுவயதினராக இருந்தார். ''மகாராஜா, மகாராணி, இளவரசி அனைவருக்கும் வணக்கம்.'' மன்னர் ஆசனம் தந்தும் அமர மறுத்து ''கட்டளை என்ன மகாராஜா?'' என்றார்.

''உதாயின் உனது பால்ய நண்பன் சித்தார்த்தன் ஞானம் பெற்று புத்தராகி மகத நாட்டில் வசிக்கிறான் அறிவாயா?''

''கேள்விப்பட்டேன் மகாராஜா. சாக்கிய முனி என்று அழைக்கப்பட்ட அவர் தற்போது கௌதம புத்தர் என வணங்கப்படுகிறார். மகத நாடு பாக்கியம் செய்திருக்கிறது.''

''கபிலவாஸ்துவும் சாக்கிய மண்ணும் என்ன பாவம் செய்தன உதாயின்?''

''மன்னிக்க வேண்டும் மகாராஜா. அவ்வாறில்லை. சாக்கிய வம்சத்து வழித்தோன்றல் புத்தரானால் பெருமை தந்தையாகிய தங்களுக்கே...''

''பெருமிதம் ஏதுமில்லை உதாயின். துக்கமே எஞ்சியது. மகுடம் சூட்டிக் கொள்ளவேண்டிய என் மகன் இன்று பிட்சை எடுத்து துறவியாய் வாழ்கிறான். மகன், மனைவி, குடும்பம் என்னும் பற்றைத் துறந்து வெகு நாளாயிற்று. தனது தர்ம சாதனையை இந்த மண்ணில் நிகழ்த்தலாமே? அதை அவனிடம் எடுத்துச் சொல்ல பால்ய நண்பனான நீயே பொருத்தமானவன்.''

கலா உதாயின் பதிலே சொல்லவில்லை.

''ஏன் உதாயின் என்ன தயக்கம்?''

''உங்கள் ஆணைக்குப் பிறகு தயக்கம் ஏது மகாராஜா? என்னிலும் அறிவில் சிறந்தவர் அவர். அவர் முன்னர் நான் எறும்புபோல நிற்பேன்.''

''நீ தனியாகப் போக வேண்டாம். மந்திரிகளில் ஒருவரும் நிறைய வீரர்களும் பொதுமக்களும் உன்னுடனே வருவார்கள்.''

''அவர் பாதம் பணிந்து நம் தேசத்துக்கு திரும்ப அழைத்து வருவோம் மகாராஜா.''

கௌதம புத்தருடன் கஸ்ஸாபா என்ற குலத்தைச் சேர்ந்த உருவேலா, நாடி, கயா என்னும் சகோதரர்கள் நடந்து கொண்டிருந்தனர். மூத்தவனான உருவேலா ''எங்கள் பகுதிக்கு நீங்கள் வந்தது எங்களுக்கு பெருமையாயிருக்கிறது. ஆனாலும் எங்களுக்கு என பெருமை மிகுந்த பாரம்பரியம் உண்டு. சூரியனோ சந்திரனோ நட்சத்திரங்களோ இவை யாவும் ஒளி வடிவே. ஒளி என்பது அக்கினியில் இருந்துதான் உண்டாவது. அக்கினி தேவனே அனைத்துக்கும் அதிபதி. அவனை வணங்குவதை விடவும் உயர்ந்த எந்தத் தத்துவத்தை தாங்கள் கூற இயலும்?'' என வினவினான்.

மலையின் ஏற்ற இறக்கங்களில் அவன் சொல்வதைக் கேட்டபடியே வந்த புத்தர் ஒரு பாறையின் மீது அமர்ந்தார். கஸ்ஸாபா சகோதரர்கள் மற்றும் புத்தருடன் வந்திருந்த நூற்றுக்கணக்கானவருக்கும் மூச்சு

வாங்குவதிலிருந்து ஆசுவாசப் படுத்திக்கொள்ள ஒரு சிறிய இடைவெளி கிடைத்தது. சூரியன் மறைந்து இருள் கவிந்து கொண்டிருந்தது. மலையின் மேலிருந்து செவ்வானம் அழகிய சித்திரமாய்த் தெரிந்தது.

''நீங்களும் உங்கள் மலை நாட்டு மக்களும் விருப்பங்கள் நிறைவேற அக்கினி தேவனை வழிபடுவீர்கள்தானே உருவேலா?'' என்று துவங்கினார் புத்தர்.

''ஆம் புத்தரே. அவரிடம் வைக்கும் பிரார்த்தனைகளும், வேண்டுதல்களும் கண்டிப்பாக நிறைவேறும்.''

''மற்ற நாட்டு மக்களும் ஏதேனும் ஒரு பிரார்த்தனையை தமது இஷ்ட தெய்வத்திடம் வைத்துக்கொண்டுதான் இருப்பார்கள்... இல்லையா உருவேலா?''

''அவரவர் வழிபாட்டு முறையில் இது தினசரி நடப்பதுதானே புத்தரே?''

''விருப்பங்கள் நிறைவேறும்படி நாம் தினசரி வேண்டுகிறோ மென்றால் ஒரேயடியாக விருப்பம் நிறைவேறி மனம் நிறைவுற்றது என்று நிலைமை கிடையாது என்று பொருளா?''

''புரியவில்லை புத்தரே...''

''வேறுவிதமாகக் கேட்கிறேன். துன்பம் வரும்போது நாம் கடவுளை வேண்டுகிறோம் இல்லையா?''

''ஆமாம். துன்பம் நீங்க கடவுளை விட்டால் வேறு யாரிடம் வேண்டுவது?''

''துன்பம் ஏன் நீங்க வேண்டும் உருவேலா?''

நன்கு இருட்டிவிட்டது. உருவேலாவின் ஆட்கள் தீப்பந்தத்துடன் அருகில் வந்து நின்றனர்.

''துன்பம் என்பது வலி புத்தரே. மனதுக்கோ உடலுக்கோ தாங்க முடியாதபடி ஏற்படும் காயமோ வலியோ... அது நீங்காமல் எப்படி நிம்மதியாக இருப்பது?''

''துன்பங்கள் எத்தனை விதமாக இருந்தாலும் வலியும் வேதனையும் பொதுவாக இருக்கின்றன. நான் சொல்வது சரியா உருவேலா?''

உருவேலா பதில் சொல்லவில்லை.

இரவு உணவு வந்தது. தீப்பந்தங்கள் மீது வந்து விழும் பூச்சிகளை விரட்ட கோரைப் புற்களால் செய்யப்பட்ட பெரிய சாமரங்களை பணியாளர்கள் வீச, கஸ்ஸாபா சகோதரர்களும், புத்தருடன் வந்தவரில் துறவு ஏற்காதவரும் உணவு உண்டனர். புத்தரும் துறவு ஏற்றவர்களும் உணவு உண்ணவில்லை.

விடியற்காலையில் அருவிப்பக்கம் புத்தர் கிளம்பிச் சென்றபோது அவருடனேயே நடந்தான் உருவேலா.

''இரவு முழுவதும் உறங்கவில்லையா உருவேலா?'' என்றார் புத்தர்.

தனது மனநிலையை எப்படிக் கண்டுபிடித்தார் என வியந்தான். ''புத்தரே... துன்பங்கள், பிரார்த்தனைகள் இரண்டும் நிரந்தரமாகதான் இருக்கின்றன. துன்பத்திலிருந்து விடுதலை உண்டா?''

''துன்பம் இல்லாதபோது இன்பமாக இருக்கிறதா உருவேலா? இதற்கு மட்டும் யோசித்து பதில் சொல்.''

காலை, பகல் என நேரம் கடக்க புத்தர் தம்மை நாடி வந்தவருடன் அளவளாவிக் கொண்டிருந்தார். மாலையும் வந்தது. அதே பாறையில் பள்ளத்தாக்கை ரசிப்பதுபோல மோன நிலையில் இருந்தார் புத்தர். அவர் உருவேலா அருகில் அமரும் அசைவு கண்டு அவனை கவனித்தார்.

''யோசித்துவிட்டேன் புத்தரே. துன்பம் நீங்கினாலும் அந்த நிலையை இன்பம் என்று சொல்ல முடியவில்லை.''

''ஏன் உருவேலா?''

''அந்த இன்பம் நிலைக்குமா என்ற பதட்டமும் நிலைக்காது என்ற பதிலும் இன்பத்துக்கு வழியில்லாமல் செய்துவிடுகின்றன.''

''அச்சுறுத்தும் ஒரு நிழல்போல நிலையாமை நம் மீது படர்ந்து கொண்டே இருக்கிறது இல்லையா?''

''இதில் இருந்துதான் விடுதலை தேடவேண்டும் புத்தரே... எப்படி என்பதுதான் புரியவில்லை.''

மாலை கடந்து இரவின் இருள் எங்கும் கவ்வியது.

புத்தரும் உருவேலாவும் வெகு நேரம் அமர்ந்திருந்தனர் மௌனமாக.

''அதைப் பார் உருவேலா...'' புத்தர் சுட்டிக்காட்டிய இடத்தில் காட்டுத்தீ கொழுந்து விட்டு எரிந்து கொண்டிருந்தது.

''காட்டுத்தீ புத்தரே.''

''அது எங்கிருந்து வந்தது?''

''தங்களுக்கு தெரியாததா புத்தரே? காட்டில் காய்ந்து கிடக்கும் சருகுகள் வெப்பத்தில் தீப்பற்றிக்கொள்ள, பின் அது பெரிய தீயாகிறது.''

''அவ்வாறெனில் அந்தத் தீ காட்டினுள் இருந்துதானே துவங்குகிறது இல்லையா?''

''இதில் சந்தேகமென்ன?''

''ஆனால் அது தன்னை பிறப்பித்த காட்டையே அழிக்கிறதே...''

''சாதாரணமான உண்மைதானே இது புத்தரே.''

''காடு தனது தீயில் தானே அழிவதையும், நம் மனதில் துன்பம் ஏற்படுத்தும் வலியையும், துன்பம் நீங்கினாலும் இன்பம் நிலைக்காது என்னும் அச்சத்தையும் அது கொடுக்கும் பதட்டத்தையும் ஒப்பிடலாமா உருவேலா?''

''எப்படி? எனக்கு விளங்கவில்லையே?''

''சொல்கிறேன். நம்மை வாட்டும் வலியோ துன்பமோ எங்கிருந்து துவங்கின?''

உருவேலா பதில் சொல்லவில்லை.

''சரி, இதற்கு பதில் சொல். உடலில் ஒரு காயம் ஏற்படுகிறது. அதை மனதில் ஏற்படும் ஒரு ஏமாற்றம், அவமானம், இழப்பு அல்லது எதிர்பார்ப்பு நிறைவேறுமா இல்லையா என்று தெளிவான விடை கிடைக்காத தவிப்பு இவற்றோடு ஒப்பிடு.''

''ஒப்பிடும் காரணமென்ன புத்தரே? ''

''ஒன்றோடு ஒன்றை ஒப்பிடலாம். அதாவது உடலில் வரும் வலி நீண்ட நாள் நிலைத்து தொல்லை தருகிறதா அல்லது மனது உணரும் வலியா... எது மிகவும் துன்பம் தருகிறது? மனதில் வலி மட்டுமல்ல, நிச்சயமின்மை குறித்த பதட்டம், அச்சம் இவைகளை உடல் வலியுடன் ஒப்பிடுவோம்.''

அண்ணனுடன் அமர்ந்து மரியாதை நிமித்தமாக மௌனமாக இருப்பதுபோல இருந்த தயா கஸ்ஸாபா ''எனது தாழ்மையான கருத்து, மனதில் ஏற்படும் வலியே நீண்டு நிரந்தரமாகவும் தாள இயலாததாகவும் ஆகிவிடுகிறது புத்தரே...'' என்றான்.

''அதன் காரணத்தை அறிந்துகொண்டால் அதைக் கடக்கும் வழியும் தென்படலாம் இல்லையா?''

''அதில் ஐயமில்லை'' என்றான் தயா.

''ஆறு வருடங்களுக்கு மேல் அலைந்து திரிந்தபோதும், நாற்பத்து ஒன்பது நாட்கள் தவமிருந்தபோதும் அந்தக் காரணத்தையே நான் தேடிக் கொண்டிருந்தேன் தயா.''

''எங்களுக்கும் தாங்கள் அறிந்து உணர்ந்தவற்றை கூறுங்கள்'' என்றான் உருவேலா.

''ஆசை சாம்பலுக்குள் கனன்று கொண்டிருக்கும் நெருப்பு போன்றது. விழித்திருந்தாலும், உறங்கினாலும் இடைவிடாது நம்மைத் தொடரும் ஆசையே துன்பத்திற்கும், இன்பம் தொலைந்து போகுமே என்னும் அச்சத்திற்கும் காரணம்.''

''ஆசையே படாமல் வாழ முடியுமா புத்தரே?''

''முடியாது உருவேலா. ஆனால் ஆசையை வென்று வாழ இயலும்.''

''என் தர்ம சக்கரம் பற்றி நான் கயையில் கூறியவற்றை உங்களுக்காக கூறுகிறேன் கேளுங்கள்...''

புத்தரின் சொற்களை உன்னிப்போடும் பூரண நம்பிக்கையோடும் செவிமடுத்தனர் கஸ்ஸாபா சகோதரர்கள்.

அத்தியாயம்

20

பிம்பிசாரரின் எதிரே கலா உதாயின் வணங்கி நின்றிருந்தார். ''நீங்கள் சொல்வது யாவும் எனக்கு புரிகின்றன உதாயின். ஆனால் கௌதம புத்தர், மன்னர் பிம்பிசாரர் கருதுவதுபோல தங்கள் பாலிய சிநேகிதராக இல்லை. கஸ்ஸாபா பழங்குடியினர் அக்கினி தேவனைத் தவிர வேறு யாரையும் ஏற்காதவர்கள். அவர்களே தங்களது தலைவர்களான கஸ்ஸாபா சகோதரர்களுடன் பௌத்தத்தில் இணைந்திருக்கிறார்கள்.''

''சிறியவனுடைய பேச்சு அதிகப்பிரசங்கமாக இருந்தால் மன்னிக்கவும். பெற்ற தாயையும் தந்தையையும், நம்பி வந்த மனைவியையும் தான் பெற்ற மகனையும், பிறந்த மண்ணையும் விடவா ஞானமும் துறவும் உயர்ந்தவை?''

''சாக்கிய நாட்டின் ஒரு சாதாரண சேவகராக தாங்கள் பேசவில்லை. சுத்தோதனரின், கபிலவாஸ்து மக்களின் குரலாக இதை கூறுகிறீர்கள் என்பதை உணர்கிறேன். புத்தர் உங்கள் மண்ணுக்கு உங்கள் வேண்டுகோளை ஏற்று கபிலவாஸ்துவுக்கு திரும்பினால் அது சுத்தோதனரின் மன நிம்மதிக்கு வழி வகுக்கும். ஆனால் மகதம் அவரைப் பிரிய வேண்டியதுதான். மகதம் செய்த பாக்கியம் அவர் இங்கே ஞானம் பெற்றது.''

''நன்றி மகாராஜா. தாங்கள் அழைப்பை தூதுவர் மூலம் அனுப்புங்கள். புத்தர் இங்கே வரட்டும். தாங்களும் பணிவுடன் நானும் அவரிடம் பேசினால் அவரிடம் மனமாற்றம் ஏற்படலாம் இல்லையா?''

''அது முறையல்ல உதாயின். புத்தர் சித்தார்த்தராக இங்கே வரவில்லை. பூரண ஞானம் பெற்றவராக மகதமே ஏற்கும் மகானாக வந்திருக்கிறார். நாளை பல தேசங்களும் ஏன் மனித குலமே வணங்க இருக்கும் அவரை நான் இங்கே வரச்சொல்லி தூதுவரை அனுப்புவது முறையாக இருக்காது. ராஜகஹத்துக்கு வெளியே ஒரு பனந்தோப்பில் அவரும் அவரது சீடர்களும் தங்கி இருக்கின்றனர். அங்கே நாம் சென்று அவரை வணங்கி சுத்தோதனரின் செய்தியை தெரிவிப்பதே முறை.''

சங்கு முழங்கியது. உயர்ந்து வளைந்திருந்த மரக்குழல் வாத்தியமும் முழங்கியது. ''மன்னர் பிம்பிசாரர் வாழ்க...'' என்னும் கோஷங்களுக் கிடையே நான்கு குதிரைகள் பூட்டிய மிகப் பெரிய ரதத்தில் பிம்பிசாரர் கிளம்பினார். பின்னால் குதிரைப் படை வீரர்கள். அவர்களைத் தொடர்ந்து கபிலவாஸ்து மந்திரிகளில் ஒருவரும் கலா உதாயினும் ஒரு ரதத்தில் அமர்ந்து வந்தனர். அவர்கள் இருவருடன் வந்திருந்த பொது மக்களும் படை வீரர்களும் கால் நடையாகப் பின்தொடர்ந்தனர்.

ஒரு கட்டிலின் மேற்பகுதி மூங்கிற் சட்டங்களால் நெருக்கிப் பின்னப் பட்டிருந்தது மையப் பகுதி. அதன் மேல் போர்த்தியிருந்த வெள்ளைத் துணி அந்தக் கட்டிலின் கால்களை மறைத்துத் தரையைத் தொட்டபடி இருந்தது. அது புத்தருக்காகக் காத்திருந்தது.

அதற்கு அடுத்தபடியாக அமர்ந்திருந்தார் பிம்பிசாரர். தரையில் உட்கார்ந்திருந்த நூற்றுக்கணக்கான மக்களுள், முன் வரிசையில் கலா உதாயின் மற்றும் கஸ்ஸாபா சகோதரர்கள். பனை ஓலைகள் அசையும் சத்தம் மற்றும் தூரத்தில் ஆடு மாடுகள் மேயும் சத்தம் தவிர அந்த இடம் பூரண அமைதியில் இருந்தது.

சிறிது நேரத்தில் புத்தரும் அவருடைய சீடர்களும் பிட்சை ஏற்றபின் அந்த மூங்கில் வனத்துக்கு திரும்புவதைக் கண்ட மக்களிடையே சிறு சலசலப்பு. பிம்பிசாரரும் மக்கள் அனைவரும், புத்தர் கூட்டத்தைத் தாண்டி பின்னே வனத்துக்கு உட்புறம் செல்லும் வரை, எழுந்து நின்று வணங்கினர். புத்தரும் சீடர்களும் வனத்தில் வட்டமாக அமர்ந்து பிட்சையாக ஏற்று வந்த உணவை உண்டனர்.

புத்தர் உணவு முடித்து அவருக்கென ஏற்பாடு செய்யப்பட்டிருந்த கட்டிலில் வந்து அமர வந்ததும் பிம்பிசாரரும் மற்ற அனைவரும் எழுந்து நின்று அவரை வணங்கினர். புத்தர் கைகூப்பி வணங்கி அமர்ந்தார்.

''நம்முடன் அமர்ந்து சிறப்பித்திருக்கும் மகாராஜா பிம்பிசாரருக்கு நன்றி'' என புத்தர் பேசத் துவங்கினார்.

''ஞானம் தேடி அலைந்தபோது நான் ராஜகஹத்தில் மாமன்னரை சந்தித்தேன். ஞானம் பெற்றால் மன்னர்களில் முதலில் மன்னர் பிம்பிசாரரையே சந்திப்பேன். இந்த நகருக்கே வருவேன் என வாக்களித்தேன். அது இன்று பூர்த்தியாகிவிட்டது. பௌத்தம் என்னும் மார்க்கமாக என் வழி அறியப்பட்ட பின்பு கூடும் முதல் சபை இது. நீங்கள் எல்லோரும் என் பேச்சை கேட்கதானே வந்திருக்கிறீர்கள்?''

முதலில் யாரும் பதில் பேசவில்லை. ஓரிரு நொடிகள் கடந்தன. ''ஆம் புத்த தேவரே'' என்றாள் சுஜாதா. ''ஆம் சித்தார்த்தரே'' என்றான் கலா உதாயின். உருவேலா கஸ்ஸாபா சினந்து ''அவரை அவ்வாறு அழைப்பது மரியாதையில்லை'' என்றான்.

''பரவாயில்லை உருவேலா'' என்ற புத்தர், ''நானோ நீங்கள் பேசுவதை கேட்ட பிறகே நானும் பேசலாம் என்று எண்ணி வந்திருக்கிறேன்'' என்று ''உங்களுள் துக்கம் அனுபவிக்காதவர் யாரேனும் இருக்கிறீர்களா?'' என்றார். யாரும் பதில் பேசவில்லை.

சற்று நேரம் காத்திருந்து தொடர்ந்தார் புத்தர் ''நாம் அனைவரும் நிறையவே துன்பம் அனுபவித்து விட்டோம். அதுவே நம் வாழ்க்கையின் கசப்பான பகுதி. துன்பம் எது, எந்த வகைப்பட்டது என்பதை நீங்கள் முதலில் கூறுங்கள். யார் வேண்டுமானாலும் தாங்கவே இயலாத துன்பம் அவர் கருத்தில் என்ன என்பதை கூறுங்கள்...''

''திருமணமான ஒரு பெண்ணுக்கு பிள்ளைப் பேற்றில் தாமதமும், ஒரு கன்னிப் பெண்ணுக்கு திருமணம் ஆவதில் ஏற்படும் தடைகளுமே மிகவும் துக்ககரமானவை'' என்றாள் சுஜாதா.

கலா உதாயின் ''தனது மகன் இல் வாழ்க்கையைத் துறந்து ஞானமார்க்கத்தில் செல்லும்போது அந்தத் தந்தைக்கும், மறுபக்கம் அவனது மனைவி குழந்தைகளுக்கும் ஏற்படும் ஏமாற்றமும், பிரிவுத் துன்பமுமே மிகவும் வருத்தமான துன்பங்கள்'' என்றான்.

''மழை பொய்த்து விளைச்சலை காண முடியாது, தன் விவசாயப் பணிகளை நிறுத்தும் கட்டாயம் ஏற்படுவதே மிகவும் துக்கம்...'' இது ஒரு விவசாயியின் பதில்.

''தனது குழந்தை அகால மரணமடைவதே பெரிய துக்கம்.'' இது ஒரு தாயின் பதில்.

''நோயும் முதுமையுமே துக்கமானவை'' என்றார் ஒரு முதியவர்.

''கள்வர்களிடம் நான் உழைத்து ஈட்டிய பொருட்களை பறிகொடுப்பதே துக்கம்'' என்றார் ஒரு வியாபாரி.

''ஊர் உறவு தவறான கருத்தில் செய்யாத குற்றத்தைக் கூறி அவமானப்படுத்துவதே துக்கம்.'' இது ஒரு நடுவயதுக்காரரின் கூற்று.

தொடர்ந்து வேறு யாரும் பேசாதபோது புத்தர் தம் உரையைத் துவங்கினார்:

''நமது சகோதர சகோதரிகள் குறிப்பிட்ட துன்பங்கள் நம்மில் யாரேனும் ஒருவருக்கு தினமும் நிகழ்ந்து கொண்டுதான் இருக்கின்றன. தனது குழந்தையை அகாலமாய்ப் பறி கொடுப்பதைப் பற்றி ஒரு தாய் குறிப்பிட்டார். அது மட்டுமல்ல. தனது நோயோ வலியோ தரும் துன்பத்தை விட, குழந்தை நோயுறும்போதோ வேறு துன்பத்தை எதிர் கொள்ளும்போதோ தாய் தந்தையரின் மனம் மிகவும் வருத்தமடைகிறது. தானும், தன் குடும்பமும் பொருளும் சுகமுமாக இருக்க வேண்டும் என்னும் விருப்பம் நமக்கு எப்போதும் இருக்கிறது. அது நிறைவேறாத போதோ, அல்லது ஒரு சுகமோ ஒரு பொருளோ தனக்கோ தன் குடும்பத்துக்கோ பறி போகும்போது - அதுவும் வருத்தத்தையே தருகிறது.

விரும்புவதும், விரும்பியது கிடைக்குமா, இருப்பது நிலைக்குமா, எப்போதுமே விருப்பம் நிறைவேறும் நலம் தொடருமா என்னும் கேள்விகள் துரத்திக்கொண்டே இருக்கின்றன.

இன்பமோ துன்பமோ நிலையானதில்லை, வாழ்க்கை என்பது நிலையானதில்லை என்பதை ஏற்றுக்கொள்ள மனம் ஒப்புவதில்லை.

மறுபடியும் நாம் துன்பங்கள் என்று குறிப்பிட்டவற்றை நினைவு கூறுவோம். குடும்பம், சமூகம் என்னும் இரண்டுக்கும் மேலாக, என் நிலம், என் பொருள், என் உறவு, என் சுற்றம் என்னும் பற்றைச் சுற்றியே மனம் கொள்ளும் துன்பம் அமைகிறது. இந்தப் பற்று துன்பத்தை பன்மடங்காக்கி மேலும் எந்த வருத்தமோ துக்கமோ வராமல் இருக்க வேண்டும் என்னும் அச்சத்தை சேர்த்தே கொண்டிருக்கிறது.

நான் எனது என்னும் பற்றைப் பற்றி பேசும்முன் வேறு ஒரு கேள்வியை எடுத்துக்கொள்வோம். நான் - என் குடும்பம் - என் சுகம், என் துக்கம் - என் செல்வம் என்று போகும் மன ஓட்டம், ஒரு கேள்வியை எப்போது விட்டுவிடுகிறது... 'நான் இன்னொரு ஜீவனுக்கு ஊறு செய்யாமல் இருக்கிறேனா?''

பேச்சை நிறுத்திவிட்டு நீண்ட நேரம் மௌனமாக இருந்தார் புத்தர். மக்களில் யாருமே அசையவில்லை. அவர்கள் புத்தர் தங்கள் முன் வைக்கும் சிந்தனைகளை உணர்ந்து, புரிந்துகொள்ளும் கவனத்தில் இருந்தார்கள். பனை ஓலைகளின் சத்தம் மட்டுமே அந்த அமைதியில் ஒரே ஒலியாக இருந்தது.

புத்தர் தொடர்ந்தார் ''இந்தப் பனை ஓலைகளின் சத்தம் அதிக இடைவெளி இன்றி கேட்டுக்கொண்டே இருப்பதுபோல, நமது ஆசைகள் நம் மனதில் ஓயாது ஆர்ப்பரித்துக்கொண்டே இருக்கின்றன. மற்றவர்களுக்கு தீங்கு செய்யாமல் இருக்கின்றேனா என்னும் கேள்வியே அந்த ஆர்ப்பரிப்பை மீறி எழுவதில்லை. ஒன்றின் மீது ஆசைப்பட்டதும் அதை அடைவது நியாயமானதே - எனக்கு உரிமையானதே என்னும் எண்ணம் வலுத்து விடுகிறது. தான் - தன் சுகம் - தன் புகழ் - தன் பாதுகாப்பு என்று தனிமனிதனின் தான் ஒரு மையப் புள்ளியாக அமைய ஒரு குறுகிய வட்டத்துக்குள் அவன் தேங்கி விடுகிறான். அந்த வட்டத்தில் என் குடும்பம் - என் குலம் - என் உறவு என்பவற்றுக்கு மட்டுமே இடம் இருக்கிறது. இந்தக் குறுகிய வட்டத்துக்குள் துவங்கும் ஆசை எப்போதுமே எண்ணங்களில் இழையோடுகிறது. மனதளவில் ரீங்கரித்துக் கொண்டே இருக்கிறது. எண்ணம் பேச்சாகிறது. ஆசைகளின் தீவிரமும் வலுப்படுகிறது. பின்னர் பேச்சு செயலாகிறது. அது அவரை மட்டுமின்றி அவரது சொந்த பந்தங்களையும் சமுதாயத்தையுமே பற்றுக்களில் மேலும் பிணைத்துவிடுகிறது. ஒருவரின் ஆசை மனோ, வாக்கு, காயம் என்னும் திரிகரணங்களில் ஒரு பிணைப்புச் சங்கிலியையே உருவாக்கிவிடுகிறது.

ஒருவருடைய மரணத்தில் கூட இந்தச் சங்கிலி அறுந்து போவதில்லை. அவர் பின்னிய ஆசை வலை - பிறர் பின்னிய ஆசை வலை என வரும் தலைமுறைகளில் பிறக்கும் குழந்தைகளும் இந்தச் சங்கிலியின் இன்னொரு கண்ணியாக, இவர்களின் இன்னொரு பிறவியாகப் பிறக்கும் குழந்தைகள் வாழ்க்கையைத் துவங்குகின்றனர். தொடங்கும்போதே இந்த மீளா ஆசை வலையில் சிக்கிக்கொண்டுவிடுகின்றனர்.

அலை ஓய்ந்து சமுத்திரத்தில் ஸ்நானம் செய்ய இயலுமா? புதை மணல் தனது இயல்பை மாற்றிக் கொள்ளும் என்று எதிர்பார்க்க முடியுமா? கண்டிப்பாக சாத்தியம் இல்லை. நோயும் அழுக்குகளும் உடைய உடலை நான் என்றே நம்புகிறது மனம். அந்த உடலின் சுகம் அல்லது வலி குறித்து அலைப்புறுவது போலவே, ஆசைகளை சுமந்து திரிவது தவிர்க்க முடியாததாக ஆகிவிடுகிறது.

நெருப்பை ஒரு விளக்குத் திரியைக் கொண்டோ, அடுப்பிலோ மூட்டி நாம் நமது தேவைக்கேற்ப அதைப் பயன்படுத்துகிறோம். கவனம் பிசகினால் அது நம்மையே அழித்துவிடும் என்பதை நாம் நன்கறிவோம்.

ஆசையை உலக நன்மைக்கான ஆசையாக விரிவுபடுத்தி, மறுபக்கம் அது நம்மை ஆட்டிப் படைக்காமல் கட்டுப்படுத்தி வாழும் அறநெறி மிகுந்த வாழ்க்கைக்கு பௌத்தம் உங்களை அழைக்கிறது. உடல், மனம், செயல் இவை யாவற்றிலும் பிறருக்கு ஊறு விளைவிக்காத திரிகரண சுத்தியில் நாம் இயங்குவோம். மனித குலம் நன்னெறியோடு வாழ வேண்டும் என்னும் உயர்ந்த லட்சியம், அது நிறைவேறும் என்னும் நன்னம்பிக்கை, அந்த நன்னம்பிக்கைக்கு எடுத்துக்காட்டாக நாம் முதலில் நன்னெறியில் நிலைத்திருப்பது துவக்கம். தனது தொழிலில் நேர்மையாக, பேச்சில் அன்பை விதைப்பவனாக, தனது நடத்தையில் அப்பழுக்கற்றவனாக, தனது அறிவை உலக நன்மைக்கு மட்டுமே பயன்படுத்துபவனாக ஒருவன் வாழ்வாங்கு வாழ்வதே பூரணமான அடுத்த நிலை. இதை தியானத்தின் மூலம் மனதைக் கட்டுப்படுத்தி அடையலாம். பௌத்தம் ஒரு நல்ல அன்பு மயமான மனித நேயம் மிக்க சமுதாயமாக நாம் எல்லோரும் உயர வழி செய்யும்.''

புத்தர் தமது பேச்சை முடித்து வெகு நேரம் ஆகியும் அனைவரும் அவரது ஆணைக்காகக் காத்திருப்பதுபோல அப்படியே அமர்ந்திருந்தார்கள்.

கலா உதாயின் முதலில் எழுந்து ''என்னை மன்னியுங்கள். நான் தங்கள் வழியில் பௌத்தத்தில் இணைகிறேன்'' என்று கண்ணீர் மல்கக் கூறி அவரது பாதம் பணிந்தான். புத்தர் அவனை ஆசீர்வதித்தார். பின்னர் சுஜாதாவும் அவளது கணவனும் பௌத்தத்தை ஏற்று அவரை வணங்கினர். பிம்பிசாரர் தமது கிரீடத்தை புத்தரின் பாதத்தில் வைத்து பௌத்தத்தை ஏற்றதும் திரண்டிருந்த அனைவரும் ஒவ்வொருவராக வந்து வணங்கி பௌத்தத்தில் இணைந்தனர்.

பலரும் விடைபெற்றதும் கஸ்ஸாபா சகோதரர்களும் அவர்களது ஊர்க்காரர்களும் சேவகர்களும் மட்டுமே இருந்தனர். இரண்டு இளைஞர்கள் புத்தரை வணங்கினர். ''என் பெயர் சரிபுட்டா. இவன் பெயர் மோகல்லனா. நாங்கள் இருவரும் தங்கள் சீடராகி துறவைத் தழுவ விரும்புகிறோம்'' என்றனர்.

''பௌத்தத்தில் துறவியாக சில நிபந்தனைகள் இருக்கின்றன. சில சபதங்களையும், கட்டுப்பாடுகளையும் ஏற்க வேண்டும். பல தேசங்களுக்கும் எனது ஐந்து அரஹந்தர்கள் சென்றிருக்கின்றனர். அவர்கள் வந்தவுடன் உங்களுக்கு தீட்சை தரப்படும்.''

அத்தியாயம்

21

அரண்மனையில் ராஜசபை கூடியிருந்தது. மன்னருக்கு அடுத்து ராஜ குரு, பிரதான அமைச்சர், மற்ற மந்திரிகள், படைத்தலைவர் என இருக்கும் வரிசை அப்படியே இருந்தது. மன்னருக்கு இணையான ஆசனம் ஒன்று இருக்காது. இன்று அப்படி ஒன்று இருந்தது. ராஜகஹ நகரத்தில் எல்லா கிராமணிகள், இசைக் கலைஞர்கள், சிற்பிகள், புத்தரின் சீடர்கள் என பலருக்கும் சபை நிறைத்து இருக்கைகள் இருந்தன. அதற்கு அடுத்த சுற்றிலும் இறுதியான சுற்று முழுவதும் வெளியே தோட்டத்திலும் பணியாளர்களும் பொது மக்களும் கூடியிருந்தனர்.

அரண்மனையில் தரப்பட்ட விருந்தை மன்னர் பிம்பிசாரர் பல முறை வேண்டிக் கொண்டதால் புத்தரும் அவருடன் வந்த சீடர்களும் உண்டனர். உணவு உண்டு முடித்து சபைக்குள் பிம்பிசாரரும் புத்தரும் நுழையும்போது அனைவரும் எழுந்து நின்று வணங்கினர். தமக்குச் சமமாக இடப்பட்டிருந்த ஆசனத்தில் புத்தர் அமர்ந்த பிறகு அவரது பாதம் பணிந்து மன்னரும் ராணியும் அமர்ந்தனர்.

''சாக்கிய முனி என நம்மால் அன்புடன் அழைக்கப்பட்ட புத்தரை நம் ராஜகஹமும் மகத நாடும் வணங்குகின்றன. பரிவிராஜராக, துறவியாக நம் நாட்டில் பல இடங்களிலும் தவமிருந்த புத்தபிரான் மகதத்துக்கும் மற்ற எல்லா தேசங்களுக்கும் பௌத்தம் என்னும் வழியைக் காட்டியிருக்கிறார்'' என பிம்பிசாரர் தம் உரையைத் துவங்கினார்.

''பௌத்தத்தைத் தழுவிய நான் மக்கள் நலம் பேணும் அற நெறியில் நிற்க வேண்டும் என்னும் அவரது வழி காட்டுதல்படி நடப்பேன். பௌத்தமே எல்லா மக்களும் நல வாழ்வு வாழவும், பிறரின் நலம் பேணும் பெரு வாழ்வு வாழவும் வழி வகுக்கும். தமக்கு ஞானம் சித்தித்த பின் ராஜகஹத்துக்கு வருவதாக வாக்களித்திருந்த புத்தர் அவ்வாறே விஜயம் செய்தது நமக்கு மிகவும் பெருமையானது'' என்று கூறி அமர்ந்தார்.

புத்தர் பேச எழுந்ததும் அனைவரும் முழு கவனத்துடன் உன்னிப்பாகக் கேட்கத் துவங்கினர்.

''தர்மம் என்பது சடங்குகள் சம்பிரதாயங்கள் என்று நின்றுவிடக் கூடாது. வருணம் பேதம் பேசி சடங்குகளில் மட்டுமே கவனமாயிருந்து மனித குலம் என்கிற அடையாளம் மறைந்து கொண்டிருந்த காலகட்டத்தில்தான் ஷ்ரமணம் என்னும் மார்க்கம் பல மகான்களின் கருணையால் நாம் உய்ய வழி காட்டியது. அவர்களில் வர்த்தமான மகாவீரர் அன்பின் கருணையின் சிறப்பை நமக்கு உணர்த்தினார். ஷ்ரமணத்தின் சிறப்பு மனதை நல் வழிப்படுத்தும் கட்டுப்பாடுகளும் நல்வழி தேடும் முனைப்புமாகும். இந்த வழிமுறையை நாம் பௌத்தத்திலும் பின்பற்றுகிறோம். நிலத்தில் உழுது, விதைத்து, பயிரைப் பாதுகாத்து பின்புதான் விளைச்சலை அறுவடை செய்து சமுதாயம் முழுவதற்கும் பயனாகச் செய்கிறோம்.

உழவரின் அரும் பணி அது. நமது பணிகள் எதிலுமே மூன்று விதமான சக்திகளுள் ஒன்று உண்டு. எவை எந்த மூன்று விதமான சக்திகள்? இச்சா சக்தி, க்ரியா சக்தி, ஞான சக்தி என்று அவற்றை அறிகிறோம். இச்சிப்பது மனதில் இயல்பு. அதுவே சொல் என்று பேச்சில் வடிவம் பெற்று பின் செயலாகும்போது வெளிப்படும் முயற்சியில் உள்ளதே க்ரியா சக்தி. ஞான சக்தி நல்லதும் தீயதும் எவை எவை என்று வேறுபடுத்தி வழி காட்டும்போதுதான் சமுதாய மேன்மைக்கான செயல்களைச் செய்பவராகிறோம். ஆசைகள் காட்டும் வழியில் சுகம் - பொருள் என்னும் போகத்தில் இருக்கும்போது, பிறருக்கு தீங்கு நிகழ்ந்தாலும் பொருட்படுத்தாத மிருக நிலைக்கே போய் விடுகிறோம். அந்த ஆசை தரும் அலைக்கழிப்பே துன்பம். பிறரின் நலத்தையும் பொருட்படுத்தாத செயல்களுக்கு அது காரணமாவதால் அனைவரையும் துயரில் ஆழ்த்திவிடுகிறது. எண்ணம், சொல் , செயல் என்னும் மூன்றிலும் தூய வழி காணவே பௌத்தம் உங்களுக்கு நான்கு நெறிகளையும் எட்டு கட்டுப்பாடுகளையும் அளிக்கிறது.

தனக்காகவும் தன் குடும்பத்துக்காகவும் மட்டும் ஒரு உழவர் விதை விதைத்துப் பயிர் செய்வதில்லை. வியர்வை சிந்துவதில்லை. அவர்

நம் அனைவருக்காகவும் தானும் தன் குடும்பமுமாக தீர்மானமான முடிவுடன் உழைத்துப் பாடுபடுகிறார். இந்தத் தீர்மானமான சமுதாய நன்மைக்கான முனைப்பு ஒவ்வொரு எண்ணம் மற்றும் செயலில் நம்மிடம் இருக்குமேயானால், பிறருக்குத் தீங்கே இருக்காது நம்மால். பிறரது நன்மையே நம்மை வழி நடத்தும். பௌத்தத்தின் கட்டுப்பாடுகள் இந்த மன உறுதியை நமக்கு அளிக்கும். இந்த ஞானம் எனக்கு வர தேடலின்போது எனக்கு வழிகாட்டிய புண்ணிய பூமியே மகதம்.'' புத்தர் தம் உரையை நிறைவு செய்தார்.

●

அறியூபியா கிராமத்தின் கிராமணி, ஊர்மக்கள் யாவரும் மாம்பழத் தோட்டத்தில் குழுமியிருந்தனர். இளவரசர் சித்தார்த்தரின் சித்தப்பாக்களின் மகன்கள் ஆனந்தன், அனிருத்தன், தேவதத்தன் மற்றும் பல்லியன் யாவரும் குடில்கள் அமைக்கும் பணியை மேற்பார்வையிட வந்திருந்தனர்.

மூங்கிலும் கோரைப் புற்களுமான கூரை. செங்கல்லும் செம்மண்ணு மான சுவர்கள், குறுகிய நுழைவாயிலில் மூங்கிற் தட்டியில் பின்னிய கோரைப் புற்கள் கதவாக, குளிர்காலத்துக்கு ஏற்ற குடியிருப்பு. தண்ணீர் அருந்த ஒரு மண் பானை, குவளை, கணப்புக்கென ஒரு மண் பாண்டம் - அதில் இடுவதற்கு சுள்ளிகள் இருந்தன. புத்தரும் சீடரும் கட்டில்களில் படுக்க மாட்டார்கள் என்பதால் ஏழு அடி நீளமுள்ள மண் மேடையின் மேல் பாயும் கம்பளமும் விரிக்கப்பட்டிருந்தன.

''அண்ணா ஏன் கட்டிலில் படுக்கக் கூடாது?'' என்றார் அனிருத்தன் ஆனந்தனிடம். ''ஷரமணர்கள் கட்டிலில் படுக்க மாட்டார்கள்'' என்றார் பல்லியன்.

''ஷ்ரமணர்கள் பெண்கள் தொட அனுமதித்ததே கிடையாது. அண்ணா ஒரு பெண் தொட்டு கால் கழுவ அனுமதித்தாரே...'' என்றார் தேவதத்தன்.

''ஷ்ரமண மார்க்கத்தின் சில முரட்டு வழிகளையும், வைதீகத்தின் சில மூட வழி முறைகளையும் விலக்கியதாக பௌத்தம் இடைப்பட்ட பாதை தேவதத்தா'' என்றார் ஆனந்தன்.

''அண்ணாவை நீதான் அதிகமாக புரிந்து வைத்ததுபோல பேசாதே.''

''தேவதத்தா, அண்ணா பல தேசத்து மாந்தருக்கும் சொந்தமானவர். அவரது உபதேசங்கள் எழுதப்பட்டு லிகிதங்களாக, கல்வெட்டுகளாக மகதம் முழுவதும் வாசிக்கப்படுகின்றன. அவற்றிலிருந்து மக்கள்

பௌத்தத்தை எப்படி புரிந்து கொண்டிருக்கிறார்கள் என்பதையே நான் கூறினேன்.''

''சித்தார்த்தனுடன் சிறுவயது முதலே அதிகம் நெருங்கிப் பழகியவன் நான்தான்.''

''அவர் இப்போது கௌதம புத்தர். சித்தார்த்தரில்லை'' என்றார் ஆனந்தன்.

''ஆனந்தா, சித்தப்பாக்களின் எல்லா மகன்களும் சமமானவர்களில்லை. விளையாட்டோ கத்திச் சண்டையோ மல்யுத்தமோ நானும் சித்தார்த்தனும் எப்போதும் சமமானவர்கள்.''

''அவர்கள் தங்குவதற்கான ஏற்பாடுகள் இன்னும் முடியவில்லை. நீங்கள் ஏன் சண்டையிடுகிறீர்கள்?'' என்றார் பல்லியன்.

மாந்தோப்பு, மக்களின் வருகையால் மிகவும் சந்தடி நிறைந்ததாக ஆகியிருந்தது. 'மாளிகையிலிருந்து தள்ளி இருக்கும் இந்த இடத்திலிருந்து புத்தர் எப்படி அரண்மனைக்கு வருவார்? இவ்வளவு தூரம் நடப்பது சிரமமாக இருக்காதா?' என்று ஆனந்தனுக்கு உள்ளூரக் கவலையாக இருந்தது. சேவகர்கள், சமையற்காரர்கள், காவல் வீரர்கள் எவரின் சேவையையும் புத்தர் ஏற்பதில்லை என்றே ராஜகஹத்திலிருந்து வந்த செய்திகள் கூறின. கபிலவாஸ்துவில் மட்டுமேனும் புத்தர் தமது நியமங்களைத் தளர்த்தினால் எவ்வளவு நன்றாக இருக்கும்?

''ராகுலன் மிகவும் சந்தோஷப்பட்டிருப்பானே?'' என்றார் சுத்தோதனர் உற்சாகமாக.

''நம்மை விட அவன்தான் எச்சரிக்கையாக இருக்கிறான் '' என்றார் ராணி பஜாபதி.

''புரியவில்லை. என்ன எச்சரிக்கை?''

''மௌனமாகவும் இது ஒரு சாதாரண செய்தி போலவும் யசோதரா எடுத்துக்கொண்டதை அவன் கவனித்து தானும் பெரிய அளவில் சந்தோஷப்படாமல் நடந்து கொள்கிறான்.''

''யசோதராவை என்னால் புரிந்துகொள்ளவே இயலவில்லை. என் தம்பி மகன்கள் அனிருத்தன், தேவதத்தன், ஆனந்தன், பல்லியன், நம் மகன் நந்தா அனைவரும் குழந்தைகள்போல குதூகலமாக எப்போது சித்தார்த்தன் வருவானென்று தவித்துக் கொண்டிருக்கிறார்கள். ஆனால் யசோதராவோ நிஷ்சலனமாக நடப்பது நடக்கட்டும் என்பது

போல இருக்கிறாள். நாளை சித்தார்த்தன் மனம்மாறி இல்லறம் புகுந்தால் அது யசோதராவாலும், ராகுலனாலும் மட்டுமே நடக்க முடியும் பஜாபதி.''

''மாமன்னரே... தாங்கள் எப்படி அவனது ஒன்று விட்ட சகோதரர்களையும் யசோதராவையும் ஒப்பிடுகிறீர்கள்? அவர்கள் தம் அண்ணனை, ஒரு விளையாட்டுத் தோழனை, அவன் புகழின் உச்சியில் இருக்கும்போது சந்திக்கும் உற்சாகத்தில் இருக்கிறார்கள். ஆனால் யசோதராவுக்கு மட்டும்தான் சித்தார்த்தன் என்பது இறந்த காலம், புத்தர் என்பது நிகழ்காலம் என்பது தெளிவாக புரிந்திருக்கிறது.''

''புதிராக பேசுகிறாய்...''

''ஆமாம் மாமன்னரே. யசோதராவின் வாழ்க்கையின் புதிருக்கான விடை கிட்டத்தட்ட அவளுக்கு தெரிந்திருக்கிறது. தனது கணவன் உலகையே உய்விக்க வந்த மகான் என்னும்போது தன் வாழ்க்கை தனித்தும் இல்லாமல் புத்தருடன் பிணைக்கவும் வழியற்றதாகவே இருக்கக் கூடும் என்று அவள் உணர்ந்திருக்கிறாள்.''

''கபிலவாஸ்துவில் நம் அனைவரின் அருகாமையில் கண்டிப்பாக சித்தார்த்தனிடம் மனமாற்றம் இருக்கும் என்றே நம்புகிறேன்.''

நதிக்கரையில் கபிலவாஸ்துவே திரண்டிருந்தது. ஒவ்வொரு படகிலும் புத்தரைத் தேடியவர்களுக்கு, கடைசிப் படகில் இருந்து சீடர்களுடன் புத்தர் இறங்கியபோது அவரை அடையாளம் காணுவதற்கு சற்றே நேரமானது.

மக்களில் பலரால் கபிலவாஸ்துவின் இளவரசர்கள் மஹாநாமா, அஸ்வஜித், பஷிகா, பஸ்பா இவர்களையே பிரித்து அடையாளம் காண இயலவில்லை. அந்தணர் கௌடின்யரை சிலர் கண்டுபிடித்தார்கள்.

ஆனந்தனுக்கு புத்தரைக் கண்டவுடன் மகிழ்ச்சி பொங்கியது. தோற்றத்தில் மெலிந்திருந்தாலும் மிகுந்த தேஜஸுடன் அவர் திரும்பி வந்திருப்பதாக ஆனந்தனுக்குத் தோன்றியது. படைவீரர்கள் கூட்டத்தைக் கட்டுப்படுத்த இளவரசர்கள் மட்டுமே புத்தரின் அருகில் செல்ல அனுமதிக்கப்பட்டனர். ஆனந்தனுக்கு அவரிடம் பேச மிகவும் தயக்கமாக இருந்தது. தரையில் விழுந்து வணங்கி பின் ஒதுங்கி நின்றார். புத்தரே ஆனந்தனின் அருகில் வந்து ''நலமா ஆனந்தா?'' என்று அழைத்து அணைத்துக் கொண்டவுடன் ஆனந்தன் கண்களில் நீர் நிறைந்தது.

மஹாநாமா மற்றவருக்கு ''இவர்தான் மௌகல்யாயனர், அவர் மஹாகாஸ்யபர், பின்னாலிருப்பது சரிபுட்டர்'' என்று அடையாளம் காட்டினார். மஹாநாமாவின் மூலமாக ஆனந்தன் அன்றைக்கான புத்தரின் பிரயாண ஓய்வு நேரங்கள் பற்றித் தெரிந்துகொள்ள விரும்பினார். உபலி என்பவர் பிட்சுக்களை, பிற சீடர்களை ஓரிடத்தில் அமர வைத்தார். அப்போது புத்தருடன் சுபோதி என்னும் பிட்சு பேசிக் கொண்டிருந்தார். மஹாநாமா முதலில் இரண்டு பிட்சுக்களை ஆனந்தனுடன் அனுப்பித் தங்குமிடத்தின் வழியைத் தெரிந்து கொள்ளும்படி கூறினார். மஹாக்னா மற்றும் புன்னா ஆகிய அந்த இருவரும் ஆனந்தனுடன் தோப்பு வரை நடந்து வந்து, பிறகு மீண்டும் நதிக்கரைக்கே திரும்பினர்.

ஆனந்தன் தோப்பிலேயே காத்திருக்க முடிவு செய்தார். புத்தர் தங்கும் குடிலில் அவரை வரவேற்று வசதிகளை மேற்பார்வையிட எண்ணியிருந்தார். காலையுணவு மட்டுமே பிரதானமானது, இரவு உணவு என்று ஒன்று கிடையாது. ஆனாலும் உடல் நலம் சரியில்லாதவர்கள் இரவு உணவை சூரிய அஸ்தமனத்துக்குள் சாப்பிடலாம். ஆனந்தனுக்கு பௌத்தத்தில் கட்டுப்பாடுகள் ஷ்ரமண வழிமுறையில் இருப்பதாகத் தோன்றியது.

தேவதத்தன் அரண்மனையின் பிரதான வாயிலிலேயே பரபரப்பாக உலவிக் கொண்டிருந்தார். புத்தர் வந்து சேர்ந்த செய்தியைக் கொண்டுவந்த படை வீரன் அவரையும் நந்தாவையும் வணங்கி அவர்கள் வந்துவிட்டதாகத் தெரிவித்தானே ஒழிய அனைவரும் ஏன் இன்னும் ரதங்களில் வந்து சேரவில்லை என்னும் கேள்விக்கு விடை தெரியாமல் விழித்தான். தேவதத்தன் கையைத் தட்டினார். ஓடி வந்த பணியாளிடம் ''ரதத்தை பூட்டச் சொல்'' என்றார். தேவதத்தன் அதில் ஏறும் நேரத்தில் வேறு ஒரு சேவகன் ஓடி வந்து ''மாமன்னர் தங்களை அழைத்தார்'' என்றான். ''கிளம்பிவிட்டேன் என்று அவரிடம் சொல்'' என்று ரதத்தைச் செலுத்த ஆணையிட்டார். அந்தணர் தெரு, க்ஷத்திரியர் தெரு, வைசியர் தெரு என்று எங்குமே புத்தரின் ரதங்கள் வந்திருக்க வில்லை. விவசாயிகளின் இருப்பிடங்களும், பின் நிலங்களுமாக நகரின் விளிம்புப் பகுதியே வந்துவிட்டது.

முடி திருத்துபவர், துணி துவைப்பவர், காலணிகள் செய்பவர், நகரின் ஜலதாரைகளைத் தூர் எடுப்பவர் வாழும் பகுதி நெருங்கியபோதுதான் பெரிய ஜனத்திரள் அங்கே கூடியிருப்பது தெரிந்தது. ''இளவரசர் தேவதத்தன் வருகிறார்'' என்று ரதத்தின் முன்னே சென்ற குதிரை வீரர்கள் அறிவித்த பிறகுதான் மக்கள் ஒதுங்கி வழிவிட்டனர். தேவதத்தன் ரதத்தில் இருந்து இறங்கும்போது நாவிதர் உபாலி அவரது

காலில் விழுந்தார். ''இளவரசரே, நாங்கள் எவ்வளவோ எடுத்துச் சொல்லியும் கேட்காமல் புத்த தேவர் எங்கள் தெருக்களில் பிட்சை ஏற்றுக்கொண்டார்'' என்றார். தேவதத்தன் மேற்கொண்டு அவர் பேசுவதைக் கேட்காமல் தெருவுக்குள் செல்ல, உபாலியின் வீட்டு வாயிலில் நின்றிருந்த புத்தரின் பாதத்தை அனைவரும் தொட்டு வணங்கிக் கொண்டிருந்தனர். தேவதத்தனுக்கு அவர்கள் புத்தரைத் தொடுவது அதிர்ச்சியாகவும் அருவருப்பாகவும் இருந்தது.

தோப்பில் வெகுநேரமாகியும் புத்தர் வராததால் அவர் அங்கே வரப் போவதில்லை என்று புரிந்து கொண்டார் ஆனந்தன். மனம் வருத்தப்பட்டது. தானே சென்று இருக்குமிடம் தெரிந்து கொள்ளலாம் என்றால் அதற்குள் அவர் இங்கே வந்துவிட்டால் என்ன செய்வது என்று கவலையாயிருந்தது.

சிறிது நேரத்தில் ரதத்தில் வந்த நந்தா குறிப்பறிந்து இறங்கும் முன்னரே ''புத்தர் தீண்டத்தகாதவர் வசிக்கும் பகுதியில் சென்று பிட்சை எடுத்து உண்டார். மாலைக்குள் தோப்புக்கு வருகிறார். இன்று அரண்மனைக்கு அவர் வரவில்லை'' என்று விவரம் கூறினார்.

அத்தியாயம்

௨௨

குளிர்காலம் என்பதால் கதிரவன் விடிந்து வெகு நேரம் கழித்தே தென்பட்டான். அன்று புகை-பனி மூட்டம் இல்லை. கம்பளி சால்வைகளைப் போர்த்தியபடி மன்னர் சுத்தோதனர், ராணி பஜாபதி கோதமி, நந்தா, ஆனந்தன், தேவதத்தன், அனிருத்தன், பல்லியன், பாண்டு அனைவரும் புத்தரின் குடிலின் வாயிலில் காத்திருந்தனர். புத்தர் தியானத்தில் இருந்தார். ராகுலன் மாங்காய்களைப் பொறுக்கி விளையாடிக் கொண்டிருந்தான். சேவகர்களும் பொது மக்களும் நல்ல இடைவெளி விட்டு தோப்பெங்கும் நிறைந்திருந்தார்கள். புத்தர் குடிலை விட்டு சாந்தம் பூரணமாக வியாபித்திருந்த நிறைமுகத்துடன் வெளியே வந்தார். ''வாருங்கள் மாமன்னரே'' என்று இரு கரம் கூப்பிப் புன்னகையுடன் வரவேற்றார். மன்னர், மகாராணி, இளவரசர்கள் யாவரும் எழுந்து நின்றனர். மன்னரின் சகோதரர்களும் யசோதராவும் வராததை புத்தர் கவனித்ததாகத் தெரியவில்லை. காவிநிறக் கம்பளியும், காவி நிற வேட்டியும் என கருணையே வடிவாகத் தென்பட்ட அவர் பாதங்களில் முதலில் மகாராணி, பின்னர் மகாராஜா என ஒவ்வொருவராக விழுந்து பணிந்தனர். மகாராணியின் மேலங்கியைப் பற்றியபடியே ராகுலன் அவரை ஆர்வத்துடன் பார்த்தான். தேவதத்தன் சமிக்ஞை செய்ய, புத்தர் அமர்வதற்கு, தந்த வேலைப்பாடுகளுடன் ஒரு ஆசனம் வந்தது. அதில் அவர் அமர்ந்ததும் அனைவரும் அமர்ந்தனர். சுத்தோதனர் மிகவும் போராடிக் கண்ணீரைக் கட்டுப்படுத்திக் கொண்டார்.

மௌனம் பல நிமிடங்கள் நீடித்தது. மாங்குயில்கள், மயில்கள், பசுக்களின் சத்தம் மட்டும் கேட்டது. ''நான் விளையாடுகிறேன்'' என்னும் ராகுலன் குரலே நிசப்தத்தைக் கலைத்தது. அவன் ராணியின் மடியில் இருந்து எழுந்து ஓடினான். சேவகர்கள் அவன் மீது கவனமாயிருந்தாலும் யாரும் அவனைத் தடுக்கவில்லை. சுத்தோதனர் உணர்ச்சிகள் கட்டுக்குள் வரும்வரை புத்தர் காத்திருப்பதாகத் தோன்றியது.

முதலில் ராணி மௌனத்தைக் கலைத்தார் ''புத்தரே, மகத நாடே தங்களை வணங்குகிறது. பிற தேசங்கள் தங்கள் வருகைக்காகக் காத்திருக்கின்றன. எல்லா தேசங்களிலும் பௌத்தத்தைத் தழுவ மக்கள் உங்கள் சீடர்கள் முன் கூடுகின்றனர். இருந்தாலும் தாங்கள் பிறந்த மண்ணான கபிலவாஸ்துவிலேயே தாங்கள் ராஜரிஷியாக இருக்க கருணை செய்ய வேண்டும். மாமன்னரின் விருப்பமும் அதுவே.''

''சாக்கிய முனி என்றே தாங்கள் முதலில் அறியப்பட்டீர்கள். இங்கே தர்மம் தழைக்க எந்தத் தடையுமில்லை. பௌத்தம் என்னும் தர்மமும் கபிலவாஸ்துவின் ஆட்சியும் இரண்டுமே உங்கள் ராஜாங்கமாகவே நடக்கட்டும். இதில் எந்த ஆட்சேபணையும் தங்களுக்கு வேண்டாம். மாளிகையும் விருந்தும் நேற்றே தங்களுக்காகவும் சீடர்களுக்காகவும் தயாராயிருந்தன. தாங்கள் வந்து இறங்கியவுடன் சிரம பரிகாரத்துக்கெனவே இக்குடில்கள் அமைக்கப்பட்டன. உங்களை அழைத்துச் செல்ல ராஜ குடும்பமே இங்கே வந்துள்ளது. எனது தம்பிகளும் அவர்களின் ராணிகளும் தங்களை வரவேற்க மாளிகை வாயிலில் காத்திருக்கின்றனர் '' என்றார் சுத்தோதனர்.

''அன்பை நிராகரிப்பது பௌத்தமில்லை'' என்று தொடங்கினார் புத்தர், ''சீடர்களும் நானும் அவசியம் ஒரு நாள் அங்கேயே தங்குகிறோம். பிறகு தர்மம் தழைக்கும் முயற்சியில் மேற்கொண்டு பயணிப்போம்.''

''புத்தரே, கபிலவாஸ்து உங்கள் நாடு'' என்றார் சுத்தோதனர்.

புத்தர் எழுந்து ராகுலன் விளையாட்டாய்க் கொண்டுவந்து போட்டிருந்த மாங்காய்களுள் ஒன்றைக் கையில் எடுத்தார். ''மாமன்னரே! இந்த மாங்காய்க்கும் மகதத்திலோ, கோசலத்திலோ, மல்ல தேசத்திலோ, காந்தாரத்திலோ விளையும் காய்களுக்கும் ருசியில் வேறுபாடு உண்டா?''

''இல்லை.''

''மகாராணியாரே, நந்தாவுக்கும் சித்தார்த்தனுக்கும் தாங்கள் காட்டிய பாசத்தில் வேறுபாடு உண்டா?''

ராணி பஜாபதிக்குத் தூக்கிவாரிப் போட்டது. ''என்ன கேள்வி இது புத்தரே? இருவரும் என் இரு கண்கள். என்னைப் பொறுத்தவரை இருவரும் ஒருவரே.''

''உண்மை தாயே. முற்றிலும் உண்மை. நீங்களும் மகாராஜாவும் நந்தா, சித்தார்த்தன் இவர்களோடு இணையாக ஆனந்தன், தேவதத்தன், அனிருத்தன், பல்லியன், பாண்டு அனைவரையும் நேசித்தீர்கள் தானே?''

''இதில் ஐயத்துக்கு இடமே இல்லை. என் பிள்ளைகள், தம்பி பிள்ளைகள் என்னும் பேதமின்றி எல்லோரையும் நாங்கள் சொந்தப் பிள்ளைகளாகவே கருதுகிறோம்.''

''உண்மை மகாராஜா. எதிரி நாடு படையெடுத்து வந்தால் கபிலவாஸ்துவில் உங்கள் குடிமக்களில் யாரைக் காப்பாற்றுவீர்கள்? உங்கள் குடும்பத்தையா? மந்திரிகளையா? அந்தணர்களையா? வைசியர் மற்ற குடிமக்கள் என யாரைக் காப்பாற்றுவீர்கள்?''

''சாக்கிய வம்சத்தைப் பற்றி தாங்கள் அறியாதவை எது புத்தரே? அனைத்து மக்கள், பசுக்கள், எருதுகள், விளை நிலங்கள், கோயில்கள், விதைகள், தானியக் களஞ்சியங்கள், கலப்பைகள் இவை எதையுமே எதிரி அணுகாமல் முதலில் என் உயிரைப் பணயம் வைத்து வீரப் போரிட்டு என் முன்னோரின் புகழை நிலை நிறுத்துவேன்.''

''இதையேதான் இந்த புத்தனும் செய்கிறான் மாமன்னரே. தன்னலமும், போகமும், ஆசையும் தாக்கி தாக்குப் பிடிக்க இயலாமல் இடையறாத் துன்புறும் மனித குலம் முழுவதையும் பௌத்தம் காத்து நிற்க ஒரு கருவியாக செயற்படுகிறான் இந்த புத்தன். மகதமோ, கபிலவாஸ்துவோ நான்கு வருணத்தில் எந்தப் பிரிவோ, ஆணோ பெண்ணோ, குழந்தையோ அத்தனை பேருக்கும் தர்மம் என்னும் பாதையும் அதில் நிலை நிற்கும் சக்தியும் கட்டாயம் உண்டு என்னும் செய்தியை எல்லா திசைகளிலும் சொல்ல யத்தனிக்கிறான் இந்த புத்தன். அனைத்து உயிரும் நலமாய் வாழ நதியும் நிலமும் சூரியனும் தம் கடமையைச் செய்கின்றனர். ஆனால் இன்னொரு மனிதனின் நலம் பேணும் தனது தலையாய கடமையைச் செய்ய விடாது மற்றொருவனுக்கு தீங்கு செய்யுமளவு மனிதனைப் பிணைத்து சிக்க வைக்கும் ஆசையை, பற்றை எதிர்கொள்ள பௌத்தம் துணை நிற்கும். தனிமனிதனாக ஒவ்வொருவராக தர்ம வழியில் நிற்காமல் பிசகி விடும்போது தர்மமே தோற்கிறது. அது வெல்ல வேண்டும். அதுவே

வெல்லும். இந்தச் செய்தியை எட்டு திக்குகளிலும் சொல்ல இந்த புத்தனுக்கு கடமையில்லையா மகாராஜா?''

ராணி பஜாபதியின் அந்தப்புரத்தில் அவருடன் கட்டிலில் அமர்ந்திருந்தாள் யசோதரா. ''நன்றாக யோசித்துதான் இந்த முடிவை எடுத்தாயா யசோதரா?'' என்றார் ராணி. கடுமையான குளிர் என்பதால் பகலிலேயே தீபங்கள் ஏற்றப்பட்டிருந்தன. பகலும் இரவும் கிட்டத்தட்ட ஒன்றானபோது தனது வாழ்க்கையையே அது உருவகிப்பதுபோல இருந்தது யசோதராவுக்கு. ''மனம் மிகுந்த உணர்ச்சிக் கொந்தளிப்பிலோ அல்லது துக்கத்திலோ இருக்கும்போது எந்த முடிவையும் எடுக்கக் கூடாது என்று பெரியவர்கள் சொல்வார்கள். நீ ஏன் இன்னொரு முறை யோசிக்கக் கூடாது?''

ராணியிடம் இருந்து மறுபடியும் அதே கேள்வி. கடந்த இரண்டு மாதங்களில் எவ்வளவு கேள்விகள்.

மன்னரின் அரண்மனையில் ராஜ குடும்பமும் மந்திரிகளும் கலைஞர்களும் ஒன்று சேர்ந்து புத்தருக்கு உணவு அளித்து வணங்கிய போது ''நீ ஏன் வரவில்லை?'' என்று கேட்டார்கள். என் மனமோ 'என்னை நள்ளிரவில் விட்டுச் சென்ற இடத்தில் என்னைக் காண ஏன் வரவில்லை?' என்று எதிர்க்கேள்வி கேட்டது. ''அவர் வராமலேயே போய்விட்டால்?'' என்று மற்றவர்தான் கேட்டார்கள். 'வந்தால் என்ன வரம் கேட்பாய்?' என்று மனதினுள் இருந்த மனைவி கேட்டாள்.

வந்தார். எதையும் கேட்க நா எழவில்லை. பாதம் பணிந்து கண்ணீர் உகுத்தது மட்டுமே ஆறுதல். அவர் தமது ஞான வழியிலேயே உலகை உய்விக்கச் சென்றுவிட்டார். கேள்விகள் எப்போதும் ஒரு பெண்ணைப் பார்த்து மட்டும்தான் கேட்கப்படுகின்றன. ஆனந்தன், தேவதத்தன், அனிருத்தன், பல்லியன் இவர்களோடு நாவிதனான உபாலியும் பௌத்தத்தில் இணைந்தார்கள். ஏன் நந்தா பௌத்தம் தழுவி பிட்சுவாக தீட்சை கேட்டான். யாருமே வாய் திறக்கவில்லை. கேள்விகளுக்கு பயந்தே ஒரு பெண் எதையும் சிந்திக்கத் துணிவதில்லை.

மகாராணிக்கு யசோதராவின் மௌனங்கள் பழகியிருந்தன. ஆனால் யசோதரா இப்போது தன்னிடமாவது மனம் விட்டுப் பேசியே தீர வேண்டும். நேரம் கடந்துகொண்டே இருந்தது. குளிர் நாளில் மாலைக்குப் பிறகு புத்தர் தரிசனம் தருவதில்லை. திறந்தவெளியில் மக்கள் குளிரில் வாடியபடி தனது சொற்களைக் கேட்க சிரமப்படுவதை புத்தர் விரும்புவதில்லை.

ரதத்தில் ஏறிய பின்னும் யசோதரா மௌனமாகவே இருந்தாள். ''மன்னரிடம் சொல்ல வேண்டாமா யசோதரா இதை?'' என்றார் ராணி பஜாபதி கோதமி. ''முதலில் புத்தர் என்ன விரும்புகிறார் என்று அவர் மனதை அறிவோம் அத்தை'' என்றாள் யசோதரா. கோதமிக்கு மிகவும் நடுக்கமாக இருந்தது. தொண்ணூறையும் கடந்த மன்னருக்கு இதைக் கேட்கும்போது எவ்வளவு துன்பமாகவும் அதிர்ச்சியாகவும் இருக்கும்?

புத்தரின் எதிரே ஒரு மூதாட்டி கைகூப்பி நின்றிருந்தார்.

''தாயே, தாங்கள் தமது மகனை உயிர்ப்பிக்கும்படி என்னை பணித்திருந்தீர்கள். மரணமே நிகழாத வீட்டிலிருந்து ஒரு கை எள் வாங்கி வரும்படி வேண்டினேன். தாங்கள் முயன்றீர்களா?''

''புத்தரே, எவ்வளவோ அலைந்தேன். அப்படி ஒரு வீடும் இருக்கவில்லை. என் மகனை தகனம் செய்துவிட்டோம். இப்போது உங்களைத் தேடி வந்தது உயிர்ப்பிக்கும் வேண்டுகோளோடு அல்ல. தாளவே முடியாத இந்த துக்கத்துக்கு தீர்வு என்ன? தாளமுடியவில்லை புத்தரே...'' அந்தத் தாய் தரையில் அமர்ந்து குலுங்கிக் குலுங்கி அழுதார்.

அவர் சற்றே நிதானத்துக்கு வந்த பின் புத்தர் ''மரணம் நம் யாவர்க்கும் பொதுவென்று உணர்ந்தீர்களா தாயே?'' அன்பான குரலில் வினவினார்.

''உணர்ந்தேன் புத்தரே. ஆனால் ஒரு தாயின் சோகம் அதனால் நீங்காது. ஞானத்தின் வடிவமான நீங்கள் ஏன் என் வேதனைக்கு மருந்து தரவில்லை?''

ஒரு இளைஞன் அருகில் சென்று புத்தர் நின்றார். ''தாயே, இந்த இளைஞரை பார்த்தால் தங்களுக்கு என்ன நினைவுக்கு வருகிறது?''

''என் மகன் போலவே இருக்கிறான்.''

''மகன் போலதானா? மகனாகவே நினைக்க இயலாதா?''

''அது எப்படி இயலும் புத்தரே? இன்னொருவரின் மகனை என் மகனாக எப்படி நினைப்பது?''

''இந்த இளைஞனிடமும் இன்னும் சிறுவயதான பலரிடமும் உங்கள் மகனைக் காண உங்களால் இயலும். அவர்களது நலம் பேணும் தாயன்பை தாங்கள் அவர்கள் மீது பொழிய இயலும்.''

''இந்த ஏழைக்கு புரியும்படி சொல்லக்கூடாதா புத்தரே?''

‘‘உங்கள் மகன் உங்களை மட்டும்தான் நேசித்தாரா? தம் தந்தையை, சித்தியை, சித்தப்பாவை, சகோதர சகோதரி என்னும் உறவுகளையும் நேசித்தார் இல்லையா?’’

‘‘அவன் இனியவன் புத்தரே. நட்பு உறவு அனைவரிடமும் அன்பு காட்டியவன்.’’

‘‘அவ்வாறெனின் அந்த மித்திர பந்துக்களுக்காக அவன் மனதில் கனவுகள் இருந்திருக்கும் இல்லையா?’’

‘‘கனவுகள் என்றால் என்ன பொருள் புத்தரே?’’

‘‘அவர்களின் வருங்காலம் சிறப்பாக அமையும் ஆசை. தன்னால் இயன்றதைச் செய்யும் கற்பனை. அதற்கான ஒரு முயற்சி இருந்திருக்கும் இல்லையா?’’

‘‘அவசியம் இருந்திருக்கும்.’’

‘‘அந்த இளைஞனின் உடல்தான் அழிந்தது. அவனின் அன்பும் கனவுகளும் இன்னும் இருக்கின்றன. நீங்கள் அந்தக் கனவுகளின் பிரதிநிதியாக, அன்பைத் தருபவராக இருங்கள்... துக்கத்தை சுமப்பவராக இல்லை.’’

‘‘எவ்வாறு அது நிகழும் புத்தரே?’’

‘‘பிறர் நலம் பேண தங்க நாணயம், செல்வம் எதுவும் தேவையில்லை. அவர்களின் மீது உங்கள் மகன் வைத்த அன்பை அக்கறையை நீங்கள் அவனின் சார்பாக வெளிப்படுத்துங்கள் அது போதும்.’’

‘‘புத்தரே சாதாரணமான ஒரு ஜீவன் நான். எனக்கும் அது சாத்தியமா?’’

‘‘ஒரு தாய் சக்தி வடிவம். ஒரு தாய்க்கு சாத்தியமாகாதது எதுவுமில்லை. உங்களின் அன்பு அதுவும் தாயன்பு என்றும் அழியாதது. அன்பை விரும்பாத - அன்பால் ஆறுதலடையாத உயிரோ மனிதரோ யாரும் இல்லை தாயே.’’

‘‘என் துக்கம் ஆறவில்லையே புத்தரே...’’ என்றார் விம்மும் குரலில்.

‘‘நாளை காலை விழித்தெழும்போது எல்லா உயிரிலும் மனிதரிலும் என் அன்பு மகனைக் காண்பேன் என்று எண்ணி உறங்கச் செல்லுங்கள். துக்கத்துடன் அல்லாமல் அன்புமயமான - அன்பின் ஆனந்த சுருதி எங்கும் ஒலிக்கும் - உலகில் விழித்து எழுவீர்கள்.’’

அந்தத் தாய் விடைபெற்றார்.

ராணியும் யசோதராவும் புத்தர் பாதம் பணிந்தனர்.

''தங்களிடம் எனக்கு ஒரு பிரார்த்தனை புத்தரே...'' என்றாள் யசோதரா.

''கூறலாம். தடையில்லை.''

''ராகுலனை தாங்கள் ஏற்றுக்கொள்ள வேண்டும்.''

''அவசியம் ஏற்கிறேன். பௌத்தம் அனைவரையும் அரவணைக்கும்.''

அத்தியாயம்

௨௩

ராஜகஹத்தின் மூங்கிற் காட்டில் அனந்த பிண்டிகா புத்தரின் தரிசனத்துக்காகக் காத்திருந்தார். ஜனங்கள் நிறையவே சேர்ந்திருந்தனர். மலைச் சரிவாயிருந்தாலும் செங்குத்தாகச் சரியாததால், புத்தர் மற்றும் சீடரின் குடில்கள் உயரத்தில் எளிதாகக் கண்ணில் பட, அவரின் வருகைக்காகக் காத்திருந்தனர். முன் வரிசைக்குச் செல்ல அனந்த பிண்டிகாவுக்கு இயலவில்லை. மக்கள் கிட்டத்தட்ட ஒரு அரை வட்டமாக நெருக்கியடித்தபடி புத்தரின் நல்ல தரிசனத்தை எண்ணி உற்சாகமாயிருந்தனர். இதற்கு முன் அனந்த பிண்டிகா புத்தரின் உரையைக் கேட்டதில்லை. ஆனால் மகத நாடு முழுக்க வியாபார விஷயமாகச் சென்ற இடமெல்லாம் அவர் பற்றிய மதிப்பும் வியப்பும் மிக்க விவரங்களைக் கேள்விப்பட்டிருந்தார்.

புத்தர் தென்பட்ட உடனேயே சலசலப்பு அடங்கி அனைவரும் அவர் சொற்களைக் கவனமாய்க் கேட்க விழைந்து அமைதி காத்தனர்.

அனந்த பிண்டிகா மகிழ்ச்சியில் திக்குமுக்காடும் வண்ணம் புத்தர் சரிவில் மெல்ல இறங்கி, சீடர்கள் கூட்டத்தை விலக்கி வழிவகுக்க, கூட்டத்தின் மத்தியில் இருந்த ஒரு பாறையின் மீது ஏறி நின்றார். அனந்த பிண்டிகாவுக்கு மிகவும் அருகாமையில் வந்து பாறையின் மீது அவர் ஏறி நின்றபோது, தனது புண்ணியமெல்லாம் ஒன்றாய் வந்து புத்தர் வடிவில் தனக்கு அருளுவதுபோல இருந்தது. சாந்தமும் கருணையும் நிறைந்த அவரது திருமுகத்தைக் கண்டதும் உணர்ச்சிமயமாகி அனந்த பிண்டிகாவின் கண்கள் பனித்தன.

‘‘நீங்கள் அனைவரும் பௌத்தம் நாம் உய்யும் வழி காட்டும் என்னும் நம்பிக்கையில் வந்திருக்கிறீர்கள். இந்த நம்பிக்கையில் ஒன்றுபட்ட நீங்கள் பௌத்தம் என்னும் வழியில் நிற்க துணிவுடனும் தீர்மானத்துடனும் முன் வர வேண்டும். துணிவுக்கும் தீர்மானத்துக்கும் ஒரு வனவாசித் தாயின் வாழ்க்கையில் நடந்த நிகழ்ச்சியே நமக்கு உதாரணமாகும். பிறந்து ஒரு மாதமே ஆன குழந்தையைக் குடிலின் உள்ளே விட்டு அவள், வாயிலில் தினை மாவை உரலில் இடித்துக் கொண்டிருந்தாள். மாலை நேரம் முடிந்து இருள் கவியும் நேரம். தீப்பந்த வெளிச்சத்துக்காக வரும் பூச்சிகள் மாவின் மீது விழாதபடி ஒரு மூங்கிற் கூடையின் மத்தியில் துளையிட்டு அதன் வழியே உலக்கையைச் செலுத்தி மிகவும் கவனமாகப் பணியில் ஈடுபட்டிருந்தாள். கணவன் வீட்டுக்குத் திரும்பும் நேரம். ஒரு சலசலப்பு ஏற்பட அவர்தானா என்று நிமிர்ந்தவளுக்குப் பெரிய அதிர்ச்சி. பதுங்கி இருந்த ஒரு புலி பாயும் நிலையில் நின்றிருந்தது. ஒரு கணம் திக்கித்த அவள் உள்ளே உறங்கும் தன் குழந்தையை நினைத்தாள். தீப்பந்தத்தை எடுத்துச் சுழற்றியபடி புலியின் மீது பாய்ந்துவிட்டாள். புலி இதை எதிர்பார்க்கவே இல்லை. முதல் அடி தீயுடன் அதன் முகத்தில் விழ அது பின்வாங்கியது. அவள் சுழற்றிய வேகத்தில் தீப்பந்தம் இன்னும் பெரிதாக எரிந்தது. அதில் இருந்த கொதிக்கும் எண்ணெய்த் துளிகள் சூடாக புலியின் முகத்தின் மீது தெறிக்க அது துடிதுடித்து தீயைக் கண்டு பயந்து வந்த வழியே ஓடிவிட்டது.

புலியையோ வேறு எந்த மிருகத்தையோ வேட்டையாடியோ அவைகளுடன் போரிட்டோ பழக்கமில்லாதவள் அந்தத் தாய். ஆனால் தன் குழந்தையை பாதுகாக்கும் தீர்மானமும் எல்லையற்ற தாயன்புமே அந்தத் தாய்க்கு அபாரமான துணிச்சலையும் சக்தியையும் கொடுத்தன.

இந்த அன்புதான், இத்தகைய தீர்மானமான அன்பு ஒன்றுதான் பௌத்தத்தின் செய்தி. தாய், மகன், சகோதரர்கள், உறவு என்று நாம் காட்டும் அன்பு - சகஜீவிகள் அனைவருக்கும் என்று விசாலமானதாக, சமூகம் முழுவதையும் உள்ளடக்கும் பூரணமான ஒன்றாகப் பரிணமிக்க வேண்டும். தான், தன் குடும்பம், தன் சுற்றம், தனக்கு உதவி செய்தோர் என்னும் சிறிய வட்டத்தைத் தாண்டி, சகஜீவிகள் அனைவரின் மீதும் அன்பு செலுத்துவது என்பது எளிதானதோ சுலபமானதோ அல்ல. தன்னலம் மறக்க, தன்னலம் ஏற்படுத்தும் இடையறா ஆசைகள் பற்றுகள் அறுபட வேண்டும். அந்த சாதனையை நிகழ்த்த, தியானமும் நன்னெறியுமான ஒரு வாழ்க்கை முறைக்கு நாம் மாற வேண்டும். அந்த மனமாற்றம் ஒரு பரிபூரணமான பரிணாமமாக மேம்படும் தீர்மானத்தில் நிலைக்க பௌத்தம் வழிகாட்டும். வாழ்க்கை என்பது

தனிமனித வாழ்க்கை என்னும் கண்ணோட்டம் மாறி மனித இனத்தை, மற்ற உயிர்களை, அனைவரது வாழ்க்கையை உள்ளடக்கியது என்னும் உன்னதமான நிலைக்கு நம்மை நாமே உயர்த்திக்கொள்வோம்.''

அனந்த பிண்டிகா தான் இருந்த இடத்தை விட்டு அசையவே இல்லை. புத்தரைத் தனியாகச் சந்தித்து ஓரிரு வார்த்தைகளேனும் பேச அவருடைய குடிலுக்கு விரைந்தவர்கள், தத்தம் வீட்டுக்குக் கலைந்து சென்றவர்கள், யாருமே அவரது கவனத்தைக் கலைக்கவில்லை.

பணம், லாபம், சொத்து, செல்வம் என்று தாம் வாழ்ந்த வாழ்க்கையில் என்ன குறை இருந்தது என்பதை மகான் புத்தர் தெளிவுபடுத்திய பரவசத்தில், அதை உள்வாங்கும் ஆனந்தத்தில் திளைத்து அவர் வெகுநேரம் இருந்த இடத்திலேயே அமர்ந்திருந்தார்.

●

''வாருங்கள் அனந்த பிண்டிகரே...''

''வணக்கம் இளவரசர் ஜேதா.''

''உங்கள் மகத நாட்டின் கலை நயம் மிக்க கம்பளங்கள், பட்டாடைகள், பொம்மைகள் அனைத்தையும் பார்த்தேன். நன்றி. நீங்கள் வணிகர் என்று கேள்விப்பட்டேன்.''

''ஆம் இளவரசரே.''

''அவ்வாறெனில் என்னைக் காண வந்ததில் ஒரு வணிக நோக்கம் இருக்கலாமே?''

''வணிகம் என்று கூற முடியாது. ஒரு ஆன்மீகப் பணிக்கு உங்கள் உதவி தேவை.''

''எங்கள் கோசல நாட்டுத் தலைநகரான சவாத்தி வரை, மகத நாட்டிலிருந்து வந்திருக்கும் தங்களுக்கு அதைக் கூற தயக்கம் என்ன?''

''உங்கள் அழகிய ஜேதாவனத்தை கண்டேன். மலர்களும் கொடிகளும் செடிகளும் மான்களும் பறவைகளுமாய் அழகின் உதாரணமாக இருக்கிறது ஜேதாவனம்.''

''நல்லது. உங்களுக்கும், அந்த வனத்துக்கும், ஆன்மீகத்துக்கும் என்னால் தொடர்புபடுத்திப் பார்க்க இயலவில்லையே?''

''மகான் புத்தருக்கு அந்த வனத்தை தாங்கள் தர இயலுமா?''

''புத்தர் தங்களை தூதுவராக அனுப்பினாரா?''

‘‘இல்லை இளவரசரே. அவரது பக்தன் நான். அவருக்கு அது மிகவும் ரம்மியமான சூழலாக இருக்கும் என்று கருதி தங்களிடம் வந்தேன்.’’

‘‘அவர் சாக்கிய முனி என்றும், புத்தர் என்றும் ஞானம் சித்திக்கப் பட்டவர் என்றும் கேள்விப்பட்டிருக்கிறேன். ஆனால் அழகிய என் ஜேதாவனத்தை அவருக்கு பரிசாகத் தர எப்படி இயலும்?’’

‘‘தாங்கள் அனுமதித்தால் நான் ஒன்று கூறலாமா?’’

‘‘கூறுங்கள். நீங்கள் கோசல நாட்டில் புத்தருக்காக இடம் தேடும்போது பேசித்தானே தீர வேண்டும்?’’

‘‘நான் அதை விலைக்கு வாங்க அனுமதி உண்டா?’’

சில கணங்கள் ஜேதா மௌனிக்க அனந்த பிண்டிகாவுக்கு அச்சமாகி விட்டது.

கடகடவென்று சிரித்த ஜேதா ‘‘நீங்கள் ஓய்வெடுங்கள். ஓரிரு நாட்கள் எங்கள் சவாத்தி நகரை சுற்றிப் பாருங்கள்’’ என்று கூறி எழுந்து போய்விட்டான்.

அன்று இரவெல்லாம் அனந்த பிண்டிகாவுக்குத் தூக்கமே பிடிக்கவில்லை. ஜேதா கோபிக்கவில்லை. அதே சமயம் சம்மதிக்கவுமில்லை என்பதே உண்மை. புத்தருக்காக எடுக்கும் இந்த முயற்சி வீணாகிப் போய்விடக் கூடாதே.

மறுநாள் காலை அனந்த பிண்டிகா நகரைச் சுற்றிப் பார்த்தார். மகதம் போன்றே மக்கள் நட்பாகதான் பழகினர். புத்தரைப் பற்றிப் பலரும் கேள்விப்பட்டிருந்தனர். எப்போது கோசலம் வருவார் என்று வினவினர். அவர்களோடு பேசப் பேச ஜேதாவும் இதேபோல மனதுக்குள் ஆர்வமும் மரியாதையும் புத்தரின் மீது வைத்திருப்பான் என்றே தோன்றியது. வெறும் கையோடு திரும்புவதை எண்ணிக்கூட பார்க்க இயலவில்லை அனந்த பிண்டிகாவால்.

இரண்டாம் நாள் ஜேதாவே அழைக்க அனந்தபிண்டிகா அவன் முன் வணங்கி நின்றார். ‘‘இன்னும் அந்த எண்ணம் இருக்கிறதா வணிகரே?’’

‘‘ஒரு மகானுக்காகக் கேட்பதில் தவறில்லையே?’’

‘‘உங்களால் அதிக பட்சம் என்ன விலை கொடுக்க இயலும்?’’

‘‘தங்கள் எடைக்கு எடை தங்கம் தருகிறேன் இளவரசரே.’’

‘‘அது அந்த வனத்தின் அழகுக்கு முன் ஒன்றுமே கிடையாது அனந்த பிண்டிகரே.’’

சற்றே யோசித்த பிறகு அனந்தபிண்டிகா ''அந்த வனம் முழுவதும் செப்புக் காசுகளை வைத்தால் எவ்வளவு வருமோ அதை விலையாகத் தருகிறேன் இளவரசரே'' என்றார்.

''வனம் மிகவும் பெரியது அனந்தபிண்டிகரே.''

''பரவாயில்லை இளவரசரே. புத்தரின் அருளால் எங்கள் பரம்பரைச் செல்வம், நான் ஈட்டியவை இவற்றில் பாதியை வைத்து அத்தனை செப்புக் காசுகளைக் கொண்டுவருவேன்.''

''புத்தரிடம் உங்கள் எண்ணத்தைக் கூறி அவர் ஆசீர்வதித்தால் காசுகளுடன் வாருங்கள்.''

ராஜகஹ மூங்கில் வனத்தில் ஆனந்தன் எதிரே அமர்ந்திருந்தார் அனந்தபிண்டிகா.

''புத்தருக்கு சொந்தமாக ஜேதாவனம் இருக்க வேண்டும் என்பது உமது ஆசையா?''

இந்தக் கேள்வியே அனந்தபிண்டிகாவுக்கு வியப்பாக இருந்தது. புத்தருக்கு சொந்தமாக இருக்க வேண்டியதுதானே அந்த எழிலும் அமைதியும் நிறைந்த ஜேதாவனம்? ''ஆம் ஆனந்தரே. புத்தரை விடவும் அது சொந்தமாக வேறு யாருக்கு தகுதி உண்டு?''

''அது இல்லை அனந்தபிண்டிகா. நீங்கள் புத்தரையோ பௌத்தத்தையோ விளங்கிக்கொண்டது போலவே தெரியவில்லையே?''

அனந்தபிண்டிகாவுக்கு மூக்கை உடைத்ததுபோல இருந்தது இந்தக் கேள்வி. புத்தரை விளங்கிக் கொள்ளாமலா பௌத்தத்தின் மகத்துவம் புரியாமலா இவ்வளவு முயற்சி எடுத்தேன்? ''ஏன் ஆனந்தரே? புத்தரின் அருள் கோசலத்துக்கும் கிடைக்கட்டும் என்று சவாத்தியில் இந்த வனத்தைக் கண்டபோது முயற்சி எடுத்தேன். எல்லா தேசங்களிலும் புத்தரின் கருணை கடாட்சம் படட்டுமே?''

''அப்படி இல்லை அனந்தபிண்டிகரே. புத்தருக்கு சொந்தமானதும் வேறு எந்த பிட்சுவுக்குமே சொந்தமானதும் ஒரு திருவோடும் சில உடைகளுமே. நிலம், தோட்டம் , சொத்து என மகான் புத்தரின் பெயரில் இருக்க அவர் ஒப்ப மாட்டார்.''

அனந்தபிண்டிகாவுக்கு வானமே இடிந்து தரையில் விழுந்ததுபோல இருந்தது. ஜேதா ஒப்பமாட்டார் என நினைத்திருந்தபோது அவர் கிட்டத்தட்ட ஒப்புக்கொண்டாகி விட்டது. மகதத்தைப்போல, கபிலவாஸ்துவைப்போல, கோசலமும் சவாத்தி நகரமும் புண்ணிய

பூமிகளாகக் கூடாதா? அவரையும் அறியாமல் அவரது கண்களில் நீர் வழிந்தது.

ஆனந்தர் பதறி எழுந்தார் ''என்ன அனந்த பிண்டிகரே? எதற்கு இப்படி கண்ணீர் சிந்துகிறீர்கள்? இறுதி முடிவு புத்தபிரானுடையதே. அவரிடமே கேட்டுவிடுவோம்.''

புத்தர் நாட்கணக்கில் தியானத்தில் இருப்பது தெரிந்த அனந்த பிண்டிகாவுக்கு மனச் சோர்வு அதிகரித்தது. எடுத்த முடிவில் பின்வாங்க வேண்டாம் என நினைத்தார். ஜேதாவனத்தை நிரப்ப எத்தனை மூட்டை செப்புக்காசு தேவைப்படும் என்ற ஒன்று மட்டுமே அவர் மனதை ஆக்கிரமித்திருந்தது.

அனந்தபிண்டிகா தமது சொத்துக்கள் பலவற்றையும் விற்கும் செய்தி ராஜகஹம் தாண்டி மகதத்தின் பல வியாபாரிகளுக்கும் புதிராக இருந்தது. நல்ல நிலையில் வெற்றிகரமாக வணிகம் செய்யும் அனந்த பிண்டிகாவுக்கு திடீரென என்ன ஆயிற்று?

அனந்தபிண்டிகாவின் மிகப் பெரிய மாளிகைக்கு எதிரே இருந்த மைதானத்தில் மலைபோல செப்புக்காசுகள் குவிக்கப்பட்டு இரவு பகலாகப் பணியாட்கள் காவல் காத்தனர்.

தினமும் மூங்கில் வனத்துக்கு புத்தரின் தரிசனத்துக்காகப் போய் வருவது, சொத்துக்களைக் காசாக்குவது என்னும் இரண்டு வேலை களை மட்டுமே செய்தார் அனந்தபிண்டிகா. வண்டிகளில் காசு மூட்டைகளை ஏற்றும் வேலையையும் தொடங்கிவிட்டார்.

ஒரு நாள் காலை ஆனந்தர் அனந்தபிண்டிகாவை புத்தரிடம் அழைத்துச் சென்றார். அனந்தபிண்டிகா நடுங்கும் குரலில் தம் கோரிக்கையை முன் வைத்தார்.

''தங்கள் விசுவாசம் பௌத்தத்தின் மீது இருக்கட்டும். என் மீது அல்ல'' என்றார் புத்தர்.

''ஜேதாவனம் உங்களுக்கும் பௌத்தத்துக்கும் ஆன்மீகத்துக்கு ஏற்ற அமைதியும் ரம்மியமுமான சூழல் உள்ளது புத்ததேவரே...''

புத்தர் சில நொடிகள் காத்த மௌனத்தில் அனந்தபிண்டிகாவுக்குப் பதற்றத்தில் வியர்த்து வழிந்தது.

''தங்கள் அன்பை தட்டிக் கழிக்க விரும்பவில்லை. புத்தருக்கு இல்லை ஜேதாவனம். பௌத்த சங்கத்துக்கு உரியதாக இருக்கும். தங்கள் விருப்பப்படியே செய்யுங்கள்.'' ஆனந்தக் கண்ணீருடன் புத்தரின் பாதம் பணிந்தார் அனந்தபிண்டிகா.

ஐநூறுக்கும் மேற்பட்ட வண்டிகளில் மூட்டை மூட்டையாக வந்த காசுகளைப் பார்த்து சவாத்தி நகரமே அதிசயித்து ஜேதாவனத்தைச் சுற்றிக் கூடியது. தரையே தெரியாதபடி காசுகளால் நிரப்பிய பிறகும் ஐம்பது வண்டிகளில் காசு மூட்டைகள் மீதம் இருந்தன.

''நீங்கள் ஜெயித்துவிட்டீர்கள்'' என்று அவர் தோளில் தட்டி, சிற்பிகளை அழைத்து ஒரு சிலாசாசனம் எழுதச் சொன்னான் ஜேதா.

அத்தியாயம்

24

ஆனந்தனால் தம் கண்களையே நம்ப முடியவில்லை. பசியே எடுக்காது உணவை ஒதுக்கி மிகவும் பலவீனமாயிருந்த பக்குனன், கிரிமானந்தன் இவர்கள் இருவரும் ஓலைப் பாயின் மீது விரித்த கம்பளியில் படுத்திருக்க, புத்தர் இருவருக்கும் இடையே அமர்ந்து தியானம் செய்து கொண்டிருந்தார். விடிந்து வெகு நேரம் கழித்தே சூரியன் தென்பட்டான். புத்தர் எழுந்து நீராடி பிட்சைக்குச் சென்று திரும்பியபோது மருத்துவர் அவர்கள் அருகே இருந்தார். ''இஞ்சிச் சாறும் வெந்நீரும் தேனும் கொடுத்துள்ளேன் புத்த பிரானே! கொஞ்சம் கொஞ்சமாக இவர்கள் உணவு எடுத்துக் கொள்ளும் அளவை அதிகரித்தால் ஓரிரு நாட்களில் இயல்பாக நடமாடுவார்கள்.'' அவர் சென்ற பிறகு புத்தர் இருவருக்கும் நடுவே ஒரு பலகையில் அமர்ந்தார். எழுந்து அவரை வணங்க முற்பட்ட இருவரையும் தடுத்துப் படுக்க வைத்தார். ஆனந்தன் குடிலின் வாயிலில் அமர்ந்து புத்தரிடம் ஒரு முக்கியமான விஷயம் சொல்வதற்காகக் காத்திருந்தார்.

''பக்குனா... இந்த உடல் யாருடையது?''

இருவரும் புத்தரை வியப்போடு நோக்கினர்.

கிரிமானந்தரைத் தொட்டு ''நீயும் பதில் சொல்லலாம்'' என்றார்.

''என்னுடையது.''

''நிச்சயமாக உன்னுடையதுதானா கிரிமானந்தா?''

''இதில் ஐயமுண்டா குருதேவரே?''

''சரி அப்படியே வைத்துக்கொள்வோம். இந்த உடல் உன்னுடையதுதானென்றால் திடீரென உன்னை ஏன் கைவிட்டது?''''

''நோயுறுவது அதன் கட்டுப்பாட்டில் இல்லாத ஒன்றில்லையா புத்த தேவரே?''

''சரி பக்குனா. உன்னுடைய கட்டுப்பாட்டில் இல்லாத ஒன்று உன்னுடையதாக, அதாவது உனக்கே சொந்தமானதாக இருக்க இயலுமா?''

''இருக்கிறதே.''

''அப்படியானால் கிரிமானந்தா, தற்காலிகமாக மருத்துவர் கட்டுப் பாட்டில் இருக்கிறது என்று வைத்துக் கொள்ளலாமா?''

இருவரும் பதில் பேசவில்லை.

''சொல்லுங்கள் பிட்சுக்களே. நான் உரைப்பது தவறு என்றால் தைரியமாக மறுத்துக் கூறுங்கள்.''

''ஆமாம். இப்போதைக்கு மருத்துவர் கட்டுப்பாட்டில்தான் உள்ளது.''

''உடல் நலமடைந்ததும் மீண்டும் உங்கள் கட்டுப்பாட்டுக்குள் வந்துவிடுமா?''

இருவரும் விழித்தார்கள்.

''சரி, மூப்படையும்போது உங்கள் கட்டுப்பாட்டில் இருக்குமா?''

பதில் தெரியவில்லை இருவருக்கும்.

''வயோதிகமான பின் இந்த உடல் உங்களுக்கு சொந்தமில்லாமல் போய்விடும் என்று அர்த்தமா?''

''...''

''பதில் சொல்லுங்கள் பிட்சுக்களே... எதாவது பதில் சொல்லுங்கள். என்றுமே இந்த உடல் உங்களுக்கு சொந்தமாக உங்கள் கட்டுப் பாட்டில் உங்கள் வழி செல்லுமா?''

''மூப்பைப் பற்றி இன்னும் யோசிக்கவே இல்லை புத்தரே.''

''கிரிமானந்தா... வயோதிகம் பற்றியே யோசிக்கவில்லை என்றால் மரணம் பற்றி?''

''...''

''ஏன் மௌனமாயிருக்கிறீர்கள்? மரிக்கும்போதும் மரித்த பின்னும் இந்த உடல் நம் சொந்தமாக, நம் வழியில் நம்முடனே வருமா?''

''...''

''மரித்தவுடன் அதன் பெயர் புத்தர் அல்ல. பிணம். அதை அடக்கம் தான் செய்வார்கள். இல்லையா?''

''...''

''பதில் சொல்லியே தீர வேண்டும். சொல்லுங்கள்...''

இருவரும் தலையசைத்தார்கள்.

''உடல் சிறு வயதில் தாயின் பராமரிப்பில் இருக்கிறது. நோயுறும் போது மருத்துவரிடம் ஒப்படைக்கப்படுகிறது. மூப்புறும்போது யாருடைய ஆதரவையும் ஏற்கத் தயாராய் இருக்கிறது. கூர் தீட்டுவது உளிக்கு பராமரிப்பு. தேரின் அச்சில் எண்ணெய் வார்ப்பது அதன் சக்கரத்துக்கு பராமரிப்பு. ஒரு நிலையில் என்ன பராமரித்தாலும் பயனில்லாது ஓய்ந்து வீழ்ந்து மரித்தே போய்விடும் இந்த உடலை இப்போது நீங்கள் அது உங்கள் பணியை இடையூறு செய்யாத அளவு பார்த்துக்கொள்ள வேண்டும். உணவு, ஓய்வு, தியானம், வேப்பிலை, மிளகு, துளசி என உணவிலேயே மூலிகைகளை மருந்தாகச் சேர்த்துக் கொண்டு அதைப் பாதுகாத்து வாழ வேண்டும். உடல் விஷயத்தில் அகந்தையும் கூடாது. அலட்சியமும் கூடாது.''

இருவரும் உன்னிப்பாகக் கவனித்துக் கொண்டிருந்தார்கள்.

''என் கூற்று விளங்கியதா?''

''ஓரளவே புரிகிறது.''

''பக்குனா... இந்த உடல் ஒரு கருவி. போகத்தில் திளைப்பவருக்கு போதை தரும் கருவி. ஞானத்தைத் தேடுவோருக்கு தேடலில் துணை நிற்கும் கருவி. அளவான உணவு, ஓய்வு, தூக்கம் என்று இதைப் பராமரிக்காமல் விட்டுவிட்டால் பிறகு பௌத்த வழியில் ஞானம் எப்படி சித்திக்கும் பிட்சுக்களே? எனது உடல் என்னும் எண்ணத்தை நீக்கி என் லட்சியத்துக்கு துணை நிற்கும் கருவி இது என உணர்ந்து உடல் நலத்தை பேணுங்கள்.''

இருவரும் புத்தரின் பாதம் பணிந்தனர்.

குடிலுக்கு வெளியே நடந்தபடியே தம்முடன் இணைந்து நடந்த ஆனந்தனிடம் ''ஏதோ சொல்ல வருகிறாய் ஆனந்தா. ஆனால் தயக்கம் ஏன்?'' என்றார்.

''ஜேதாவனம் சங்கத்துக்கு அர்ப்பணிக்கப்பட்டதை தங்களுக்கு தெரிவிக்க விரும்பினேன்.''

''நல்லது. அனந்தபிண்டிகாவுக்கு மனம் நிறைவுற்றிருக்கும்.''

''அதில் வேறு சில விஷயங்களும் கூற வேண்டும் புத்தரே.''

''தயக்கமின்றிப் பேசு ஆனந்தா.''

''ஜேதாவனம் வாங்க என, நிறைய சொத்துக்களை காசுகளாக மாற்றினார் அனந்த பிண்டிகா. அதில் கணிசமான பணம் எஞ்சியுள்ளது. இங்கிருந்து சவாட்டி செல்ல நடைப் பயணமாகச் செல்ல இரண்டு மூன்று நாட்கள் ஆகும் புத்தரே.''

''கோசலம் என்ன கூப்பிடும் தூரத்திலா இருக்கிறது ஆனந்தா?''

''அதற்கில்லை புத்தரே. செல்லும் வழியில் இளைப்பாறி மேற்செல்ல என்று சில குடில்களை அமைக்க அவர் தங்கள் அனுமதியை கோருகிறார்.''

''என்னுடைய அனுமதியையா? சங்கத்தின் அனுமதியையா?''

''புத்தரே, தாங்கள் எனக்கு புரிய வைக்க விரும்புவது?''

''கடைசியாக உபோசதா எப்போது நடந்தது?''

''சென்ற பௌர்ணமி அன்று நடந்தது. அடுத்து வரும் அமாவாசை அன்று. அதற்கு இன்னும் ஐந்து நாட்கள் இருக்கின்றன. தங்களுக்கு தெரியாததா புத்தரே?''

''அந்த நாளில் சங்கத்தில் அனைவரிடமும் கேட்டு முடிவு செய்.''

அமாவாசையன்று புத்தர் உபோசதாவுக்கு வருவாரா என்று ஆவலாயிருந்த ஆனந்தன் ஏமாற்றம் அடைந்தார். புத்தர் தியானத்தில் இருந்தார். சங்கம் தன்னிலிருந்து தனித்து இயங்கக்கூடியதா என்று புத்தர் சோதிப்பதாகத் தோன்றியது ஆனந்தனுக்கு.

அன்று இரவு புத்தர் குடிலில் வெகு நேரம் ஆனந்தன் காத்திருந்தார். புத்தர் ஆழ்ந்த தியானத்திலிருந்து வெளியே வரவே இல்லை. ஒவ்வொரு குடிலாகக் கடந்து சென்ற ஆனந்தன் நான்கு பிட்சுக்கள் தியானத்தில் ஒரு குடிலில் ஆழ்ந்திருப்பதைப் பார்த்தார். நால்வரும் உபோசதாவில் பிறருக்குத் தொந்தரவாகும் அளவு சத்தம்

போட்டதற்காக வருத்தம் தெரிவித்தவர்கள். இவர்களா மனம் ஒன்றி தியானம் செய்கிறார்கள்? சில நொடிகள் அங்கே நின்ற ஆனந்தன் ''புத்தர் உங்கள் தியானத்தில் மகிழ்ந்தார். உங்களை காண வந்துள்ளார்'' என்று குரல் கொடுத்தார். உடனே நால்வரும் கண் விழித்து ஆனந்தன் பக்கம் நோக்கினர். அவர்கள் மீது ஒரு பொருள் பொதிந்த பார்வையை வீசி மேலே நடந்தார் ஆனந்தன்.

மறு நாள் காலையில் அவர் வேறு விதமான செய்தியுடன் குரல் கொடுத்தார். தியானம் கலைந்து அசடு வழிந்தனர். நாலைந்து நாட்கள் கழித்து ஒரு நாள் பலமுறை முயன்றும் அவர்கள் தியானம் கலையவில்லை. புத்தர் வழியில் மன ஒருமை பெற்றவர்கள் இவர்கள் என மகிழ்ந்தார்.

புத்தரை வணங்கிய ஆனந்தன் ஒரு வாரம் முன்னர் உபோசதாவில் நடந்ததைக் கூறத் துவங்கினார். ஒரு வாரமாக புத்தர் பெரிதும் தியானத்தில் கழித்தார். தியானம் கலைத்தபோது மக்கள் சூழ்ந்தனர்.

''உபோசதாவில் அனைவரும் அனந்தபிண்டிகா குடில் அமைக்க விருப்பம் தெரிவித்தனர்.''

''சங்கத்தின் முடிவுக்கு புத்தனும் கட்டுப்பட்டவனே.''

''அது மட்டுமல்ல புத்தரே. ஜேதாவனத்தில் ஒரு பெரிய பௌத்த விகாரத்தை நிர்மாணிக்க நான் முன் மொழிந்தேன். அதையும் ஏற்றனர்.''

''சங்கம் வைதீக வழியில் மடங்களை ஸ்தாபிக்கப் போகிறதா?''

''இல்லை புத்தரே. அது சங்கத்தின் ஒரு பெரிய ஆலயமாக, தியானத்துக்கும் ஆன்மீக உரைகளுக்குமான இடமாக இருக்கும். நாங்கள் இதை லௌகீகமாகக் கொண்டு செல்ல மாட்டோம். பெரிய அளவில் மக்கள் கூடும்போது அவர்களை ஒழுங்குபடுத்தும் பிட்சுக்கள் அதேபோல உடல் நலமில்லாத பிட்சுக்கள் பிட்சைக்குப் போக இயலாமற் போகிறது. அவர்களுக்காக சமைக்க ஒரு இடம் தேவையே. மக்கள் அன்புடன் கொண்டுவரும் காய்கறிகள், மாவு, கோதுமை, அரிசி இவைகளை நாம் நிராகரிப்பதில்லை இல்லையா? அவற்றுக்கும் பயன் கிடைக்கும்.''

''ஆனந்தா, போதி மரத்தின் நிழலில் இந்த உலகமே உய்யும் மேலான லட்சியத்துக்கான விடையுடன் மட்டுமே நான் புத்தனாக வெளி வந்தேன். சங்கம் எந்த ஒரு நிலையிலும் அந்த லட்சியம் நீர்த்துப் போகாத வழியில் செல்ல உன் போன்ற மூத்த பிட்சுக்கள் மட்டுமே வழிகாட்ட இயலும்.''

‘‘அது எங்கள் பொறுப்பு புத்தரே.’’

ஆனந்தன் கையில் சுருட்டிய பட்டுத்துணியினாலான லிகிதம் இருந்தது. ‘‘மாமன்னர் சுத்தோதனர் அனுப்பிய இதை தங்களிடம் தர ஒரு வாரமாக காத்திருந்தேன்’’ என்றார் ஆனந்தன்.

‘‘மகான் புத்தருக்கு வணக்கங்கள். கபிலவாஸ்துவுக்குத் தாங்கள் விஜயம் செய்ததை எங்கள் நாட்டு மக்களும் ராஜ குடும்பமும் நன்றியுடன் நினைவு கூறுகிறோம். பௌத்தத்தின் செய்தியான அன்பு எல்லா தேசங்களிலும் பரவும் என்பது உறுதி. அதே சமயம் பௌத்தத்தில் குழந்தைகளை பிட்சுக்களாக ஏற்பதாயிருந்தால் அவர்களின் பெற்றோர்கள் அனுமதியுடன் மட்டுமே செய்ய வேண்டும் என்று தாங்கள் ஆணையிட வேண்டும்.

சாக்கிய வம்ச இளவரசன் ராகுலனை மட்டுமே மனதில் வைத்து இதை வேண்டவில்லை. பெற்றோரிடம் குழந்தைகள் காட்டும் பணிவிலிருந்தும், குடும்ப அமைப்பில் பெரியவர் முடிவே இறுதியானது என்னும் பாரம்பரியத்திலிருந்தும் சமுதாயம் வழுவ பௌத்தம் காரணமாகக் கூடாது என்பதே என் ஆசை. எனவே இதைத் தங்கள் கவனத்துக்குக் கொண்டுவந்தேன். வணக்கங்களுடன் சுத்தோதனன்.’’

‘‘ஆனந்தா, ராகுலனின் நிலை என்ன சங்கத்தில்?’’

‘‘புத்தரே, அவர் ஒரு மாணவனாகவே இங்கே வந்துள்ளார். பௌத்த போதனைகளையும், தியானம் முதலிய யோகக் கல்வியையும் அவர் பெறுவார். பிட்சுக்களின் வாழ்க்கை முறையை கவனிக்கும் அவர் இருபது வயது நிறைந்த பிறகு பிட்சுவாகும் ஆர்வம் இருந்தால் மட்டுமே தீட்சை பெறுவார். மேலும் அவரது தாயார் இளவரசி யசோதராவின் ஆணைப்படியே அவர் நம்முடன் ராஜகஹத்துக்கு வந்தார்.’’

‘‘இவை அனைத்தையும் மன்னருக்கு லிகிதமாக எழுதி அனுப்பு. அத்துடன் இருபது வயதுக்குப் பின் தாய் தந்தையரின் ஒப்புதலோடு மட்டுமே தீட்சை உண்டு என்பதையும் சேர்த்துக்கொள்.’’

அத்தியாயம்

௨௫

வெகுகாலத்துக்கு முன் பராக்ரமன் என்று ஒரு அரசன் இருந்தான். பெயருக்கு ஏற்றாற்போல அவன் பராக்கிரமசாலியாக விளங்கினான். தந்தை அகால மரணமடைந்ததால் இள வயதிலேயே பட்டமேற்ற அவன் தனது உறவுப் பெரியவர்களான சித்தப்பா, பெரியப்பா ஆகியோரையோ, மூத்த மந்திரிகளையோ மதிக்கவில்லை. தன் மனம் போனபோக்கில் ராஜ்ஜியத்தை நடத்தினான். மாளிகையிலிருந்த வசதிகள் போதுமானதாயிருந்த போதும், தங்கத் தட்டுகளைக் கட்டிலில் பதித்தான். தனது மனைவிகளை, நடன மாந்தரை முத்து, பவளம் என்று நகைகளால் அலங்கரித்தான். இப்படிப்பட்ட ஆடம்பரத்தினால் கஜானாவே காலியானது. கடுமையான வரி விதித்து நிறைய ஆயுதங்களை வாங்கி, நிறைய படை வீரர்களையும் பணிக்கு அமர்த்தி அண்டை நாடுகளின் மீது படையெடுத்தான். யுத்தத்தில் வல்லவனான அவனிடம் கூடுதலான படைகள் இருந்ததால் அண்டை நாட்டு அரசர்கள் அவனிடம் தோற்றனர். அந்த தேசங்களில் புதிய அரண்மனைகள், புதிய மனைவிகள் என அவனது ஆடம்பரம் வளர்ந்துகொண்டே போனது. அங்கும் அதிக வரிவசூல் செய்து எதிர்த்தவர்களைக் கொன்று கொடுங்கோலனாய் விளங்கினான். அவனுக்கு நடுவயது கடக்கும்போது பட்டத்து இளவரசனான அவனது மகன் ஆட்சிப் பொறுப்பை ஏற்க விரும்பினான். அவனைக் கொன்றுவிடுவதாக மிரட்டி மறுத்தான் இந்தக் கொடுங்கோலன். இதனால் ராணிகள் அவன் மீது வெறுப்புற்றனர். மக்கள் யாவரும்

இவன் எப்போது மரணம் அடைவான் என்று இறைவனைப் பிரார்த்தித்தனர்.

ஒரு நாள் இந்தக் கொடுங்கோல் மன்னனின் காலில் ஒரு இடத்தில் தோலில் அரிப்பும் அங்கே புண்ணும் தோன்றின. மருத்துவர் மூலிகை மருந்திட அது குணமானது. ஆனால் சில நாளில் அது கையில் வந்தது. அங்கேயும் குணமாக, பின் கழுத்தில். இப்படியாக அது வந்துகொண்டே இருந்தது. முதன் முறையாக அவன் மனதில் அச்சம் தோன்றியது. எல்லாம் சரியாகிவிடும் என்று அவன் நம்பினான்.

ஆனால் அவ்வாறில்லாமல் ஒரு நாள் காலை அவன் எழுந்திருக்கும் போது உடல் முழுவதும் அரிப்புடன் கூடிய புண் பரவி இருந்தது. வேப்பிலை மூலிகை என படுக்கை முழுவதும் நிரப்பி அவனுக்கு வைத்தியம் செய்தனர். ஆனால் அது இறங்கவே இல்லை. அவனால் அரசுப் பணிகளில் ஈடுபட முடியாதது மட்டும் அல்ல, ஆடை உடுத்தி வெளியே வர முடியாதபடி நிலைமை மோசமானது.

மந்திரிகள், ராஜ குடும்பத்து மூத்தவர்கள் கூடி ஆலோசித்து பட்டத்து ராணியின் மூத்த மகனுக்கு பட்டாபிஷேகம் செய்து அவனை நல்வழி நடக்கும்படி கூறினர். அவன் வரிச்சுமையைக் குறைத்து நல்லாட்சி செய்தான். ஆட்சிக்கு உட்பட்ட அண்டை நாடுகளில் தம் சகோதரர்களுக்குப் பட்டம் சூட்டி அங்கும் வரிகளைக் குறைத்து அனைவரின் அன்பைப் பெற்றான். ராஜ குடும்பத்தில் யாருக்கும் மன்னரிடமிருந்து நோய் தொற்றிவிடக் கூடாது என்னும் அக்கறையில் அவன் மன்னரைப் பணியாட்கள் மற்றும் மருத்துவர் மட்டுமே கவனிக்கும்படி ஆணையிட்டான். ராணிகள் அவர் அருகில் போகாமல் தள்ளி இருந்தே நலம் விசாரித்தனர். மன்னன் தனிமையில் நோய் முற்றி மாண்டான்.

உடலின் பலம், இளமை, செல்வம், செல்வாக்கு இவை யாவும் நிலையற்றவை என்று நம்மை உணர விடாமல் தடுப்பது நமது அகம்பாவமே - நமது ஆசைகள் என்னும் இருளே. நிலையானது பரிவும் கருணையும் அன்புமே. ஒருவர் தம் வீட்டில் இரவில் வெளிச்சம் வேண்டுமென்றால் தமது வீட்டையே கொளுத்துவது கிடையாது. ஒரு மண் அகல் விளக்கை ஏற்றினாலும் இருள் அகன்று வெளிச்சம் தென்படும். அதே போலதான் நம் சக ஜீவிகளிடம் நாம் வைத்திருக்கும் உண்மையான அன்பு அவர்கள் நலனில் அக்கறையாக அவர்கள் இன்ப துன்பங்களை உணரும் பரிவாக வெளிப்படுகிறது. அவர்களது உரிமைகளை மதிக்கும் நம் பண்பும் உண்மையான அன்பிலிருந்து மட்டுமே தோன்ற முடியும். நிலையான சந்தோஷம் பிறரின் மகிழ்ச்சியில்தான் என்னும் அதுவே என் சுகம் என்னும்

தெளிவில் துவங்கும். அறவழி நிற்கும் நேயம் மிகுந்த மனப்பாங்கில் மட்டுமே அது விதை விருட்சமாவதுபோல வளர்ந்து வேரூன்றும். புலன் வழி கிடைக்கும் சுகங்களும் அவற்றிற்காகத் தீராது நிகழும் சச்சரவுகளும் சண்டைகளும் தனிமனிதனையோ சமூகத்தையோ பண்பட்டவராக ஆக்குவதில்லை.

பௌத்தம் நாம் நிலையான மகிழ்ச்சியில் அன்பும், பண்பும் அறமும் உள்ள சமுதாயமாக உயர வழி காட்டும். தானியம் அல்லது மாவு, காய்கறி, விறகு, அடுப்பு எல்லாமே வீட்டில் இருப்பதுபோல நம்மைக் காக்கும் நன்னெறி குறித்த விழிப்பு நமக்குள்ளேயே இருக்கிறது.

●

மகத இளவரசர் அஜாதசத்ருவின் மாளிகையில் காத்திருந்த தேவதத்தனுக்குத் தாம் வந்த நோக்கம் நிறைவேறுமா என்ற பதற்றம் உள் மனதில் இழையோடியது. முதல் நாள் புத்தரின் உபதேசத்தைக் கேட்டு அவர் பாதம் பணிந்த இளவரசன் புத்தரைக் குருவாக ஏற்று முழுமையாகச் சரணடைந்து விட்டவனாகவே தோன்றினான்.

அஜாத சத்ரு தகப்பன் பிம்பிசாரர் அளவு புத்தரைப் புரிந்துகொண்டு அவரே மகதத்துக்கும் மற்ற தேசங்களுக்கும் வழிகாட்டி என்னுமளவு தீவிரமான பக்தனாக இருக்க வாய்ப்பில்லை. இன்று ஒரே நாளில் தான் முடிவு செய்த இந்த காரியம் நிறைவேற வேண்டுமென்பதுமில்லை.

''ஆழ்ந்த சிந்தனையில் இருக்கிறீர்களா? என் வணக்கம். தங்கள் கவனத்தை சிதைத்துவிட்டேன்'' என்றபடியே வந்து அமர்ந்தான் அஜாதசத்ரு.

''மகதம் பற்றிய சிந்தனையில் தாங்கள் வந்ததை கவனிக்கவில்லை இளவரசரே'' என்று எழுந்து நின்று கை கூப்பினார் தேவதத்தன்.

''அமருங்கள் பிட்சுவே. தங்களைப் போன்ற துறவி விசாரத்தில் ஆழும் அளவு மகதத்துக்கு என்ன ஆகிவிட்டது?''

''மாமன்னர் பிம்பிசாரரும் தாங்களும் இருக்கும்போது மகதத்தின் பாதுகாப்புக்கும் வளத்துக்கும் குறைவேதும் இருக்காது. இருந்தாலும் உங்கள் இருவராலும் கையாள முடியாத ஒரு ஆபத்தைக் குறித்தே நான் கவலையாயிருக்கிறேன்.''

''என்ன பிட்சு அவர்களே, புதிர் போடுகிறீர்கள். மாமன்னராலும் என்னாலும் சமாளிக்க முடியாது என்னுமளவு எந்த ஆபத்தும் இருக்க வாய்ப்பில்லை. நீங்கள் கையாள முடியாது என்று குறிப்பிடுவது என்ன?''

''நான் வார்த்தையைத் தேர்ந்தெடுத்தே பிரயோகித்தேன் இளவரசரே. உங்களால் எதிர்கொண்டு தகர்க்க முடியாத ஆபத்து எதுவுமே இல்லை. ஆனால் உங்களால் கையாள முடியாத ஒரு பேராபத்து முளை விட துவங்கி இருக்கிறது. அது வேரூன்றி விருட்சமாக வளராமல் காக்க வேண்டும்.''

''பூடகமாகப் பேசாமல் எனக்கு புரிகிற மாதிரி கூறுங்கள் பிட்சுவே.''

''நேற்று புத்தரின் உபதேச மொழிகளை தாங்கள் கேட்க வந்திருந்தீர்கள் இல்லையா?''

''ஆம். மகான் புத்தரின் அற்புதமான அறிவுரைகளை நான் கேட்டேன். அவர் ஞானம் சித்திக்கப் பெற்றவர் என்பதை அவரது அறவுரை நன்றாகத் தெளிவாக உணர்த்தியது.''

''அந்த உரையின் சாராம்சம் தங்களுக்கு நினைவிருக்கிறதா?''

''அகம்பாவமும் அதிகார வெறியும் ஒருவனின் கண்களை மூடிவிடும் என்றுதானே விளக்கிக் கூறினார் புத்த தேவர்.''

''அது மட்டும்தான் நினைவுக்கு வருகிறதா? அந்த உபதேசம் மனதில் பதிய என்று அவர் குறிப்பிட்ட உதாரணம் நினைவுக்கு வரவில்லையா?''

''ஒரு கொடுங்கோல் அரசனை உதாரணமாகக் கூறினார். அதற்கும் தாங்கள் குறிப்பிடும் ஆபத்துக்கும் என்ன சம்பந்தம்?''

''சம்பந்தம் இல்லாமலா தங்களைத் தேடி வந்து இத்தனையையும் கூற வந்தேன். மகத வம்சத்திலோ அல்லது சாக்கிய வம்சத்திலோ அப்படி ஒரு மன்னன் இருந்ததாக சரித்திரம் இல்லையே?''

''அதனாலென்ன பிட்சு தேவதத்தரே. ஒரு உதாரணம் என்று குறிப்பிடுவது நடந்த ஒன்றாக இருக்க வேண்டுமா என்ன?''

''தங்கள் மதி நுட்பத்தை மிகவும் பாராட்டுகிறேன் இளவரசர் அஜாத சத்ரு. உதாரணம் என்று குறிப்பிடுவது நடந்த ஒன்றாக இருக்க வேண்டும் என்று கட்டாயம் இல்லைதான். ஆனால் சாத்தியமாகக் கூடிய ஒன்றாக இருக்க வேண்டுமல்லவா?''

''எனக்கு பிடிபடவில்லை பிட்சுவே. உதாரணம் சாத்தியமாகக்கூடிய ஒன்றாகதான் இருக்க வேண்டும் என்று தாங்கள் குறிப்பிடுவதற்கு என்ன அர்த்தம்?''

''வேறு விதமாக நானே ஒரு உதாரணம் கூறுகிறேன். புலி புல்லைத் தின்றது என்று உதாரணம் கூற முடியுமா?''

''முடியாது.''

''பசு மானை வேட்டையாடியது என்று எடுத்துக்காட்டாகச் சொல்லலாமா?''

''எப்படி இயலும் பிட்சுவே?''

''அவ்வாறெனில் புலி மானை வேட்டையாடியது, பசு புல்லைத் தின்றது என்று சொல்லும்போது புலியினுடைய, பசுவினுடைய இயல்புகளில் ஒன்றைச் சுட்டிக் காட்டி அதன் மூலம் வேறு ஒன்றைப் புரிய வைக்க முயலுகிறோம் இல்லையா?''

''சரிதான். புத்தர் கூறிய உதாரணமும் தவறான வழியில் செல்லும் மன்னன் பற்றியதுதானே?''

''கோசல மன்னரோ அல்லது மகத மன்னரோ கொடுங்கோலரா?''

''என்ன பிட்சு தேவதத்தரே... அவர்கள் இருவரும் மக்களின் அன்பைப் பெற்ற சாந்தமானவர் என்பது எல்லோருக்கும் தெரியுமே...''

''இருங்கள் இளவரசர் அஜாதசத்ரு. இதிலிருந்து இரு மன்னர்களையும் புத்தர் உதாரணமாகக் காட்டவில்லை என்பது தெளிவு. அப்படியென்றால் அவர் மன்னர் ஆகக் கூடிய யாரையோ சுட்டிக் காட்டுகிறார் என்றுதானே பொருள்.''

''புரியும்படி சொல்லுங்கள் பிட்சு அவர்களே.''

''அவர் குறிப்பிட்ட அப்படி ஒரு மன்னனாக உருவாகக்கூடிய இளவசர்கள் இருவர்தான். ஒருவர் தாங்கள். மற்றொருவர் ஜேதா.''

''என்னையோ அல்லது ஜேதாவையோ அவர் மனதில் வைத்துப் பேசுகிறார் என்கிறீர்களா?

''ஆம் இளவரசரே.''

''எங்களைதான் குறிப்பிடுகிறார் என்று உங்களுக்கு ஏன் தோன்றுகிறது?''

''விளக்குகிறேன். முதலில் நான் இன்றும் ஒரு தூய பிட்சு என்பதை உறுதி கூறுகிறேன். ஆனால் ஆண்டுக்கணக்கில் தேடி அலைந்து பெற்ற அபூர்வமான ஞானம் காட்டிய பௌத்த வழியிலிருந்து புத்தர் விலகி வருகிறார்.''

''இது நம்பவே முடியாத ஒன்று பிட்சுவே. பல தேசங்களும் இன்று அவர் ஞானவடிவமான புத்ததேவனென்றே வணங்குகின்றன.

தாங்கள் ஏன் ஐயப்படுகிறீர்கள்? முற்றும் துறந்த அப்பழுக்கற்ற அவரைப் பற்றி ஐயம் கொள்ள என்ன இருக்கிறது? ஆபத்து என்று ஆரம்பித்து அதை விட்டு விட்டு சுற்றி வளைக்கிறீர்கள்...''

''மகத கோசல மாமன்னர்கள் காலத்திலோ அல்லது அதற்குப் பின்போ இரு நாடுகளிலும் போர்ப் படைகளோ, வீரர்களோ இருக்க மாட்டார்கள். படைகள் கலைக்கப்படும். இளவரசர்கள் மன்னராக முடி சூடாமல் பௌத்த சங்கமே அரசாளும்.''

''உங்கள் கற்பனை மிகவும் விபரீதமாக இருக்கிறது பிட்சுவே. எங்கள் மக்கள் எங்களிடம் விசுவாசம் இழந்து பௌத்த சங்கமும் பிட்சுக்களும் அரசாளட்டும் என்றா சொல்லுவார்கள்?''

''ஏன் நடக்காது இளவரசரே? சமீபத்தில் கோசலத்தில் என்ன நடந்தது என்று கவனித்தீர்களா?''

''அப்படி என்ன நிகழ்ந்தது? என் கவனத்துக்கு எதுவும் வரவில்லையே...''

''சவாத்தியில் இளவரசர் ஜேதாவுக்கு சொந்தமான மிகப் பெரிய பெருமைக்கு உரிய ஜேதாவனம் பௌத்த சங்கத்தால் விலைக்கு வாங்கப்பட்டுவிட்டது.''

''அப்படி இல்லை பிட்சுவே. விலைக்கு வாங்கியவர் பெரிய வணிகரான அனந்த பிண்டிகா. சங்கம் தழைக்க வேண்டும் என்று அவர் அன்பின் வயப்பட்டு அதைச் செய்தார்.''

''அப்படி உங்களையே நம்ப வைத்ததுதான் புத்தரின் பெரிய வெற்றி. அவரது கவனம் இப்போது மறைமுகமான வழியில் தமது ஆதிக்கம் கபிலவாஸ்து, கோசலம், மகதம் என மக்கள் மூலமாகப் பரவ வேண்டும் என்பதே.''

''நீங்கள் இத்தனை விளக்கிய பிறகும் பிட்சு தேவதத்தரே, என்னால் நம்பவே முடியவில்லை.''

''அதனால்தான் ஆரம்பத்திலேயே உங்களால் கையாள முடியாத ஒன்று இது என்று குறிப்பிட்டேன்.''

''எந்த விதத்தில் கையாள முடியாது?''

''புத்தர் மீது உள்ள பக்தியும், விசுவாசமும் தற்போது மக்களுக்கு அதிகரித்துக்கொண்டே போகிறது. இது நிலவை பாம்பு கவ்வுவது போல ராஜவிசுவாசத்தை விழுங்கி விடாது என்று என்ன நிச்சயம்?''

இந்த முறை அஜாத சத்ரு பதில் பேசாமல் சிந்தனையில் ஆழ்ந்தான். ஒரு சேவகனை அழைத்து தண்ணீர் கொண்டுவரச் சொல்லிக் குடித்தான். சில கணங்கள் கடந்த பின் ‘‘அவரது நடவடிக்கைகளை உன்னிப்பாக கவனிக்கிறேன். ஆனால் சங்கத்துக்கு உள்ளே அவர் என்ன பேசுகிறார் என்று எப்படி அறிவது?’’

‘‘அது என் பொறுப்பு. கபிலவாஸ்துவோ, கோசலமோ , மகதமோ சதிக்கு பலியாகாமற் காப்பதே துறவியான என் கடமை இளவரசரே.’’

அத்தியாயம்

௨௬

“புத்தரே, ஒரு பிட்சு எப்படி நடந்துகொள்ள வேண்டுமோ அப்படி நடந்து கொள்ளவில்லை தேவதத்தன்.''

''ஆனந்தா... தீட்சை பெற்று பிட்சுவாவதும், பௌத்த சங்கத்தில் இணைவதும் ஒரு முன்னுதாரணமாக இருப்பதற்கு. அவர்களை பின்பற்றி மக்கள் தம் வாழ்க்கை முறையை அமைத்துக்கொள்ள வேண்டும். மக்கள் நிச்சயமாக பிட்சுக்களின் நடத்தை சரியில்லாத பட்சத்தில் தாங்களே அவர்களை கண்டிப்பதுடன் சங்கத்தில் புகாரும் செய்வார்கள்.''

''அது வரை?''

''அது வரை பொறுமை காக்கவேண்டும் ஆனந்தா.''

''எந்த பிட்சுவும் மன்னர்களை தாமாகச் சென்று சந்திப்பதோ அல்லது ராஜ குடும்பத்துடன் உறவாடுவதோ கிடையாது. தேவதத்தன் அஜாத சத்ருவை சந்தித்தது நமக்குத் தெரிந்து இரண்டு முறைகள். முதலில் இங்கே உங்கள் உபதேசம் கேட்க அஜாத சத்ரு வந்ததற்கு அடுத்த நாள். பின்னர் மறுநாள். அவரை என் சகோதரன் என்று கூறவே வெட்கமாக இருக்கிறது.''

''என்ன ஆனந்தா, பிட்சு ஆன பிறகுமா ஒரே ஒருவர் சகோதரராக இருக்க முடியும்? உலகில் அனைவரும் நம் சகோதர சகோதரிகள் இல்லையா?''

''மன்னியுங்கள். உங்கள் அளவு பக்குவம் எனக்கு இன்னும் வரவில்லை. நான் சொல்ல வந்ததெல்லாம் பாண்டு திரும்பி கபிலவாஸ்து சென்றபோது சங்கமோ தாங்களோ தடுக்கவில்லை. தீட்சையிலிருந்து விலகி திரும்பிச் செல்வதை பௌத்தம் மறுக்காத போது தேவதத்தன் திட்டவட்டமாக முடிவு செய்து விலகலாமே... சங்கத்துக்கு உள்ளே இருந்தபடி பௌத்தத்துக்கு புறம்பாகச் செயற்படுவது நியாயமா புத்தரே?''

''உன் கண்ணில் தேவதத்தன் தென்படுகிறாரா? இல்லை பௌத்தத்துக்கும் சங்கத்துக்கும் ஏற்பில்லாத அவரது நடவடிக்கைகளா? எது உன் பார்வையில் படுகிறது ஆனந்தா?''

ஆனந்தன் மௌனமானார். பல சமயங்களில் புத்தரின் பதில்கள் எதிர்க்கேள்விகளாக இருந்தன. பல ஜனங்களும், பக்தர்களும் இதற்காக அவரை மிகவும் போற்றினார்கள். ஆனந்தனுக்கோ தமது சிற்றறிவை மீறிய கேள்விகளாகவே புத்தர் கேட்டுத் தம்மை இக்கட்டில் ஆழ்த்துவதாகத் தோன்றியது.

''புத்தர்பிரானுக்கு சாக்கிய மன்னர் சுத்தோதனரின் வணக்கம்'' என்று குரல் கேட்டது. ஆனந்தன் எழுந்து சென்று குடிலின் வாயிலில் நின்றிருந்த தூதுவனைக் கண்டார். கபிலவாஸ்துவிலிருந்து அவன் வந்திருப்பது அவன் அறிவிப்புடன் கூடிய வணக்கத்திலேயே தெரிந்துவிட்டது.

''என்ன செய்தி தூதுவரே?''

''மகாராணி பஜாபதி கோதமி அவர்கள் ஒரு அவசரமான வேண்டுகோளை அனுப்பி இருக்கிறார்.''

''கூறுங்கள் தூதுவரே.''

''மாமன்னர் சுத்தோதனர் உடல் நிலை மிகவும் கவலைக்கிடமாக இருக்கிறது. அந்திமக் காலத்தில் புத்தரையும் தங்கள் அனைவரையும் மன்னர் காண விழைகிறார்.'' தூதுவரைக் காத்திருக்கச் சொல்லிவிட்டு ஆனந்தன் குடிலுக்குள் சென்றார்.

●

''புத்தர் முதன் முதலில் கபிலவாஸ்து வந்த பிறகு ஐந்து ஆண்டுகள் கடந்துவிட்டன. இருந்தாலும் இத்தனை காலமும் மாந்தோப்பில் குடில்கள் நன்றாகவே பராமரிக்கப்பட்டன. தேவதத்தன் முதலில் கபிலவாஸ்து தூதுவர்களுடன் தேரில் வந்து சேர்ந்துவிட்டார்'' என்றார் மஹா மந்திரி.

''புத்ததேவரும் அவ்வாறே வந்திருக்கலாமே.''

''புத்தர் ராஜ போகங்களையும் வாகனங்களையும் தவிர்த்துவிடுகிறார். அவர், ஆனந்தன், மேலும் பல பிட்சுக்கள் வரும் வழியில் எல்லா இடங்களிலும் நம் வீரர்கள் தடையில்லாமல் பார்த்துக் கொள்கிறார்கள் மகாராணி.''

''பயணக் களைப்பு நீங்கியதும் தேவதத்தனை மாளிகைக்கு வரும்படி வேண்டுங்கள்'' என்றார்.

இவர்களது உரையாடல் சுத்தோதனர் காதில் விழவில்லை. பல சமயங்களில் அவர் நினைவிழந்தவராகவே இருந்தார்.

குளிர்காலம் முடிந்து கோடைக்காலம் துவங்காத நாட்கள். பூத்துக் குலுங்கும் மலர்களும் இதமான வெப்பமும் நடைப்பயணத்தின் சிரமத்தைப் பெருமளவு குறைத்திருந்தன.

பசுமையான பள்ளத்தாக்கும், தழுவிச் செல்லும் மேகங்களும் ஆன ஒரு ரம்மியமான சூழலில் ஒரு பாறை மீது புத்தர் மௌனமாக அமர்ந்திருந்தார்.

சலசலப்பும் பேச்சுக்களும் ஆன உலகத்திலிருந்து சங்கம் வேறுபட்டது. தியானமும் ஒழுக்கக் கட்டுப்பாடுமே அந்த வித்தியாச மான மேன்மை. புத்தரின் சாந்த ஸ்வரூபம் பிட்சுக்கள் அல்லது வெளி உலகு எங்குமே தென்படாது.

''பட்டாம் பூச்சிகளை நீ அவதானித்திருக்கிறாயா ஆனந்தா?'' புத்தர் திரும்பாமலேயே கேட்டார். எப்படித் தம் வருகையை அவர் உணர்ந்தார்? சந்தடி செய்யாமல் எவ்வளவு மென்மையாகச் சென்றாலும் அவர் கண்டுபிடித்து விடுகிறார். புத்தர் சுட்டிக் காட்டியது மலைச்சரிவில் இருந்த ஏகப்பட்ட பூச்செடிகளின் மேலே பறந்து கொண்டிருந்த மலைப்புரத்து பெரிய வடிவ வண்ணத்துப் பூச்சிகள்.

''கவிஞர்களை பெரிதும் கவர்பவை இவை புத்தரே.''

''தோற்றத்தில் அது யாரையுமே கவருமே ஆனந்தா, அவற்றின் உயிர் வாழ் காலத்தை நீ அறிவாயா?''

''வாழ்நாள் என்று குறிப்பிடும் அளவு கூட இல்லாமல் ஓரிரு நாட்களில் மரிப்பவை அவை. அதனால்தான் உயிர் வாழ் காலம் என்று குறிப்பிட்டீர்களா? நுட்பமாக எதுவும் தோன்றவில்லை புத்தரே.''

''பட்டாம் பூச்சிகள் எப்போதும் அவற்றின் அழகுக்காக மட்டுமே நினைவுகூரப்படும் ஆனந்தா. மனிதனும் தனது கருணைக்காகவும்

மனித நேயத்துக்காகவும் மட்டுமே மக்களின் மனதில் இடம் பிடிக்க இயலும்.''

''தாங்கள் இப்படிக் கூறுவதை அரசாட்சி, அதிகாரம், தேசப் பாதுகாப்பு, ராஜாங்கம் என்று ஏற்கெனவே நிர்ணயமாகி உள்ளவற்றுக்கு எதிரானவை. மக்களைக் காக்கும் மன்னனின் கடமைகளைச் செய்ய விடாது தடுப்பவை என்றே தேவதத்தன் நம்புகிறார். இவ்வாறு வெளிப்படையாகப் பேசவும் செய்கிறார்.''

''நீ குறிப்பிட்ட ராஜாங்க விதிமுறைகள் யாவும் ஒன்றை மட்டுமே அடிப்படையாகக் கொண்டவை. அது எது என்று யூகிக்கப் பார் ஆனந்தா?''

''ராஜ விசுவாசமா?'

''நான் கூறுவது அதற்கும் அடிப்படையானது. மூலமான ஒன்று.''

''எதிரி தேசத்தின் மிகுந்த பலம், கள்வரின் நடமாட்டம் இவையா?''

''கிட்டத்தட்ட யூகித்துவிட்டாய். ஒரே ஒரு சொல்லில் நீ யூகிக்க முயல்வது உனக்கு பிடிபடும்.''

''குடும்பத் தலைவன் குடும்பத்தின் பாதுகாவலன். ராஜா தேசத்தின் பாதுகாவலன் என்று சொல்லலாமா?''

''அதன் மறுபக்கம் அச்சம் என்று கூற வேண்டும் ஆனந்தா.''

''என்ன அச்சம் புத்தரே?''

''ராஜாவை விட்டால் வேறு ராஜாவோ கள்வரோ, படைகளோ, படைத் தலைவனோ, நம்மை அடிமை செய்து நம் உரிமைகளைப் பறித்துக்கொள்ளுவார் என்னும் அச்சம்.''

''அது ஆதாரமுள்ள அச்சம்தான் புத்தரே.''

''ஆதாரமுள்ள அந்த அச்சமே அளவிட முடியாத அறிவின் தர்க்கத்துக்கு அப்பாற்பட்ட ராஜவிசுவாசம் என்னும் ஆழ்ந்த உணர்வாக மக்களுள் காலங்காலமாக ஊன்றி இருக்கிறது.''

''இது என்றுமே மாறாதது புத்தரே.''

புத்தர் ஆனந்தனின் கண்களை ஊடுருவி ''என்றுமே மாறாதது எதாவது இருக்கிறதா ஆனந்தா?'' என்றார்.

ஆனந்தன் பதில் பேசவில்லை.

''என்றுமே மாறாதது வாழ்க்கையின் நிலையாமை மட்டுமே. அந்தக் குறுகிய, நிலையாமை மாறிக்கொண்டே போகும் சூழ்நிலைகளின் சின்னஞ்சிறிய சங்கிலி போன்றவை வாழ்நாட்கள். அவை முடியும் முன் கருணையும் நேயமும், எல்லா மனிதரும் எல்லா உயிரும் உய்ய வேண்டும் என்னும் சங்கற்பமான மனநிலையும் நிலைத்தால் எல்லாமே இடம் மாறும் ஆனந்தா.''

''எப்படி இருக்கும் அந்த இடமாற்றம்?''

''மக்களின் சேவகர் என்று ஆட்சியாளர்கள் அறியப்படுவார்கள். மனித இனமே உய்ய பாடுபடுபவர்கள் வார்த்தையை அனைவருமே ஏற்பார்கள்.''

''நம்ப முடியவில்லை.''

''வைதீகத்துக்கு இணையாக ஸ்ரமணம், ஸ்ரமணத்திலிருந்து அவை இரண்டுக்கும் இணையாக பௌத்தம் என்றெல்லாம் தோன்றும் என்று யாரும் எண்ணவில்லை ஆனந்தா.''

ஒரு மிகப் பெரிய கூடம் என்று அழைக்குமளவு சுத்தோதனரின் படுக்கை அறை விரிந்து இருந்தது. பல நுழைவாயில்களும் திரைச்சீலைகளுமாய் இருந்தது அதன் அமைப்பு.

முதன் முறையாக ராகுலன், ஆனந்தன், தேவதத்தன், பல்லியன், அனிருத்தன், நந்தா இவர்கள் புத்தருடன் கபிலவாஸ்து அரண்மனையில் ஒன்றாக இருந்தார்கள். வந்து மாந்தோப்பில் தங்கத் துவங்கியது முதல் ஒரே வாரத்தில் புத்தரின் மூன்றாவது விஜயம் இது. முதல் முறை சுத்தோதனர் பிரக்ஞையில் இல்லை. இரண்டாவது முறை அவர் புத்தரிடம் பேசும்போது ''மறுபடியும் வரவேண்டும்'' என்று வேண்டிக் கொண்டார்.

ராணி கோதமியும் புத்தரும் சுத்தோதனரின் தலைமாட்டில் அமர்ந்திருந்தனர், அவர்கள் முகம் மன்னருக்கு நன்கு தென்படும் விதமாக. ஒரு ஆள் உயரக் கல் தூண் தீபம் ஏற்றி வைக்கப்பட்டிருந்தது.

யசோதராவால் தன் மனதில் புத்தர் இப்போது குருவாக வடிவம் பெற்றதை உணர முடிந்தது. அவரது சாந்தமும் கருணையும் பக்தியைக் கல் மனத்துக்கு உள்ளேயும் வரவழைத்துவிடும். ராகுலனை பிட்சுக்களின் நடுவில் அவர்களுக்கு இணையான உயரத்துடன் பார்த்தபோதும் பன்னிரண்டு வயது பாலமுகம் தெரிந்தது. ஆனால் அவன் தன்னைக் கை கூப்பி வணங்கியபோது அதில் பவ்யம் தெரிந்ததே ஒழிய பாசமும் தாயன்புக்கு ஏங்கிய தவிப்பும் முகத்தில்

தென்படவில்லை. இது யசோதராவுக்கு மிகவுமே ஏமாற்றமாக இருந்தது. புத்தர் மௌனமாகவே அனைவரையும் மாற்றிவிடும் அற்புதமானவர்தான்.

சுத்தோதனர் தமது மனைவியிடம் ஏதோ சைகை காட்டினார். ராணி பஜாபதியும் புத்தரும் அவரது தோளைப் பிடித்துத் தூக்கினர். மன்னர் மெதுவே நிமிர்ந்து படுத்த நிலையிலிருந்து அமரும் நிலைக்கு வந்தார். அவரது முதுகை இருவரும் தாங்கிப் பிடிப்பதைக் கண்ட ஆனந்தன் கால்மாட்டில் இருந்த திண்டுகளை எடுத்து அவருக்கு முதுகுக்குத் தாங்கலாக வைத்தார். மன்னர் அமர்ந்த நிலையில் கடந்த மாதங்களில் இருந்த சோர்வும் மரணக் களையும் நீங்கியவராக பிரகாசமாகத் தென்பட்டார்.

''தாங்கள் எப்படி உணருகிறீர்கள்? படுத்தபடியே இருப்பது சிரமமாக இருக்கிறதா?''

''இல்லை. எனது உடலின் அணிகலன் ஆயுதம் எதுவுமே இப்போது கிடையாது. இது ஒரு விடுதலைபோல இருக்கிறது.''

''நீங்கள் இந்த விடுதலையைப் பற்றிய அனுமானமே இல்லாமல் வாழ்ந்தீர்களா? இல்லை இதற்காக ஏங்கியதுண்டா?''

''இப்படி ஒரு விடுதலை இருப்பது மூப்பு என்னை வீழ்த்தியபோது தான் எனக்கு புரிந்தது.''

''மூப்பு உங்களை முடப்படுத்தியதாக எண்ணாமல் ஒரு மேலான அனுபவத்துக்கு இட்டுச் சென்றதாக உணருகிறீர்களா?''

''சரியான விளக்கத்தை ஒரே வார்த்தையில் சொல்லிவிட்டீர்கள் புத்தபிரானே...'' அந்த அளவு உரையாடலிலேயே சுத்தோதனருக்கு மூச்சு வாங்கியது. மீண்டும் சோர்வுற்று முதுகுக்குப் பின் இருந்த திண்டுகளில் சாய்ந்து கொண்டார். யசோதரா ஒரு தங்க லோட்டாவில் தண்ணீர் எடுத்து வர மன்னர் அதை ஓரிரு மிடறு அருந்திவிட்டு சாய்ந்த நிலையிலேயே ''புத்தரே, அனுபவம் என்பது என்ன என்பது பற்றிய புரிதலுக்கு எனக்கு கிட்டத்தட்ட ஒரு நூற்றாண்டு கால அவகாசம் தேவைப்பட்டுவிட்டது'' என்றார்.

''நீங்கள் இத்தனை காலம் புரிந்துகொள்ளவில்லையே என்னும் மன வருத்தத்தில் இருக்கிறீர்களா?''

''மலையின் எதோ ஒரு முகடை சிகரம் என்று பெருமிதம் கொண்ட ஒருவன்...'' மூச்சு வாங்கினார். ''அதன் சிகரம் இதுதான் என்று கண்டறிய எவ்வளவு நாளானால் என்ன? அவன் சந்தோஷமே பட வேண்டும்.''

‘‘எல்லோருமே அனுபவங்கள் என்று பன்மையில்தானே கூறுகிறார்கள். தாங்கள் அனுபவம் என்று ஒன்றே ஒன்று மட்டுமே இருப்பதாக உணருகிறேன் என்பதுபோல சொல்லுகிறீர்கள். இனிய அனுபவம், கசப்பான அனுபவம், இன்பம் துன்பம் என்றுதானே உலகில் மக்களின் கருத்து.’’

‘‘இனிப்பு... கசப்பு... இன்பம்... துன்பம்... ஹ..ஹ... ஹா...’’ மன்னர் வாய்விட்டுச் சிரிக்க முயன்று இருமல் குறுக்கிட மறுபடி சிரித்து எழுந்து அமரவும் முயன்றார். எச்சில் துப்பும் தங்கத்தினால் ஆன பெரிய கிண்ணத்தை ஒரு பணிப்பெண் எடுத்து வந்தாள். அவர் நிமிர்ந்தபோது திண்டுகள் சரிந்தன. அவர் சாய வசதியாக புத்தரும் ராணி பஜாபதியும் அவர் முதுகுக்குப் பின் திண்டுகளை சரிவர அடுக்கினர். சிறிது தண்ணீர் அருந்திய மன்னர், ‘‘புத்தரே... அனுபவங்கள் என்னும் குறிப்பே நல்ல ஹாஸ்யம்தான்’’ என்று இந்த முறை பலவீனமாகச் சிரித்து மறுபடி இருமல் வர ‘ஒரு துண்டு வேண்டும்’ என்று சைகை செய்ய பருத்தித் துண்டு ஒன்று வந்தது. அதை வாயின் அருகில் பிடித்தபடியே இருமினார். மறுபடி திண்டுகளில் சாய்ந்துகொண்டார். அவரே தொடர்ந்து பேசட்டும் என்பதுபோல புத்தர் கேள்வி எதுவும் கேட்காமல் யாரையும் நோக்காமல் தன்னுள் ஆழ்ந்தவராக அமர்ந்திருந்தார்.

சில கணங்கள் கடந்தன. மன்னர் மெல்லிய குரலில் வெந்நீர் வேண்டும் என்று கேட்டுப் பெற்று ஓரிரு மிடறுகள் அருந்தினார். ஆழ்ந்த குரலில் பேசத் துவங்கினார் ‘‘உடலுக்கு அதாவது புலன்களுக்குதான் அனுபவங்கள் என்னும் பன்மை உண்டு. உள்ளே உள்ள ஆன்மாவுக்கு இல்லை. அந்த ஆன்மாவில் அரசனின் ஆன்மா ஆணின் ஆன்மா பெண்ணின் ஆன்மா என்பது கிடையாது. புலன்கள் விடைபெற்ற பின் இதை நான் உணர்ந்தேன். புலன்களை அடக்கி நீங்கள் இதை உலகுக்கே உபதேசித்தீர்கள்...’’ மறுபடி வெந்நீர் அருந்தினார். ‘‘அகம்பாவம் புலன்களால் உணரப்படும் சுகங்களையும் உடமைகளையும் தொற்றிக் கொண்டிருப்பது. புலன்களைக் கடந்த அனுபவம் சித்திக்க மூப்பு வரை காத்திருப்பது வாழ்க்கையையே வீணடிப்பது.’’ இந்த முறை அவருடைய இருமல் இன்னும் தொடர்ச்சியாக வந்தபடியே இருந்தது. அதன் கடுமை அதிகரித்தது. மன்னர் துண்டை வாயில் அழுத்தியபடியே சாய்ந்தார். ராணி சைகை செய்ய வைத்தியர் அறைக்குள் வந்தார். சூடு செய்த தவிட்டை ஒரு துண்டில் சுற்றி அவரது நெஞ்சில் வைத்து ஒத்தடம் கொடுக்க சற்றே ஆசுவாசம் பெற்று கண்களை மூடிக்கொண்டார்.

மறுநாள் காலை வரை அவர் எழுந்திருக்கவே இல்லை. ராணி பஜாபதியும் மருத்துவரும் மணிக்கொரு முறையேனும் அவர் நாடியை சரிபார்த்துக் கொண்டிருந்தனர். காலையில் ராணி அவரது உதடு அசைவதைக் கண்டு அவரது முகத்தருகே காதை வைத்து உன்னிப்பாகக் கேட்டார். ‘‘கபிலவாஸ்துவை தனது தாத்தாக்களின் சொத்தாகப் பெறவில்லை எனது முன்னோர்கள். அவர்களே உருவாக்கினார்கள். அதேபோல என் வாரிசுகள் புதிய ஆன்மீக உலகை உருவாக்குவார்கள்.’’ இரண்டு நாட்கள் நினைவின்றி இருந்த பிறகு அவர் உயிர் பிரிந்தது.

அத்தியாயம்

௨௮

“ஒரு மலைப் பள்ளத்தாக்கில் பெரிய மான் கூட்டம் வாழ்ந்து வந்தது. அந்த மான்களில் தலைவனான ஒரு மான் அவர்களை ஒற்றுமையாக வைத்து பயங்கர விலங்குகளிடமிருந்து பாதுகாத்துக்கொள்ளக் கற்றுத் தந்து மான் இனத்தைப் பேணி தலைமை வகித்து நடத்தியது. நன்கு வளர்ந்து நீண்டும் உயரமாகவும் இருந்த அந்தத் தலைவன் மான் மற்ற மான்களுக்கு வலிமையின் சின்னமாக இருந்தது. பக்கத்து மலையிலிருந்து ஒரு சிங்கக் கூட்டம் இந்த மான்களிருந்த மலையை நோக்கி வந்து கொண்டிருப்பதைத் தலைவன் ஒரு நாள் கண்டு கொண்டது. தப்ப இருந்த ஒரே வழி சிங்கங்களால் தாவிக் கடக்க முடியாத ஒரு காட்டாற்றைத் தாண்டிச் செல்வதுதான். அதே சமயம் அந்தக் காட்டாற்றைத் தாண்டிச் செல்வது மான்களுக்குமே பெரிய சவால்தான். ஆனால் வேறு வழி ஏதுமில்லை. காட்டாற்றில் வெள்ளத்தின் வேகமும் அதிகமாக இருந்தது.

நூறுக்கும் மேற்பட்ட மான்கள் காட்டாற்றை விரைவில் கடந்தாக வேண்டும். கரையோரமாகச் சென்று ஒரு மரத்தின் நீண்ட வேர்கள் தண்ணீருக்கு அடியில் ஆழமாக ஊடுருவி நெருங்கி இருக்கும் ஒரு இடத்தில் நின்றது. சற்றே முன் சென்று தண்ணீரில் வேகமாகக் குதித்தது. அடித்து வரும் தண்ணீரில் நகர்ந்து வந்த அந்தத் தலைவன் அந்த மரத்தின் நெருங்கிய வேர்களில் தன் கொம்புகளைச் சிக்க வைத்தது. ஒவ்வொரு மானாகத் தன் மீது தாவி ஊன்றி எழும்பி மறு தாவலில் அக்கரை சேரும்படி ஆணையிட்டது. மான்கள்

ஒவ்வொன்றாக அதன் மீது குளம்புகளைப் பதித்துத் தாவி மறுகரை சேரும்போது அவற்றின் குளம்புகள் மானின் முதுகின் மீது காயத்தை ஏற்படுத்தின. இருபது மான்கள் தாண்டும் முன்பே அதன் உடலில் இருந்து ரத்தம் பெருகத் தொடங்கியது. நூறுக்கும் மேற்பட்ட மான்கள் தாண்டி முடிக்கும்போது அதன் சதை முழுதும் பெயர்ந்து எலும்புகள் தென்படத் தொடங்கின. இதற்குள் காட்டாற்றில் வெள்ளம் மேலும் பெருக, அதன் நீர்மட்டம் தலைவன் மானின் கழுத்தையும் தாண்டி உயர்ந்துகொண்டே வந்தது. கடைசி மான் தாவும்போது தலைவன் மூழ்கிவிட்டது. அது தன் கொம்புகளை விடுவிக்க முயன்றது. ஆனால் காயம் அதிகமாகி அதனால் விடுவித்துக்கொள்ள இயலவில்லை. வெள்ளம் மீது சிறிது நேரத்தில் அதன் உடல் மிதந்தது.

தியாகம் என்ற ஒன்றுதான் அன்பின் அடையாளம். நாம் ஒருவரை நேசிக்கிறோம் என்றால் அப்போது அவருக்காக ஒன்றை விட்டுக் கொடுக்கவும் தியாகம் செய்யவும் முன் வரும்போதே அந்த அன்பு உண்மையானது என்று நிரூபணமாகிறது.

இப்படிப்பட்ட அன்புப் பிணைப்பில் சமூகம் பின்னிக்கொண்டால் அளக்கவே முடியாத சந்தோஷம் அந்த சமூகத்துக்குச் சொந்தமாகும். அன்பு தியாகத்துக்கு மட்டுமா வழிவகுக்கிறது? பரஸ்பர நம்பிக்கை, எதிர்காலம் குறித்த நன்னம்பிக்கை ஆகியவற்றுக்கும் அதுவே வழி வகுக்கிறது.

பௌத்தம் வேண்டுவதும் பௌத்தம் நிலைநிறுத்த முயல்வதும் இத்தகைய ஒரு சமுதாயத்தைதான்.

மரத்துண்டுகளை, செம்மண்ணை, மூங்கில்களை ஒரே இடத்துக்குக் கொண்டுவந்தால் அதற்கு வீடு என்னும் பெயர் வராது. செங்கற்களும் கதவுகளும் கூரைகளுமாக அவை ஒன்றாகி ஒரு வடிவம் பெற வேண்டும். அதேபோல தனிமனித ஒழுக்கமும் புலனடக்கமும் ஆன ஒரு அஸ்திவாரத்தின் மீது மட்டுமே அன்பு என்னும் அழகிய வீடு உருவாக முடியும். பௌத்தம் சொல்லும் மேலான நல்வாழ்வுக்காக தன்னை மாற்றிக்கொள்ள நீங்கள் எல்லோரும் முன் வர வேண்டும்.''

புத்தரின் உபதேசம் முடிந்து ஒவ்வொருவராகக் கலைந்து சென்ற பிறகும் மகாராணி பஜாபதி கோதமியும் யசோதராவும் காத்திருந்தனர். புத்தபிரானை இருவரும் வணங்கினர். ''மன்னரின் இறுதிச் சடங்குகளில் எஞ்சிய ஓரிரு சடங்குகளும் இந்த வாரத்துக்குள் முடிந்துவிடும். நானும் யசோதராவும் பல க்ஷத்திரியப் பெண்களும் சில மற்ற குலப் பெண்களும் பிட்சுணிகளாக துறவேற்று பௌத்தத்தில் இணைய விரும்புகிறோம்'' என்றார்.

புத்தர் உடனே எந்த பதிலும் அளிக்கவில்லை. ஆனந்தனை அழைத்தார். ''அடுத்த உபோசதா என்று ஆனந்தா?''

''இன்னும் ஐந்து நாட்களில் வரும் பௌர்ணமி அன்று.''

''மகாராணி, தங்கள் விருப்பம் பற்றிய இறுதி முடிவை சங்கம்தான் எடுக்கவேண்டும்.''

''ஏன் புத்தரே? நீங்கள் பிட்சுணிகளாக வரும் பெண்களை பௌத்தம் ஏற்க வேண்டுமென்று முடிவெடுக்கக் கூடாதா?''

''பௌத்தம் போதி மரத்தின் நிழலில் நான் பெற்ற ஞானத்தின் சாராம்சம். ஆனால் சங்கம் என் ஆரம்ப சீடர்களால் ஏற்படுத்தப் பட்டது. அமாவாசையன்றும் பௌர்ணமியன்றும் நடைபெறும் உபோசதா என்னும் அமர்வில் பிட்சுக்கள் தம் மனசாட்சிக்கு உறுத்திய செயல்களில் தாம் ஈடுபட்டிருந்தால் அந்தத் தவிப்பிலிருந்து மீண்டு சரியான வழியில் செல்லும் வாக்குமூலத்துக்கே வழி இருக்கிறது. சுதந்திரமாக தம் கருத்துகளைச் சொல்லும் உரிமை எல்லோருக்கும் இருக்கிறது. என் காலத்துக்குப் பின்னும் சங்கமும் பௌத்தமும் தழைத்து நிலைக்க வேண்டும் என்பதே என் விருப்பம். என் முடிவுகளைச் சார்ந்து சங்க நடைமுறைகள் அமைவதே பழக்கமாகு மென்றால் என் காலத்துக்குப் பிறகு சங்கம் பௌத்தத்தின் பணியைத் தொடர்வது சந்தேகமாகிவிடும். பிட்சுணிகளாக தங்களை ஏற்பது பற்றிய சங்கத்தின் முடிவு தெரியும் வரை தாங்கள் பொறுத்திருக்க வேண்டும்.''

பிரதமை அன்று நீரோடையில் மீன் கள் உண்ண அரிசிப் பொரியைத் தூவிக் கொண்டிருந்தார் புத்தர். அவர் தியானத்தில் இருக்கும்போது அணில்கள் ஏறி விளையாடுகின்றன. மான்கள் அவரைச் சுற்றித் திரிகின்றன. விழித்திருக்கும்போது ஒரு ஆட்டுக்கோ மானுக்கோ மாட்டுக்கோ மீனுக்கோ தீனி கொடுத்து மகிழ்கிறார். இவர் பாடு எவ்வளவோ தேவலாம் என்று ஆனந்தனுக்குத் தோன்றியது.

''புத்தரே...'' என்று தொடங்கிய ஆனந்தன் மேலே என்ன பேசுவது என்று தெரியாமல் திணறினார்.

''சொல் ஆனந்தா... நேற்றைய உபோசதாவில் எதுவும் பேச முடியாமற் போனதே என்று இப்போது மனம் வருந்துகிறாயா?'' உள்ளக் கிடக்கையை அப்படியே பிட்டு வைக்கும் புத்தரின் அற்புத அனுமானம் ஒவ்வொரு முறையும் வியப்பையே அளித்தது ஆனந்தனுக்கு.

''புத்தபிரானே, நேற்று தேவதத்தன் தமது விஷமப் பிரசாரத்துக்கு பிட்சுணிகளாக விரும்பும் சாக்கிய வம்சப் பெண்மணிகளின் கோரிக்கையை பயன்படுத்திக் கொண்டார்.''

''மேலே சொல் ஆனந்தா.''

''தாங்கள் பிட்சுணிகளை ஏற்பது என்று ஏற்கெனவே முடிவு எடுத்து விட்டீர்களாம். ஷ்ரமண வழி முறைகளிலிருந்து பிறழ்ந்து ஒரு ஞான மார்க்கத்தை தாங்கள் எவ்வாறு கொண்டுசெல்ல இயலும் என்று அவருக்கு வியப்பாக இருக்கிறதாம். எனக்கு மிகவும் வருத்தமாக இருக்கிறது.''

''மனதில் உள்ளதைப் பேச உபோசதாவில் சுதந்திரம் இருக்கும் மார்க்கம் பௌத்தம் என்று நீ சந்தோஷப் பட்டிருக்கலாமே ஆனந்தா...''

''உங்களுக்கு இந்த சுதந்திரத்தை தேவதத்தன் முறைகேடாக பயன்படுத்துவது தவறாகவே தென்படவில்லையா?''

''ஏன் ஆனந்தா? சுதந்திரம் தேவதத்தனுக்கு மட்டும்தான் பயன்படுமா? நல்வழி காணும் பிட்சுக்களுக்கும் அது பயன்படத்தானே செய்யும்?''

''...''

''குற்றம் சாட்டுவதும் மறுப்பதும் ஒரு புறம் இருக்கட்டும் ஆனந்தா. ஞானமும் உண்மையும் தேடுவோருக்கு அது தெளிவாக தென்படும். அதற்கு காலம் ஆகலாம். ஆனால் கண்டிப்பாக தென்படும். தேவதத்தன் உன் கருத்துப்படி பிட்சுக்களை சோதிப்பதாக வைத்துக்கொண்டாலும் அதைத் தாண்டுவது இயலாமற் போனால் அவர்களது இறுதி லட்சியமான விடுதலை அல்லது நிர்வாணம் அசாத்தியமாகி விடும்.''

''உங்களைப்போலவே பிட்சுக்களும் ஞானத் தேடலில் வெல்வார்கள் என்று சொல்ல முடியுமா புத்த தேவரே?''

''இதில் ஐயமென்ன ஆனந்தா? எனக்கு மட்டும் ஞானமும் நிர்வாணமும் சித்திக்க வேண்டும் என்பதற்காகவா நான் பல தேசங்களிலும் பௌத்த வழி வருவோரை வரவேற்க செல்கிறேன்?''

''தேவதத்தன் செய்யும் எதுவுமே தங்களுக்கு ஒரு பொருட்டாகவே இல்லை புத்தரே. அவரை மீறி பௌத்தத்தை வளர்ப்பது என்பது மிகப் பெரிய சவாலாகத் தோன்றுகிறது.''

''ஞானமும் நிர்வாணமும் சித்திக்கும் வரை அல்லது குறைந்த பட்சம் அந்தப் பாதையில் ஒருவர் நிலைக்கும் வரை எல்லாமே இருளாக இருக்கும். துரதிர்ஷ்டவசமாக பார்வையே இல்லாதவர் போன்ற நிலை அது. தேவதத்தன் காட்டும் எதிர் வழியையும் அவர் தரும்

குழப்பத்தையும் மீறி ஞானத் தேடலில் நிற்போருக்கு கண்டிப்பாக வெளிச்சம் தென்படும்.''

''எனக்கு ஆறுதலாக இவற்றை கூறுகிறீர்களா புத்தபிரானே?''

''இல்லை ஆனந்தா... மனித மனதுக்குள் சன்மார்க்கத்தில் நிலைக்கும், அவ்வழியில் விடுதலை தேடும் ஒரு ஆன்மீக தாகம் நீறு பூத்த நெருப்பாக எப்போதும் கனன்று கொண்டுதான் இருக்கிறது. நீரோடையை இனங்கண்டு பல வகை விலங்குகளும் வருவதுபோல எல்லா குலத்தவரும் ஆணோ பெண்ணோ யாரும் அதைத் தேடி, தேடலில் நிலைத்து இலக்கை அடைவார்கள்.''

●

''சென்ற வாரம் ஒரு இரவில் பிட்சை ஏற்ற வீட்டில் குடும்பத் தலைவர் என்னிடம் பௌத்த நெறிகள் பற்றி மிகவும் ஆர்வமாக வினவினார். அவர் அதை ஒரு விவாதமாக வளர்க்கவே நேரம் போனதே தெரியவில்லை. பிட்சை உணவையும் அவரது வீட்டிலேயே உண்டு இரவு வெகு நேரம் பேசிக் கொண்டிருக்கும்போது கடுமையான மழை பெய்யத் தொடங்கியது. அதனால் அவர் விருப்பப்படி அங்கேயே தங்கிவிட்டேன். அப்போது அந்த வீட்டில் பெண்களும் இருக்கக்கூடும் என்பது எனக்கு தோன்றவில்லை. காலையில் அவர்கள் நடமாடும்போதுதான் ஒரே கூரையின் கீழ் பெண்கள் இருக்கும் இடத்தில் நான் தங்கியதை உணர்ந்தேன். இதற்காக உபோசதாவில் நான் மனம் வருந்துகிறேன்'' என்று ஒரு பிட்சு தனது குற்ற உணர்வைப் பற்றிய வாக்குமூலத்தைச் சொல்லி அமர்ந்தார்.

உபோசதாவில் இருந்த எல்லா பிட்சுக்களின் மனதிலும் ஒரே கேள்விதான் இருந்தது. ஆறு மாதம் முன் தேவதத்தன் கடுமையாக எதிர்த்ததால் பிட்சுணிகளாகப் பெண்களை அனுமதிப்பது பற்றிய விவாதம் அல்லது ஆலோசனை நின்று போனது. இப்போது கபிலவாஸ்து மகாராணி பஜாபதி கோதமி, இளவரசியார் யசோதரா, மற்றும் நூற்றுக்கணக்கான பெண்கள் பிட்சுணிகள் ஆகும் முடிவுடன் வந்துள்ளார்கள். அவர்களுக்கு என்ன விடையளிப்பது?

அந்த இளம் துறவி தமது குற்ற உணர்வைப் பகிர்ந்துகொண்ட பிறகு வேறு யாரும் பேசவில்லை. ஆனந்தன் தம் தரப்புக் கருத்துகளைக் கூறுவார் என்று அனைவரும் அவரது முகத்தையே பார்த்தபடி இருந்தனர்.

சங்கம் தன் முடிவைத் தானே அடையும் என்று புத்தர் பலமுறை குறிப்பிட்டிருக்கிறார். இன்று சங்கம் முடிவெடுத்தே ஆகவேண்டும்.

ஏன் நானும் அந்த முடிவுக்காகக் காத்திருக்கக் கூடாது? ஆனந்தன் இப்போது தம் மனதைப் பேசவேண்டும் என்றால் அது புத்தரின் வழியாக இருக்காதோ?

தயக்கத்தைத் தாண்டி ஆனந்தன், ''என் கருத்தோ தேவதத்தன் கருத்தோ சங்கத்தின் முடிவாக இருக்க வேண்டிய அவசியமில்லை. சாக்கிய வம்சப் பெண்கள் இன்று ராஜகஹத்துக்கு வந்துவிட்டார்கள். நம் முடிவை பொருட்படுத்தாமலேயே வந்திருக்கிறார்கள். இப்போது நாம் அவர்களுக்கு நம் தெளிவான முடிவை சொல்ல கடமைப்பட்டிருக்கிறோம்'' என்றார்.

பிறகும் மௌனமே தொடர்ந்தது. ஆனந்தன் மனதில் பதற்றம் ஏற்பட்டது. இப்போதும் முடிவு வராவிட்டால் இத்தனை தூரம் உண்மையான சிரத்தையுடனும் ஆழ்ந்த நம்பிக்கையுடனும் வந்திருக்கும் அன்னைகளுக்கு அது அநீதியும் அவமதிப்பும் ஆகுமே? புத்தபிரானே! நீங்கள் இந்த ஒரு முறை விதிவிலக்காக சங்கத்துக்கு ஏன் ஆணையிடக் கூடாது? உங்களது திரு உள்ளத்தை யாரறிவார்? உங்கள் அருளின்படியே எதுவும் நடக்கட்டும்.

நடுவயதுள்ள ஒரு பிட்சு எழுந்தார். ''மூத்தவர் ஆனந்தரே மௌனமாகி விட்டார். அவர் மனதில் ஏதோ வருத்தம் இருக்கிறது என்றே கருதுகிறேன். பணிவாக என் தரப்பில் ஒன்று சொல்ல விரும்புவேன். பிட்சை ஏற்கவென நாம் வீடுகளுக்கு செல்லும்போது அங்கே நமக்கு உணவை அன்போடு அளிப்பவர் தாய்களான பெண்களே. தம் குடும்பம், துறவிகள் என சமுதாயத்தின் இரண்டு பகுதிகளையும் தமது தாயன்பால் காப்பாற்றும் அன்னையர்கள் பிட்சுணிகளாக ஆகும்போது பௌத்தத்தின் தூய்மையை, கட்டுப்பாடுகளை பேணுவார்கள். புத்த தேவரின் ஞான மார்க்கம் அவர்களால் மேலும் சிறப்பையே அடையும். அனேகமாக நம் அனைவரின் கருத்துமே இதுதானே?'' என்று கேள்வியும் எழுப்பினார்.

உடனே ஒரு இளம் துறவி எழுந்து ''பெண்கள் சகவாசமே கூடாது என்று நாம் கட்டுப்பாடுடன் இருக்கும்போது சங்கத்தில் எப்படி ஏற்பது?'' என்றார்.

''நம்மோடு இல்லாமல் தனியாக இருந்தால் சம்மதிக்கலாமா?'' என்றார் ஆனந்தன். ''இது நல்ல முடிவு'' என்று ஒரு குரல் வந்தது. ''மகாராணியும் மற்றவர்களும் பிட்சுணிகள் ஆகட்டும்'' என்றது இன்னொரு குரல்.

''இதுவே அனைவரின் முடிவா?'' என்றார் ஆனந்தன். ''ஆம்'' என்று கூட்டாக ஆமோதிப்பு வந்தது. கூட்டத்தில் தேவதத்தன் இல்லை.

அத்தியாயம்

28

பலமுறை அந்த இளைஞன் புத்தரின் குடிலுக்குள் எட்டிப் பார்த்து பின்னர் திரும்ப வந்து வாயிலில் உள்ள ஒரு கல்லின் மீது அமர்ந்து கொண்டான். ஏன் வந்தோம் என்ற ஒரு பரிதவிப்பு அவனிடம் தெரிந்தது. எப்படி இந்த புத்தரால் இப்படி மணிக்கணக்கில் தியானத்தில் அமர முடிகிறது? புத்தருக்காக அவருடைய சீடர்கள் யாருமே காத்திருக்காமல் தத்தம் பணிகளில் ஈடுபட்டிருப்பது வியப்பாக இருந்தது.

எவ்வளவு நேரம் காத்திருப்பது? விசித்திரமான இந்த சாமியார் கூட்டத்தைக் காண வேண்டும் என்று ஏன் தோன்றியது? மகத நாட்டில் இவர்களின் நடமாட்டம் அதிகமாகத்தான் போய்விட்டது. அவன் பொறுமையை முற்றிலும் இழந்து கிளம்ப முடிவு செய்த நேரத்தில் தான் மெலிந்த உருவமும் தீட்சண்யமான கண்களும் காவி உடையு மாக குடிலில் இருந்து புத்தர் வெளிப்பட்டார். அவர் நடக்கும்போது பாதம் நிலத்தில் பதிகிறதோ என்னுமளவு அதிர்வின்றி நடந்தார். அவனைத் தாண்டியும் அவர் நடந்தபோதுதான் ''தங்களைதான் காண வந்தேன்'' என்றான் அவன் அமர்ந்த நிலையிலேயே புத்தரை நோக்கி. ''பெரியவர்களுக்கு வணக்கம் சொல்லி எழுந்து நிற்க உங்கள் குடும்பத்தில் யாரும் கற்றுத் தரவில்லையா?'' என்றார் சாந்தமான தெளிவான குரலில்.

''ஏன் இல்லை? ஒரு பிராமணனுக்கு தன் குலப் பெரியவர் அன்றி ஏனையவரை வணங்கும் கட்டாயம் இல்லை.''

''அப்படியா? நான் வந்த வழியில் ஒரு பாம்பு நெளிந்தால்?''

''பாம்பா? எங்கே?'' என்று பதறியபடி எழுந்து நின்றான். நகர்ந்தான்.

''அது பிராமணப் பாம்பா என்று யோசிக்காமல் எழுந்துவிட்டாயே இளைஞனே?''

''பாம்பே இல்லை. ஏன் அதைக் குறிப்பிட்டீர்கள்?''

''இல்லாத ஒரு பாம்பு உனக்குள் அச்சமும் பதட்டமும் தருகிறதே... ஏன் இளைஞனே?''

''உயிருக்கு அஞ்சாமல் யாராவது இருப்பார்களா புத்தரே?''

''இங்கே உள்ள எல்லா பிட்சுக்களும் உயிருக்கு அஞ்சாதவரே.''

''எப்படி அவ்வளவு நிச்சயமாக சொல்லுகிறீர்கள் புத்தரே?''

''உயிர் வாழ, உயிரைக் காத்துக்கொள்ள என்ன வேண்டும்?''

''இது என்ன அசட்டுத்தனமான கேள்வி? உணவு, உடை, உறையுள், பணியாட்கள், மன்னனின் படை, மருத்துவர் இவைதான்.''

''ஒரு நாளுக்கான ஆடை உடலில், மறு நாளுக்கான ஆடை கொடியில், அடுத்த நாளுக்கான உணவு கூட இங்கே சேமிப்பில் இருக்காது. நீ குறிப்பிட்ட வேறு எதுவும் இங்கே கிடையாது. உயிருக்கு அஞ்சி யாரும் இங்கே இல்லை என்பதற்கு இதை விட அத்தாட்சி வேண்டுமா?''

''இது என்ன வாழ்வு? தினசரி தெருத் தெருவாக பிட்சை எடுத்துக் கொண்டு?''

''பிட்சை எடுக்காவிட்டால் உணவுக்காக எவ்வளவு நேரம் செலவழிக்க வேண்டும்?''

''அப்படி செலவு செய்யும் நேரத்தை இவர்கள் தியானத்திலும் நல்லற போதனையிலும் சர்ச்சையிலும் கழிக்கிறார்களே? கவனித்தாயா?''

''வைதீக மதம் போதித்ததைக் கேட்டு நடக்காமல் புதிதாக என்ன தேடுகிறீர்கள்?''

''கடோபநிஷதம் படித்திருக்கிறாயா?''

''இல்லை.''

''பகவத் கீதை?''

''இல்லை.''

''அதனால்தான் இப்படி எல்லாம் பேசுகிறாய். ஞானம் மதம் வழி வருவதில்லை மகனே.''

''பின்பு?''

''தேடலில் வருவது.''

''என்ன தேடல்? ஞானம், செல்வம், கல்வி, சௌகரியம் இதற்கெல்லாம் உண்டான அந்தந்த தெய்வங்களின் மந்திரங்களை உச்சாடனம் செய்தால் போதாதா?''

''மந்திர உச்சாடனத்தால் ஒரு கொள்ளையை தடுக்க முடியுமா? கொலையை? பஞ்சத்தில் துன்புறும் மனிதனுக்கு உதவ, ஒரு மனிதனுக்காக இன்னொரு மனிதனுக்குள் அன்பு பொங்க அது உதவுமா? துன்பத்தில் துடிக்கும் ஒரு உயிருக்காக உருக ஒரு மனிதனை அது வழி நடத்துமா?''

இளைஞன் மௌனமானான்.

''மந்திரங்களாலும் சடங்குகளாலும் உலகெங்கும் பரவி இருக்கும் ஆசை, சுயநலம், துன்பம்... இவற்றை போக்க முடியுமா இளைஞனே?''

''...''

''உன் செல்வம் கொள்ளை போகிறது. உன் உறவினர் அனைவரும் தம் செல்வங்களை பங்கு வைத்து உன்னை பழைய நிலைக்கு கொண்டுவருவார்களா? பதில் பேசு இளைஞனே...''

''யாரும் முன் வர மாட்டார்கள்.''

''அவ்வாறெனில் ஜாதியும் உயர்வு தாழ்வும் பேசுவது எவ்வளவு தவறு? உன் உணவை அதாவது தானியத்தை விதைப்பவன், அறுப்பவன், உன் செருப்பை தைப்பவன், உனக்கு மருத்துவம் பார்ப்பவன், உன் சிகையை ஒழுங்கு செய்பவன், உன் சமுதாயத்தை காவற் காப்பவன் இவர்களது தயவில் நீ வாழும்போது அவர்கள் உன்னை விட இழிந்தவர் என்று சொல்லும் வைதீகத்தை எப்படி இந்த புத்தன் ஏற்பான்? கூறு மகனே...''

''என்னை மன்னியுங்கள் புத்த தேவரே. நான் பௌத்தம் கூறும் நெறிகளை புரிந்துகொள்ள முயலுகிறேன்'' என்று அவர் பாதம் பணிந்தான்.

லதாங்கிக்குத் தூக்கமே வரவில்லை. உடல் நலம் மிகவும் சரியில்லை என்று ஆனந்தனுக்கு செய்தி அனுப்பியாகிவிட்டது. நாளை அவர் வருவார். தான் கோசல நாட்டு இளவரசியாகவும் அவர் கபிலவாஸ்து

இளவரசராகவும் இருந்த கடந்த காலத்தில் அவரைச் சந்திக்க வாய்ப்பிருந்தால் இருவருமே பிட்சுவாகவும் பிட்சுணியாகவும் ஆகி இருக்கவே மாட்டோம். எளிய தோற்றம், மென்மையான பேச்சு, கனிவான பார்வை, ஆணவம் இல்லாத அடக்கமான போக்கு. முதன் முதலில் ஆனந்தனைப் பார்த்தபோது மற்ற பிட்சுணிகளுடன் தானும் காத்திருந்தது நினைவுக்கு வந்தது. பிட்சுணிகளுக்கான எட்டு கட்டளைகளை அவர் விளக்கிக் கூறினார். முதலாவது வினயம். தனக்கு முன்பாக தீட்சை பெற்றவருக்கு எழுந்து வணக்கம் சொல்ல வேண்டும். அப்போது ஆனந்தன் எந்தத் தருணத்திலேனும் மரியாதைக் குறைவாகவோ இங்கிதக் குறைவாகவோ நடந்து கொண்டால் வணங்கத் தேவையில்லை என்றும் கூடவே குறிப்பிட்டது மிகவும் ஆச்சரியமளித்தது.

இரண்டாவதாக மழைக்காலங்களில் மற்றொரு துறவி இல்லாமல் குடும்பத்தினர் மட்டும் இருக்கும் வீட்டில் தங்கக் கூடாது. அப்போது ஒரு இளம் பிக்குனி ''பேய்கள் மட்டும் இருந்தால்?'' என்று கேட்டாள். அவர் சிரித்துக்கொண்டே ''உனக்கு பேயோட்ட தெரியுமானால் தங்கலாம்'' என்றார்.

மூன்றாவதாக மனதில் குற்றம் இருந்தால் வெளிப்படையாகச் சொல்லி மனமாற்றம் அடைய உபோசதா அமர்வு, பிக்குனோவா என்னும் தனிப்பட்ட உபதேசம் இவற்றில், மூத்த பிட்சுக்களின் நேரம் இருப்பதைக் கேட்டுக்கொண்டு ஒவ்வொரு மாதமும் உபதேசம் பெற்றுக் கொள்ளவும். இப்படி பிக்குனோவா உபதேசம் பெற என்றுதானே நாளைக்கு ஆனந்தனை வரவழைக்கப் போவது!

நான்காவதாக மழைக்காலத்தின் மூன்று மாதங்களிலும் வெளியில் செல்லாமல் சங்கத்தின் ஆலயத்தில் அல்லது ஆசிரமத்தில் இருந்து, பரவணா நாள் விழா வரும்போது முன் கூட்டியே குறிப்பிட்டு உடனிருப்போருடன் சங்கத்தின் செயற்பாடுகளில் உள்ள நிறை குறைகளை விவாதிக்க வேண்டும்.

ஐந்தாவதானது, பிக்குனிகளுக்கான கட்டளைகள் எதையாவது மீறினால் பிட்சுக்களின் சங்கம் மற்றும் பிக்குனிகளின் சங்கம் இரண்டிலும் மூத்த துறவிகளிடம் வருத்தம் தெரிவித்து 15 நாள் உபவாசம் இருக்க வேண்டும்.

ஆறாவது கட்டளை, இரண்டு வருடம் கட்டுப்பாடுகளைக் கடைப்பிடித்த பிறகே பிக்குனியாக தீட்சை பெற முடியும் என்றார். அவரை இடை மறித்து ஒரு பெண் ''ராணி பஜாபதிக்கு மட்டும் உடனே தீட்சை தந்தீர்களே...'' என்றாள். சற்றும் தயங்காமல் ''உங்களுக்கு

தீட்சை தர ஒரு பிட்சுணித் தாயாவது வேண்டாமா?'' என்றார் ஆனந்தன். ஆனந்தன் மட்டும் இப்போது சம்மதித்தால் இரண்டு வருடமே தேவையில்லை உடனே சங்கத்திலிருந்து விலகி குடும்ப வாழ்க்கையைத் துவங்கலாம்.

ஏழாவது கட்டளை ஒரு பிட்சுவை பிட்சுணி அவமதிக்கக் கூடாது அல்லது ஏசக் கூடாது.

எட்டாவது கட்டளை எந்த ஒரு எச்சரிக்கையோ கட்டளையோ பிட்சுணியிடமிருந்து பிட்சுவுக்குக் கிடையாது.

''ஏன் அவர்களை யாருமே எதுவுமே கேட்கக் கூடாதா?'' என்று தான் எதிர்க்கேள்வி போட்டது லதாங்கிக்கு நினைவு வந்தது. ''ஏன் கேட்க மாட்டார்கள்? என் போன்ற மூத்த பிட்சுக்கள் கண்டிப்பாக கேட்பார்கள்'' என்று உடனடியாக பதிலளித்தார்.

எந்த ஒரு கேள்வியும் அல்லது இடக்குப் பேச்சும் அவரிடம் கோபத்தை வரவழைக்கவே இல்லை. அவரிடம் தான் பழகும் இரு நபர்களுக்குள் பாகுபாடு காட்டும் பழக்கமே இருக்கவில்லை. லதாங்கிக்கு நாளை தான் தனது காதலை வெளிப்படுத்தினால் அன்புடன் அதை ஏற்பார் என்றே ஊர்ஜிதமாகத் தோன்றியது. எப்போது தூங்கினோம் என்றே தெரியவில்லை.

காலையில் சக பிட்சுணி எழுப்பி ''நமக்கான நேரம் முடிந்த பிறகே பிட்சுக்கள் நதிப்பக்கம் வருவார்கள். வா குளிக்க போகலாம்'' என்றார்.

''நீ போய் வா. எனக்கு உடம்பு சௌகரியமில்லை'' என்று லதாங்கி திரும்பிப் படுத்துக்கொண்டார்.

கனவில் வந்து அணைத்து அன்பைப் பொழிந்த ஆனந்தன் நிஜத்தில் வரப் போகிறார். அவரின் அன்பும் கருணையும் கனிந்து வர மண வாழ்க்கை விரைவில் தொடங்கப் போகிறது. இரவெல்லாம் தூங்காத களைப்புக்கு இந்த இனிய நினைவு தாலாட்டுவதாக இருந்தது.

கண் விழித்துப் பார்த்தபோது குடிலின் வாயிலில் ஆனந்தன் தியானத்தில் ஆழ்ந்திருந்தார். லதாங்கி முகத்தைக் கழுவிக்கொண்டு அவரெதிரே அமர்ந்தார். உள்ளே வந்து எட்டிப் பார்த்த பிறகே அவர் வெளியில் வந்திருப்பார். தூங்காமல் இருந்திருந்தால் மனதில் உள்ளதை தனிமையில் ஆனந்தனிடம் பேசி இருக்கலாம். அக்கம் பக்கம் பார்த்தார். யாருமில்லை. அனைவரும் பிட்சைக்காக வெளியே போயிருந்தனர்.

தியானத்தில் ஆழ்ந்திருந்த ஆனந்தனைப் பார்க்க பரவசமாக இருந்தது. கருணையின் வடிவான இவர், என்னை, என் விருப்பத்தை நிராகரிக்க மாட்டார்.

பிட்சைக்குப் போனவர்கள் திரும்பி வராமல் இருக்கவேண்டுமே என்று கவலையாயிருந்தது. ஒரு வழியாக ஆனந்தன் தியானம் கலைந்து கண் திறந்தார்.

''உன் உடல் நலம் எப்படி இருக்கிறது சகோதரி?''

'சகோதரி என்று அழைக்காதீர்கள்' என்று பதில் சொல்ல எண்ணி அந்த எண்ணத்தை மாற்றிக்கொண்டார் லதாங்கி. ஆனந்தன் எச்சரிக்கையாகி விட்டால் வாய்ப்பே இல்லாமல் போய்விடும்.

''உங்களை பார்த்தவுடனே வந்த நோய் பறந்துவிட்டது.''

''அப்படியே இருக்கட்டும். நான் வருகிறேன்'' என்று எழுந்தார் ஆனந்தன்.

''தங்களிடம் ஒரு வரம் கேட்கவே உங்களை தொல்லை செய்து வரவழைத்தேன்.''

ஆனந்தன் லதாங்கியின் கண்களை ஊடுருவி ஆழமாய் நோக்கினார். ''வரம் வேண்டுமெனில் தேவையும் ஆசையும் இன்னும் பாக்கி இருக்கின்றனவா?''

''நம்பி வந்தவரை கைவிடலாமா? வரம் தருவேன் என்று சொல்லுங்கள்.''

''உன் வேண்டுதல் அல்லது கோரிக்கையை விளங்கிக்கொள்ளாமல் ஒரு ஜோடித் துணியும் திருவோடும் மட்டுமே சொந்தமான பிட்சு என்ன தர இயலும்?''

''உங்களால் தரக்கூடியதே... முதலில் விளங்கிக் கொள்கிறேன்.''

இனியும் வளர்த்துவது விபரீதமாகும் என்று புரிந்துவிட்டது லதாங்கிக்கு. ''என்னை திருமணம் செய்துகொண்டு உங்களுக்கு பணிவிடை செய்யும் வாய்ப்பைத் தாருங்கள்.''

ஆனந்தன் முகத்தில் எந்தச் சலனமுமில்லை. ''லதாங்கி, நீ ராஜ குடும்பத்தினர்தானே பிட்சுணி ஆகும் முன்?''

''ஆம்.''

''அங்கே ஒரு விதவையான ஏதேனும் ஒரு ஸ்த்ரீயை பார்த்திருக்கிறாயா?''

''கட்டாயமாக.''

''அவர்கள் வாழ்க்கையில் என்ன கட்டுப்பாடுகள்?''

''விசேஷ, பூஜை விழாக்களில் கலந்துகொள்ளாது தனித்திருத்தல்.''

''இதேபோல ஒரு ஏழைப் படைவீரனின் அல்லது சேவகனின் மனைவிக்கு என்ன நிகழ்கிறது என்று அவதானித்ததுண்டா?''

''இல்லை.''

''ராஜ குடும்ப விதவைக்காவது மரியாதையும் பழையபடி ஏவலாட்களும் வசதிகளும் உண்டு. ஆனால் ஏழை விதவையின் வாழ்க்கை ஒவ்வொரு நாளும் துன்பமயமானது. நிராகரிப்புகளை ஏற்கும் கட்டாயமுள்ளது.''

''நான் வேண்டிய வரத்துக்கும் இதற்கும் என்ன தொடர்பு?''

''கட்டாயம் புரியும். சமுதாயம் விதவைக்கு கொடுத்துள்ள இடம் சரியானதா?''

''இல்லை.''

''எது சரியான இடம்? என்ன மாற்றம் தேவை?''

லதாங்கிக்கு இந்த திசையில் யோசித்ததே இல்லாததால் பதில் என்ன சொல்லுவது என்று தெரியவே இல்லை.

சில நொடிகள் கழித்து ஆனந்தனே தொடர்ந்தார். ''தனது சுக போகத்துக்கும் ஆசைச் சங்கிலித் தொடருக்கும் பொருத்தமில்லாதவர் என்றே ஒரு விதவை ஒதுக்கப்படுகிறார். தனது சகஜீவியின் வலியைப் புரிந்துகொள்ளும் பரிணாமம் வரும் வரை, அதாவது சமுதாயத்தில் பெரும்பான்மையினருக்கு அந்தப் பரிவு வரும் வரை விதவைகளின் நிலை மாறாது. ஆனால் சமூகம் ஏன் பிறரின் வலியைப் புரிந்து கொள்வதில்லை? தனது சுகம், தனது வசதி, தனது சந்தோஷம் இவற்றிலேயே முனைப்பாக இருப்பதால் பிறர் மீது நேயம் காட்ட மனதில் எள்ளளவு இடமும் இல்லை. பௌத்தத்தில் நாம் உலக நன்மையில் மட்டுமே கவனம் நிலைக்க வேண்டும் என்பதற்காக தன்னலத்தை, சுகம் தேடும் வேட்கையை வென்று உலகமெங்கும் அன்பை விதைக்கிறோம். இப்போது சொல். பௌத்தமா? உன் ஆசையா?''

லதாங்கிக்கு மயக்கம் தெளிந்து எழுந்து நின்றதுபோல இருந்தது. ''சிறிய சறுக்கல். மன்னியுங்கள் ஆனந்தரே.''

''உபோசதாவில் வருந்து. அது போதும்.''

அத்தியாயம்

௨௯

“**ம**றுபிறவி பற்றிய உங்கள் கேள்விகளுக்கு புராணங்களில் நிறையவே பதில்கள் உள்ளன. மறுபிறவி எதுவாக இருக்கும் என்னும் ஒரு தனி நபரின் ஆர்வம் அல்லது அச்சத்தினை விட்டுவிடுவோம். மறுபடி மனிதப் பிறவியே கிடைத்தாலும் நாம் வாழப் போகும் சமுதாயம் இதை விடவும் மோசமான துன்பத்திலும், பேராசை வலையிலும் வீழ்ந்து கிடக்கும் என்று கூறலாமில்லையா?''

மகத ராணிகளுள் ஒருவரான பசேந்தி வம்ச ராணி கேமா கவனத்துடன் ஆனந்தன் கூறுவதைக் கேட்டுக் கொண்டிருந்தார்.

''உலகம் உய்யும் என்று கூறக்கூடாதா பிட்சுவே?''

''நான் உலகில் மறுபிறவி எடுப்போருக்கு எந்த வித உத்தரவாதமும் இல்லை என்னும் பொருளிலேயே கூறினேன். ஆசையின் அலைக் கழிப்புகளிலும், அகம்பாவத்தின் சின்னங்களான செல்வம், அதிகாரம், மற்றும் புகழுக்காகவும் ஓயாத போர்களையும் காண வேண்டி இருக்கும். அநித்தியமான இவற்றிற்காகதான் நிரந்தரமாக போர் ஒன்று நிகழ்ந்துகொண்டே இருக்கிறது.''

''போர் என்றால் தேசங்களுக்கு இடையே நடப்பதுதானே?''

''இல்லை மகாராணி. ராஜ குடும்பமோ, சாதாரண குடும்பமோ - ஒரு குடும்பத்துக்கு உள்ளேயே அதிகாரப் போட்டியும் அது தொடர்பான

தாக்குதல்களும் நிகழ்ந்த வண்ணமே இருக்கின்றன. கத்தியும் ஈட்டியும் குதிரையும் யானையும் மட்டும் இருப்பதுதான் போர்க்களம் அல்ல. ஒரு மன்னனின் மந்திரி சபை என்றால் மந்திரிகளுக்குள்ளும் கூட அதிகாரப் போட்டி, தான் முக்கியம் பெற சதிகள் என எவ்வளவோ நிகழ்கின்றன. இவை இயல்பானவையே. ஆனால் ஒவ்வொரு தலைமுறையிலும் மேலும் குறுகிய மேலும் குரோதமான மோதல்களை காண்கிறோம்.''

''எனக்கு புரியும்படி சொல்லுங்கள் பிட்சு ஆனந்தரே.''

''ராணியாரே, மகாபாரத காலகட்டத்தை எடுத்துக் கொள்ளுங்கள். ராமாயணத்தை ஒப்பிடும்போது எவ்வளவு மோசமான அதிகாரப் போட்டியை நாம் பார்க்கிறோம்.''

''நன்னம்பிக்கை தருவதாக எதுவுமே இல்லையா யோகியாரே?''

''ஏனில்லை? புத்த பிரானும் பௌத்தமும் இல்லையா? அவருக்கு முன் மகாவீரர் நமக்கு வழி காட்டவில்லையா?''

''இப்போது புரிகிறது சுவாமி. ராணி பஜாபதிபோல துறவுக்கு வராமல் என்னைப்போல குடும்பத்திலேயே இருக்கும் பெண்கள் செய்யக் கூடியது எதாவது உண்டா?''

''ஏன் இல்லை அம்மா? துறவு மட்டுமே வழி என்று சொல்ல புத்தபிரான் ஞானம் பெறவில்லை. எல்லோரும் துறவியாக வேண்டிய அவசியமும் இல்லை. தன் வாழ்க்கை முறையில், தமது குடும்பத்தில், தமது ஊரில் என எளியவரோ, ராஜ குடும்பத்தவரோ யாருமே சமூக மேன்மைக்காக பாடுபடலாம். உங்கள் கணவரும் மகாராஜாவுமான பிம்பிசாரரே ஒரு நல்ல உதாரணம். அவர் புத்தரின் போதனைகளின் சாரத்தை உணர்ந்து தமது தேசமே அதைப் புரிந்துகொள்ளும் வாய்ப்பை கொடுத்திருக்கிறார்.''

''உங்கள் சாக்கிய வம்சத்தின் ராஜ குடும்பமே பௌத்த வழியில் தர்ம பரிபாலனம்தானே செய்கிறார்கள்.''

''எல்லா குலத்தவரும் பௌத்தத்தில் இருக்கிறார்கள் மகாராணி.''

''மறுபடி கேட்கிறேன் என கோவிக்காதீர்கள் பிட்சு மகாபுருஷரே. ஒரு மனைவியாகவும் ராணியாகவும் நான் செய்யக்கூடியது என்ன? எளிய பெண்ணுக்கு புரியும்படி சொல்லுங்கள்.''

''உங்களை குடும்பத் தலைவியாக இருக்கும் ஒரு தாய் அல்லது மனைவி எளிதில் சந்திக்க முடியுமா?''

''ஏன் முடியாது? சந்தித்துக்கொண்டுதானே சுவாமி இருக்கிறார்கள்?''

''எப்படிப்பட்ட பெண்களை தாங்கள் சந்திக்கிறீர்கள்?''

''குடும்பத் தலைவிகளை...''

''குடும்பத் தலைவிகள் என்று தாங்கள் யாரை குறிப்பிடுகிறீர்கள் ராணி அவர்களே... மற்ற நாட்டு ராஜ குடும்பப் பெண்கள், மகத நாட்டு மந்திரி, படைத்தளபதி எனக்ஷத்திரியப் பெண்கள், ராஜ குரு போன்றோரின் குடும்பத்து பிராமணப் பெண்கள் இவர்களைதானே...''

''ஆமாம். பிட்சு ஆனந்தரே.''

''இவர்களை மட்டுமே தாங்கள் சந்திக்கிறீர்கள். ஒரு எளிய குடும்பத்தைச் சேர்ந்த விவசாயப் பெண், நாவிதரின் மனைவி என யாரையேனும் சந்தித்திருக்கிறீர்களா?''

''இல்லை சுவாமி...''

''இனி சந்திக்க ஒப்புவீர்களா?''

ராணி மௌனமானார். அந்தப்புரத்தில் இது கட்டாயம் சலசலப்பையே ஏற்படுத்தும். ஆனால் பிட்சுவின் அறிவுரை என்பதால் மன்னரின் ஒப்புதலை வாங்க முடியும். ''சந்திக்கிறேன் பிட்சு ஆனந்தரே.''

''முதற்கட்டமாக தங்களை எந்த ஒரு பெண்ணும் சந்திக்கலாம் என்ற புதிய முறையை அறிவியுங்கள். அதை நடைமுறையில் காணும் வரை பணியாளர்களை கண்காணியுங்கள். குல பேதமின்றி அனைவரும் தங்களை சந்திக்கட்டும்.''

''இதனால் என்ன பயனுண்டாகும் சுவாமி?''

''மகத நாட்டில் ஒரு சாதாரணப் பெண்ணாக இருப்பதில், குடும்பத்தை நடத்திச் செல்வதில் உள்ள சிரமங்கள் உங்களுக்கு தெரிய வரும். அவர்கள் மிகவும் கஷ்ட ஜீவனத்தில் இருந்தால் அவர்களைப் போலவே எவ்வளவு பேர் கஷ்டப்படுகிறார்கள் என்று அறிய ஏதுவாகும். மன்னரின் பல முடிவுகள் அதன் அடிப்படையில் எடுக்கப் பட்டால் உங்கள் காலத்தில் மக்களின் இன்னல்கள் குறைந்தன என்னும் மன நிறைவு உங்களுக்கு கிடைக்கும். மன்னரின் ராஜாங்கப் பணியில் பங்கு பெறும் ஒரு புதிய வழிமுறையாக இது இருக்கும்.''

''தங்கள் அறிவுரையை மன்னரிடம் கூறி உடனே நடைமுறைக்கு கொண்டுவருகிறேன் சுவாமி. பஜாபதிபோல துறவு ஏற்க வாய்க்கா விட்டாலும் இது இந்தப் பெண்ணுக்கு சாத்தியமானதே.''

அரண்மனை வளாகத்திலேயே தமக்கென அமைக்கப்பட்டிருந்த குடிலில் ஆனந்தன் சிந்தனையில் இருந்தார். ராணிக்கு உபதேசம் முழுமையாக முடிய சற்றே காலம் பிடிக்கும்போல் இருந்தது. இரண்டு நாட்கள் வந்த அவர் அடுத்த இரண்டு நாட்களாக வரவில்லை. எந்தச் செய்தியும் இல்லை. உடல் நலக் குறைவாக இருக்கலாம். அல்லது போதும் என்று தோன்றி இருக்கலாம். எவ்வாறு இருந்தாலும் மன்னர் பிம்பிசாரரிடம் முறைப்படி விடைபெற்று பிறகு கிளம்பிவிடலாம் என்று பட்டது. அரண்மனையில் இருந்து சங்கம் இருக்கும் வனத்தை இரவுக்குள் அடைந்துவிடலாம். ஆனந்தன் வெளியே வந்ததும் ஒரு சேவகன் ஓடி வந்தான். ''நீ முன் சென்று நான் மன்னரை சந்திக்க வருகிறேன் என்று கூறு'' என்றவாறே தொடர்ந்து நடந்தார்.

பிம்பிசாரர் எழுந்து கை கூப்பி வணங்கி ஆனந்தன் அமர்ந்ததும் அவர் பாதம் பணிந்தார்.

''தங்களிடம் விடைபெறலாம் என்று வந்தேன் மாமன்னரே.''

''இன்னும் தங்கள் உபதேசம் பூர்த்தி ஆகவில்லையே சுவாமி...''

''மகாராணிக்கு ஏதோ அசௌகரியம் என கருதுகிறேன். இன்னொரு சந்தர்ப்பத்தில் உபதேசத்தை தொடரலாமா?''

''சுவாமி, அசௌகரியமோ அசிரத்தையோ இல்லை. கடுமையான காவல் இருக்கும் அந்தப்புரத்தில் பசேந்தி ராணியின் நவரத்தின மாலை களவு போய்விட்டது. அது அவர்களது பிறந்த வீட்டின் சீதனமாக வந்தது. மிகவும் விலை மதிப்பானது. இது ராஜ குடும்பத்தில் ஒருவரால் செய்யப்பட்டிருக்கலாம் என்றே யூகிக்க வேண்டும். இதனால் நாங்கள் இருவருமே மிகவும் மனம் உடைந்திருக்கிறோம். ஒரு நம்பிக்கையான சூழ்நிலை இல்லை என்றால் அது மிகவும் பதட்டம் அளிக்கக்கூடியது இல்லையா? நகை என்னும் செல்வத்தின் மீது கொண்ட பற்றையும் ஒப்புக் கொள்கிறேன். இருந்தாலும் சூழ்நிலை பற்றிய கவலை அதை விட அதிகமாக உள்ளது குருதேவரே.''

''மகாராஜா, செல்வத்தின் நிலையாமை, நாம் அதன் மீது கொண்டுள்ள பற்று இவற்றைப் பற்றி பேசும் தருணம் இது அல்ல. ராஜ குடும்பத்துக்குள் விரிசல் இல்லாமல் இதற்கான தீர்வை நீங்கள் எட்ட வேண்டும். இல்லையென்றால் பௌத்தம் உங்கள் ராஜாங்கக் கடமைகளை நிராகரித்து, ஒரு செயலின்மையை முன் வைக்கிறது என்னும் தேவதத்தன் பிரசாரம் உண்மையாகிவிடும்.''

''ஆனந்தரே... தங்கள் ஆறுதல் தரும் வார்த்தைகளுக்கு நன்றி. மாளிகைக்கு வெளியில் இது செல்லவில்லை. பணியாட்களுக்கு

இந்த அளவு துணிச்சல் வரும் என்று நான் கருதவில்லை. மேலும் அது அவர்களால் அணியவோ விற்கவோ முடியாத அளவு ராஜ குடும்ப அடையாளம் உள்ளது. எனவே உறவினர்களில் யாரோ ஒருவர்தான் இதை செய்திருக்க வேண்டும். அவர்களுக்கு ஒரு எச்சரிக்கை செய்தே ஆகவேண்டும். அதே சமயம் குற்றவாளி யார் என்று யூகிக்க முடியாத போது ஒரு அப்பாவியான உறவினரின் மனம் புண் படவும் கூடாது. புண்படுத்துவது பாவமான செயல் என்பது மட்டுமல்ல குடும்பத்துக்குள் அது மிகப்பெரிய போராட்டத்தையும் தீர்க்கவே இயலாத பல சிக்கல்களையும் ஏற்படுத்திவிடும். நானே உங்களை அண்டி ஒரு சேதமில்லாத ஆனால் நிச்சயமாக பலனளிக்கக்கூடிய ஒரு உபாயத்தை கேட்க இருந்தேன். நீங்களே இங்கே வந்திருக்கிறீர்கள். எனக்கு வழிகாட்டி உதவுங்கள்.''

வெகு நேரம் ஆனந்தன் யோசனையில் இருந்தார். பிறகு ''மன்னா, ஒரு வழி இருக்கிறது. சரி என்று பட்டால் முயன்று பாருங்கள்'' என்றார்.

''யாரையேனும் விசாரிப்பது என்றால் எனக்கு மிகவும் தயக்கமாக இருக்கிறது ஆனந்தரே.''

''இல்லை மன்னா. தாங்கள் ஒரு அறிவிப்பு செய்யுங்கள். 'அந்தப்புரத்தின் நான்கு வாயிலில் உள்ள கதவுகளில் இருந்து ஒரு பகல் இரண்டு இரவுகளுக்கு காவலாளிகள் விலக்கிக்கொள்ளப் படுவார்கள். நான்கு வாயில்களிலும் மிகப் பெரிய மட்பாண்டங்கள் வைக்கப்படும். எடுத்தவர் யாரென்று மன்னர் அறிவார். ஆனால் உறவு முறை கருதி விசாரணை தண்டனை என்னும் அளவு கொண்டுசெல்ல விரும்பவில்லை. எடுத்தவரே ஏதேனும் ஒரு மட்பாண்டத்தில் போட்டுவிட வேண்டும்.' இந்த அறிவிப்பை அந்தப்புரத்தில் உள்ள மிகவும் நம்பிக்கைக்குரிய பணிப்பெண் மூலம் அந்தப்புரம் முழுவதும் கொண்டுசெல்ல வேண்டும்.''

''எவ்வளவு நல்ல யோசனை. கண்டிப்பாக பலனளிக்கும்'' என்ற மன்னர் அவ்வாறே அறிவிப்பும் செய்தார்.

ஒரு இரவு கடந்தது. அடுத்த பகலும் கடந்தது. அன்று மாலையில் மன்னரே நான்கு பானைகளையும் பார்த்து வந்தார். ஒன்றும் இல்லை உள்ளே. மறுநாள் பொழுது விடிந்ததும் காவலாளிகள் பணிக்குத் திரும்பினர். ஒரு காவலன் பின் பக்க வாயிலுக்கு அருகே இருந்த பாண்டத்தில் ரத்தின மாலையைக் கண்டெடுத்துக் கொண்டுவந்து கொடுத்தான்.

மன்னர் ஆனந்தனின் குடிலுக்கு வந்து அவரிடம் நன்றி தெரிவித்து மிகவும் பாராட்டி வணங்கினார். ஆனந்தன் சலனமேதுமில்லாமல்

‘‘இது தற்போதைக்கு தீர்வான பிரச்சனை. ஆனால் ராஜ குடும்பத்துக்குள் ஒரு சதியின் அடையாளமாகவும் இது இருக்கலாம். தாங்கள் எச்சரிக்கையுடன் இருங்கள்’’ என்றார்.

‘‘அங்க நாட்டின் தலைநகரில் இளவரசன் அஜாத சத்ருவின் மாளிகையில் தேவதத்தனுக்கு என்றே ஒரு குடில் அமைக்கப்பட்டு இருக்கிறது. பல நேரங்களில் தேவதத்தன் அங்கேதான் தங்குகிறார்’’ என்றார் ஆனந்தன் புத்தரிடம்.

‘‘தேவதத்தன் பௌத்தத்தைத் தவிர வேறு எதை எண்ணி அங்கே தங்கக்கூடும் ஆனந்தா?’’

‘‘அது விளங்கினால் என் கவலைகளும் தீரும் புத்தரே.’’

‘‘நீ தேவதத்தனை சந்தேகக் கண்ணுடன் பார்க்கத் துவங்கிவிட்டாயா ஆனந்தா?’’

‘‘சந்தேகக் கண்ணோட்டம் என்று பொதுவாகக் கூறினால் எப்படி புத்த தேவா? அவரது நடவடிக்கைகள் கவலையளிக்கக் கூடியவையாக இருக்கின்றன.’’

‘‘ஐயப்பாடு என்பது நமக்குள் நம்மைப் பற்றியே இருப்பது ஆனந்தா.’’

‘‘நான் தேவதத்தன் பற்றி மிகவும் கவலையுடனும், ஒரு எச்சரிக்கை உணர்வுடனும் பேசும்போது, தாங்களோ எனக்குள் என்னைப் பற்றிய ஐயம் உள்ளது என்கிறீர்களே புத்த பெருமானே...’’

‘‘நான் குறிப்பிடும் இடத்துக்கு இன்னும் நெருங்கி சிந்திக்கப் பழகு ஆனந்தா. ஐயம் என்பதைப் பற்றி மட்டுமே பேசினேன். உன்னையோ தேவதத்தனையோ குறிப்பிட்டு அல்ல.’’

‘‘விளங்கவில்லை புத்தரே’’

‘‘சரி, எதற்கு ஆபத்து வரும் என்று கருதுகிறாய்? எனக்கா? உனக்கா? பௌத்தத்துக்கா?’’

‘‘உள்ளுணர்வு ஆபத்தைப் பற்றி அறிவுறுத்துகிறது. எந்த விதத்தில் எப்போது யாருக்கு என்றெல்லாம் தெளிவாகத் தெரியவில்லை.’’

‘‘உலக நன்மைக்காக உழைப்பது என்னும் உறுதிப்பாட்டில் தெளிவாக இருக்கிறோமா நாம்?’’

‘‘நாம் என்று என்னையும் தங்களையும் ஒன்றாகக் கூறுவது உங்களுக்கு அவமரியாதை ஆகிவிடும்.’’

''சொல் ஆனந்தா. நான் உழைப்பேன் என்று நீ நம்புகிறாயா?''

''என்ன புத்த தேவா... மகத தேசம், இன்னும் பல தேசங்களில் தாங்கள் காட்டிய பௌத்தத்தை நம்பியே நாங்கள் அனைவரும் இருக்கிறோம்.''

''பூரணமான நம்பிக்கையும் ஐயப்பாடும் ஒன்றாக இருக்க முடியாது ஆனந்தா. நம் வழியில் நாம் பூரண நம்பிக்கையுடன் செல்வோம். தர்மம் தனது வெற்றியைத் தானே உறுதி செய்துகொள்ளும்.''

புத்தரின் கூற்றின் ஆழ்ந்த பொருளை வியந்தார் ஆனந்தன்.

அத்தியாயம்

௩0

சந்தனின் பெரிய மாளிகையின் முன்பக்கம் விரிந்த மைதானம்போல் இருந்தது. அதன் வலப்புறத்தில் ஹோம குண்டங்களில் இருந்து புகை கிளம்பிக் கொண்டிருந்தது. நெய்யையும், குச்சிகளையும் ஹோம குண்டத் தீயில் இட்டு அந்தணர்கள் மந்திரங்களை ஓதிக் கொண்டிருந்தார்கள். புத்தரும் அவரது சீடர்களும் மாளிகை முன் வாயிலின் வழியே நுழைந்தபோது அவர்கள் பார்வையில் படும்படி ஹோம குண்டங்களும் அவர்களுக்குப் பின்பக்கம் தரையில் ஆணி அடித்துக் கயிற்றில் பிணைத்த பசு மாடுகள் பல நின்றிருந்தன. எந்த வீட்டிலுமே மாட்டுத் தொழுவம் வீட்டின் பின்புறமே இருக்கும். வாயிலில் யாகம் நடக்கும் இடத்துக்கு அருகே மாடுகள் கட்டப் பட்டிருப்பதை புத்தர் கவனித்தார்.

சந்தன் வேலையாட்கள் மூலமாக புத்தர் பிட்சைக்காக வந்திருப்பதை அறிந்து, ஓடோடி வீட்டுக்கு வெளியே வந்து புத்தர் பாதம் பணிந்தார். அவரது பாதங்களை நீரால் கழுவி ''புத்த தேவரே... கோமேத யக்ஞம் நடக்கும் நன்னாளில் தங்கள் வருகை மிகவும் சிறப்பானது. தாங்கள் தான் என் க்ருஹத்துக்கு உள்ளே எழுந்தருள வேண்டும்.'' புத்தர் அவர் வீட்டுக்குள் நுழைந்து ஒரு ஆசனத்தில் அமர்ந்தார். சந்தனும் சீடர்களும் ஒரு பெரிய கூடத்தில் தரையில் அமர்ந்தனர். ''இன்னும் சற்று நேரத்தில் உணவை இங்கேயே தாங்கள் ஏற்று அருள வேண்டும்.''

‘‘அவ்வாறே ஆகட்டும். நான் கோசாலையில் காணப்படும் பசுக்களை உங்கள் வீட்டு வாயிலில் கட்டப்பட்டிருப்பதை பார்த்தேன். என்ன காரணம் சந்தன்?’’

‘‘புத்தரே... நாளை கோமேத யாகத்தில் இவை பலி கொடுக்கப்பட்டு, பிரசாதமாக பசு மாமிசத்தை அனைவருக்கும் வழங்க எண்ணியுள்ளேன். நாளையும் தாங்கள் பிட்சை ஏற்றால் எனக்கு மிகவும் சந்தோஷம் ஏற்படும் புத்த தேவரே.’’

‘‘யக்ஞத்தில் நமக்கு பாலும் எருவும் தரும் பசுக்களைக் கொல்வதால் என்ன நன்மை சந்தன்?’’

‘‘தாங்கள் அறியாததா புத்த தேவரே... கோமேத யாகத்தில் நாம் பசுவை பலி கொடுப்பது ரிக் வேதத்தின் அடிப்படையில் தொன்று தொட்டு நடந்து வருவது. பலி கொடுக்காமல் புண்ணியம் உண்டா ஸ்வாமி?’’

‘‘மிருக வதை என்னும் நோக்கம் பெரும் பாவம். ஒரு மாமன்னரின் உயிரே அதனால் பறி போனது. உயிர் போகும் முன் அவரது மகனைப் பிரிந்து மன நிம்மதி இழந்தார். இதை தாங்கள் அறிவீர்தானே?’’

‘‘குரு தேவா... தாங்கள் எதைப் பற்றி குறிப்பிடுகிறீர்கள் என்று இந்த ஏழைக்கு புரியவில்லை. சற்று விளக்கமாக கூறுங்களேன்.’’

‘‘ராமாயணம் என்ற இதிகாசத்தை வாசிப்பீர்களா?’’

‘‘சுவாமி... வால்மீகி ராமாயணத்தில் ஏதாவது ஒரு ஸர்க்கத்தை வாசிக்காமல் அடியேன் உணவே உண்பதில்லை.’’

‘‘நல்லது சந்தன். மகாராஜா தசரதன் தனது உயிருக்கு உயிரான ராமனை ஏன் பிரிந்தார் என்பதற்கு காரணமான ஒரு முன் கதை உண்டில்லையா... அதை கூறுங்கள்.’’

‘‘நிச்சயமாக புத்த தேவரே. ஸ்ரவணன் என்னும் இளைஞன், கண் பார்வை தெரியாத தம் பெற்றோர் இருவரையும் தூக்குத் தூக்கியில் வைத்து பல இடங்களுக்கும் சுமந்து சென்று வேண்டிய பணிவிடைகள் செய்து வந்தான். ஒரு முறை காட்டில் அவர்களுக்கென நீர் சேந்தி வர ஒரு குடத்தினால் சுனையில் நீர் அள்ளும்போது அது ஒரு புலி நீர் அருந்தும் சத்தம் என நினைத்து, ஒலி வந்த திசையில் மகாராஜா தசரதர் அம்பை எய்தார். அவரது வில்லாற்றலில் குறி தவறாத அந்த அம்பு அவன் நெஞ்சில் ஆழமாகத் தைத்தது. நெருங்கிச் சென்றபோதே தான் செய்த மகா பாவத்தை தசரதர் உணர்ந்தார். வருந்தினார். சாகும் தருவாயில் கூட ஸ்ரவணன்,

தன் தாய் தந்தையருக்கு குடிப்பதற்கு அந்தக் குடத்தில் உள்ள தண்ணீரைக் கொண்டுபோய் கொடுக்கும்படி வேண்டி உயிர் நீத்தான். தசரதர் பெரியவர்களுக்கு குடிக்க நீர் கொண்டுபோய் கொடுத்தார்.

பின்பு அவர்களிடம் தன் தவறைக் கூறி மன்னிப்பு கேட்டார். அந்தச் செய்தியைக் கேட்டு துடிதுடித்த ஸ்ரவணனின் தந்தை 'எப்படி நாங்கள் எங்கள் மகனை இழந்து வாடுகிறோமோ அதேபோல் நீயும் புத்திர சோகத்துக்கு ஆளாகி உயிர் துறப்பாய்' என சாபமிட்டார். மீளாத சோகத்தில் ஆழ்ந்த அந்த பெற்றோரும் ஒவ்வொருவராக சில நாட்களில் உயிர் நீத்தனர். இந்த சாபமே பின்னாளில் தசரதர் ஸ்ரீராமரை பிரிந்து வாடி உயிர் துறக்க காரணம்.''

''நல்லது சந்தன். தசரதருக்கு இந்த சாபம் கிடைக்க காரணம் என்ன?''

''அதுதான் நான் குறிப்பிட்டேனே... ஸ்ரவணன் என்னும் பாலகனை அம்பு எய்து கொன்றதே காரணம்.''

''அம்பு எய்யும்போது தசரதருக்கு அது ஒரு மனிதன் என்று தெரியுமா?''

''தெரியாது. ஒரு புலி என்று எண்ணிதானே அம்பை எய்தார்.''

''அதாவது ஒரு விலங்கைக் கொல்லும் எண்ணம் இருந்ததற்கு கிடைத்த பலன் இல்லையா?''

''என்ன சொல்கிறீர்கள்?''

''உயிர்க் கொலை, வேட்டையாடுதல் என்னும் உத்தேசத்துடன்தானே அவர் காட்டுக்கு போனார்?''

''ஆமாம்.''

''அதுபோல் வேட்டையாடும் பழக்கம், வாயில்லா ஜீவன்களை கொல்லும் பாரம்பரியமே அவருக்கு இல்லாமல் இருந்திருந்தால் தசரதருக்கு சாபமும் சோகமும் ஏற்பட்டிருக்காது இல்லையா?''

''ஆமாம் புத்த பெருமானே.''

''அவ்வாறெனில் நீ இப்போது செய்ய முடிவு செய்திருக்கும் உயிர்க் கொலையால் உனக்கு என்ன விபரீதம் நிகழும் என்று யோசித்தாயா?''

சில நொடிகளை மௌனம் தின்றது. ஒரு பெண் குரல் அதைக் கலைத்தது.

''ஆண்களும் துறவிகளும் நிறைந்த சபையில் பேசுவதற்காக என்னை மன்னியுங்கள். நான் அவரது தர்ம பத்தினி.''

‘‘சொல் தாயே’’ என்றார் புத்தர்.

‘‘சுவாமி, எனக்கு நிறைய குழந்தைகள் இருக்கிறார்கள். தசரதர் குடும்பத்துக்கு ஆன கதி என் குடும்பத்துக்கு ஏற்படுவதை நான் விரும்பவில்லை. அதே சமயம் யாகத்தை முறைப்படி தொடங்கியாகி விட்டது. பலி இல்லாமல் குறையோடு ஒரு பிராமணர் எப்படி அதை முடிக்க இயலும்? ஞானத்தின் வடிவமான தாங்களே ஒரு நல்ல தீர்ப்பு சொல்லுங்கள்.’’

‘‘மறுபடி நான் ராமாயணத்தில் இருந்து மட்டுமே உதாரணம் காட்ட இயலும்.’’

‘‘சொல்லுங்கள் குரு தேவரே.’’

‘‘யக்ஞத்தை ஒரு குடும்பத் தலைவன் தனியே மனைவி இல்லாமல் தான்மட்டும் சங்கல்பம் செய்து நடத்த இயலுமா?’’

‘‘கூடாது பெருமானே. தர்ம பத்தினியுடன் சேர்ந்தே அதைச் செய்ய வேண்டும் என்பதே சாஸ்திரம்.’’

‘‘நல்லது தாயே. ஸ்ரீராமர் சீதையை வனத்துக்கு அனுப்பிய பின் அசுவமேத யாகம் செய்யும்போது அவர் மனைவி உடன் இல்லை என்னும் சாஸ்திர சம்பந்தமான பிரச்சனை ஏற்பட்டது இல்லையா? அப்போது அவர்கள் குரு என்ன தீர்ப்பு கூறினார்?’’

‘‘சீதா தேவியின் பிரதிமையை அந்தப் புண்ணியவதிக்கு பதிலாக தமது அருகே வைத்து யாகத்தை நடத்தும்படி கூறினார்.’’

‘‘வசிஷ்டரே ஸ்ரீராமனுக்கே கூறிய அதே முறையை நீங்களும் செய்யலாமே?’’

‘‘எவ்வாறு ஸ்வாமி?’’

‘‘புற்களைக் கட்டுக்கட்டாக அடுக்கி அவற்றை பசுவுக்கு பதிலாக பலி கொடுக்கிறோம் என்று சங்கற்பித்து யக்ஞத்தை பூர்த்தி செய்யுங்கள்.’’

‘‘எங்கள் குடும்பத்தைக் காத்த உங்களுக்கு மிக்க நன்றி புத்த தேவரே’’ என்று சந்தன் தன் குடும்பத்துடன் புத்தரின் பாதம் பணிந்தார்.

‘‘அங்க நாட்டின் அதிபதியாக ஒரு இளவரசனாகவே உங்கள் காலம் முடியும் என்று ஜோதிடர்கள் கூறிவிட்டார்களா? இல்லை. அதற்கும் வழி இல்லாமல் ஒரு பிட்சுவாகும் அதிர்ஷ்டமா? விசாரித்து முன் கூட்டியே தெரிந்து வைத்துக்கொள்ளுங்கள் அஜாத சத்ரு.’’

‘‘உங்கள் எதிரில் மது அருந்துவது மரியாதையில்லாத செயல் என்பதால் தங்கள் கோபத்தை இப்படி வெளிப்படுத்துகிறீர்களா மகான் தேவதத்தரே…’’

‘‘நான் மகான் இல்லை அஜாதசத்ரு. புத்தர்தான் மகான். தேவர். அவருடைய பாதம் பணியும் உங்கள் சிற்றன்னையரின் மகன்களில் ஒருவரே மன்னராவார்.’’

‘‘இதை என் தந்தை ஒருக்காலும் செய்ய மாட்டார் பிட்சு.’’

‘‘ஆனந்தன் வழியாக புத்தர் சொல்லி அனுப்பிவைப்பதையே அவர் செய்வார்.’’

‘‘நீங்கள் புத்தரை சரணடைந்து க்ஷத்திரிய வீரத்தை நிரூபிக்கும் யுத்தம், வேட்டை எல்லாவற்றையும் விட்டு விட்டு நாட்டை பரிபாலனம் செய்ய முடிவெடுப்பது நல்லது இளவரசரே.’’

‘‘பிட்சுவே… இது என்ன அநியாயம்? எதற்காக க்ஷத்திரிய தர்மத்தை விட்டு துறவி செல்லும் வழியில் போக வேண்டும்?’’

‘‘ஏன் கூடாது அஜாத சத்ரு? மாமன்னர் எவ்வழி மக்கள் அவ்வழி. நீங்களும் அதே வழியில்தானே செல்ல வேண்டும்?’’

‘‘நீங்கள் சொல்வது உண்மையானால் நான் பிட்சுவாக மாறுவதே நல்லது.’’

‘‘சரியாகச் சொன்னீர்கள் இளவரசரே. சாக்கிய வம்சத்து ராஜ குமாரர்கள் பிட்சுவாக மாறிவிட்ட பிறகு மகத நாட்டில் மட்டும் ஏன் அப்படி ஆகக்கூடாது? முதன் முதலாக மகத நாட்டில்தான் கோமேத யாகத்தில் புல்லை பலியிட்டிருக்கிறார்கள்…’’

‘‘என்ன சொல்கிறீர்கள் பிட்சுவே?’’

‘‘அஜாத சத்ரு, அங்க நாட்டில் அடைபட்டுக் கிடக்கும் தங்களுக்கு ராஜகஹத்தில் என்ன நடக்கிறது என்பதே தெரியவில்லை. ஒரு அந்தணர் கோமேத யாகத்தில் பலியிட கொண்டுவந்த பசுக்களை அனுப்பிவிட்டு புத்தர் சொன்னதால் புற்களை கட்டுக் கட்டாக வெட்டி அதுதான் பலி என்றார்.’’

‘‘நீங்கள் பௌத்தம் நாட்டுக்கு எதிரி ராஜ பததிகளுக்கு எதிரி என்கிறீர்களா?’’

‘‘அஜாத சத்ரு… நடுநிலையோடு ஷ்ரமணர்கள் ராஜாங்கத்தை விட்டு ஒதுங்கி தம் வழியில் சென்றதுபோல புத்தர் செல்லவில்லை. அவரது வழிகாட்டுதலில் மகதத்துக்கு என்ன ஆகுமோ என்ற கவலையிலேயே

நான் திரும்பி கபிலவாஸ்து செல்லாமல் இருக்கிறேன். புத்தருடன் அல்லது ஆனந்தனுடன் இணைந்து செயல்பட என் மனசாட்சி இடம் கொடுக்கவில்லை.''

''பிட்சு தேவதத்தரே... தயவுசெய்து தாங்கள் மகதத்திலேயே இருங்கள். மகதத்தை நான் மீட்க முடிவு செய்துவிட்டேன். நீங்கள் உறுதுணையாக இருங்கள்.''

''சாக்கிய வம்சத்து புத்தர் செய்யும் சதியை அதே வம்சத்து தேவதத்தன் செய்தான் என்றே வரலாறு கூறும் இளவரசரே...''

''மகத நாடு வீர க்ஷத்திரிய வழியில்தான் செல்லும். நான் மாமன்னரிடம் இறுதியாக ஒன்றைச் சொல்லப் போகிறேன்.''

''என்ன சொல்லப் போகிறீர்கள்?''

''நாட்டை மூதாதையரின் பெருமை மிக்க பாரம்பரியத்திலிருந்து மாற்றாதீர்கள் என்று.''

''சரி என்று சொல்லி உங்களை அப்போதைக்கு சமாளித்தால்?''

''அது எப்படி முடியும்? என் முடிவு ஒன்றுதான். மக்கள் பௌத்தத்தையும் புத்தரையும் போற்றலாம். ஒரு துறவியை தம் ராஜாங்கத்தில் தலையிடும் அளவு இடம் தந்த மாமன்னர் இனி ராஜ்ஜியத்தை என்னிடம் ஒப்படைக்க வேண்டும். அதே ஒரே தீர்வு.''

''சரியான முடிவெடுத்தீர்கள் அஜாத சத்ரு.''

ராணியார் கேமா மிகுந்த விசனத்துடன் இருந்தார். உறங்காமல் வெறுமனே படுத்திருக்கும் மன்னரிடம் எப்படிப் பேச்சைத் துவங்குவது என்று தயக்கமாக இருந்தது. ஆனால் வேறு வழியில்லை.

''சுவாமி, தாங்கள் அஜாத சத்ருவுக்கு முடிசூட்டும் முடிவை அவனிடம் மட்டும்தானே கூறினீர்கள். வேறு யாரிடமும் கூறவில்லையே?''

''மந்திரிகளிடம் நாளை அறிவிக்கலாம் என்றிருக்கிறேன். நீ என்ன சொல்ல விரும்புகிறாய்?''

''அஜாதசத்ரு தேவதத்தனின் சகவாசத்துக்குப் பின்னரே ஆட்சியைக் கேட்குமளவு மாறியிருக்கிறான். தேவதத்தன் பௌத்தத்தின் ஆன்மீக வழியில் நடப்பதாக சங்கத்தில் யாரும் கருதவில்லை. முன் காலத்தில் கபிலவாஸ்துவில் தேவதத்தன் நடவடிக்கைகள் நல்லவிதமாக இல்லை.''

''அஜாதசத்ரு கையில் அங்க நாட்டையே கொடுத்திருக்கிறோம் கேமா. அவனது சேர்க்கை சரியில்லை என்று அவனை குழந்தை யாகவா நடத்த முடியும்?''

''அப்படி இல்லை. அங்க நாட்டில் அவன் போக வாழ்க்கை வாழ்வது குறித்த செய்திகளைப் பற்றி நீங்களே எவ்வளவோ கவலைப் பட்டிருக்கிறீர்கள். மகதத்தையே அவன் கையில் கொடுக்க என்ன அவசரம் மாமன்னரே?''

''கேமா... பௌத்தத்தில் நானும் ஒரு பிட்சுவாக வேண்டிய காலகட்டம் வந்துவிட்டது. அவனும் பட்டம் பெற உரிமை உள்ளவனே. இரண்டும் பொருந்தும்போது முடிவெடுப்பதில் குழப்பமே இல்லை.''

''நீங்கள் பிட்சுவாகும் முடிவு அஜாத சத்ருவின் ஆட்சிப் பொறுப்புக்கு ஒரு வருடமேனும் கழித்து இருப்பதே மகதத்துக்கு நல்லது. என் உள் மனம் தாங்கள் அவசரப்படுவதாக கூறுகிறது.''

''முடியாது கேமா. அவன் என்னிடம் ஒரு மகனாக நின்று பேசவில்லை. அங்க நாட்டுப் படைகள் தன்னிடம் விசுவாசமாக உள்ளனர்; படையெடுக்கத் தயங்க மாட்டேன் என்னும் அளவு பேசிவிட்டான்.''

''அவ்வாறெனில் அவனை நம்பியா மகதத்தையே ஒப்படைக்கப் போகிறீர்கள்?''

''அவன் மனதில் நான் மகதத்தை தானாக முன் வந்து அவனிடம் ஒப்படைக்கப் போவதில்லை என்று பட்டுவிட்டது. நானாக பட்டாபிஷேகம் செய்வதே நல்லது. இல்லையெனில் என் உயிருக்கே ஆபத்து.''

''என்ன சுவாமி இது? இப்படி ஒரு நிலை எப்படி வரலாம்? இதை முளையிலேயே கிள்ள வேண்டாமா? அந்த நாட்களில் ஜோதிடர்கள் கணித்ததுபோல தங்களுக்கு எதிரியாக உருவாகிவிடுவானோ என்று பயமாக இருக்கிறது.''

''கேமா, என் படைகளும் அவன் படைகளும் எதிரெதிர் நின்று யார் ஜெயித்தாலும் கோசலம் போன்ற எதிரி நாடுகள் மகதத்தினுள் நுழைய, தந்தை-மகன் விரோதம் வழி வகுத்துவிடும். மகதம் பிழைக்கும் என்றால் நான் என்ன ஆவேன் என்னும் கேள்வி இரண்டாம் பட்சமானது.''

''தேவதத்தனை தாங்கள் குறைவாக எடை போட்டுவிட்டீர்கள். ஆனந்தனும் கவலையாகதான் இருக்கிறார்.''

''விதி வலியது கேமா... மகனை எதிர்த்து வாளேந்துவதை விடவும் அவனுக்கு மகுடம் சூட்டுவதே எனக்கு பிரியமானது.''

அத்தியாயம்

31

ராஜகஹத்தில் மூங்கில் வனத்தில் பிட்சுணிகளும் அனைத்து பிட்சுகளும் குழுமியிருந்தனர். ஆனந்தனும் புத்தரும் இரண்டாம் வரிசையில் பிட்சுக்களுடன் அமர்ந்திருந்தனர். மூத்த பிட்சு ஒருவர் எழுந்தார். ''இன்று தீட்சை பெறவிருக்கும் ராகுலன் சங்கத்தின் முன் சபதமேற்பார்'' என்று அறிவித்தார்.

காவி உடை தரித்த ராகுலன் அனைவரின் முன் வந்து இரு கைகளையும் கூப்பி வணங்கிய நிலையில்

''புத்தம் சரணம் கச்சாமி

தர்மம் சரணம் கச்சாமி

சங்கம் சரணம் கச்சாமி''

என்று மூன்று முறை மொழிந்தார்.

பெரியவர் ''ராகுலரே, தங்களுக்கு தாம் ஏற்கவேண்டிய ஐந்து சபதங்கள் தெரியுமா?'' என வினவினார்.

''தெரியும் மூத்த பிட்சு அவர்களே.''

''தாங்கள் அந்த சபதங்களை மனமுவந்து ஏற்கிறீர்களா?''

''ஆம் ஐயா. மனமுவந்து ஏற்கிறேன்.''

''அந்த சபதங்களை என்றும் கடைப்பிடிப்பீர்களா?''

‘‘என்றும் வழுவாது கடைப்பிடிப்பேன் ஐயா.’’

‘‘நீங்கள் முறைப்படி ஐந்து சபதங்களை இப்போது செய்யுங்கள்.’’

‘‘புத்தரின் பெயரால், தர்மத்தின் பெயரால், சங்கத்தின் பெயரால் நான் சபதம் செய்கிறேன்...

நான் எந்த உயிரையும் கொல்ல மாட்டேன். இது சத்தியம்.

பிட்சையாகத் தரப்படாத எதையும் நான் எடுத்துக் கொள்ள மாட்டேன். இது சத்தியம்.

காம வசப்பட்டு சரீர சுகம் தரும் செயல்களில் ஈடுபட மாட்டேன். இது சத்தியம்.

பொய் பேச மாட்டேன். பிறர் மனம் புண்பட பேச மாட்டேன். இது சத்தியம்.

மனதையும் ஒழுக்கத்தையும் சிதற அடித்துத் தடுமாற வைக்கும் மதுவையோ, போதை தரும் வேறு எதையுமோ உட்கொள்ள மாட்டேன். இது சத்தியம்.

இந்த நெறிகளினின்று நான் என்றுமே வழுவாது நிற்பேன்.

புத்தம் சரணம் கச்சாமி

தர்மம் சரணம் கச்சாமி

சங்கம் சரணம் கச்சாமி.’’

காவி உடையும் மழித்த தலையுமாயிருந்த ராகுலனைப் பார்த்து யசோதராவின் கண்களில் நீர் வழிந்தது.

மூத்த பிட்சு ‘‘ராகுலரே, இன்று முதல் தாங்கள் சங்கத்தின் பிட்சுவாக தீட்சை பெற்றீர்கள். நெறி வழுவாது தர்ம வழியில் நடப்பீராக’’ என்றார். ராகுலன் இரு கரம் கூப்பி அனைவரையும் வணங்கி மற்ற பிட்சுக்களுடன் சென்று அமர்ந்தார்.

புத்தர் எழுந்து நின்று பேசத் துவங்கினார்... ‘‘ஒரு பணக்கார மனிதர் காட்டுக்குள் வழி தவறிப் போய்விட்டார். அவரால் ஒரு விதத்திலும் தாம் வந்த வழியைக் கண்டுபிடிக்க இயலவில்லை. பகல் கடந்து மாலை நேரம் நெருங்கும்போது அவருக்கு மிகவும் அச்சமாகி விட்டது. இரவில் எங்கே தங்குவது? வன விலங்குகள் ஏதேனும் தம்மைத் தாக்கினால் என்ன செய்வது? எப்படி தப்பிப்பது? உணவுக்கு என்ன செய்வது? நாளை காலையில் கூட வழி தெரியும் என்று என்ன உத்தரவாதம்?

இப்படி பலவாறாக அவர் மனம் பதைத்தபோது, அதிர்ஷ்டவசமாக, ஒரு வனவாசி அவர் கண்ணில் தென்பட்டார். தனக்கு உதவும்படி இவர் அவரிடம் வேண்டினார். ஒருவரது பாஷை மற்றவருக்கு புரியாததால் வனவாசி தொடர்ந்து நடந்து செல்ல, நகரவாசியும் அவரைத் தொடர்ந்து சென்றார். அதுவே பாதுகாப்பானது என்று அவர் கருதினார்.

வனவாசிகளின் குடியிருப்பில் இருவரும் நுழைந்தனர். அவர்களின் தலைவருக்கோ வேறு யாருக்குமோ நகரவாசி பேசும் பாஷை புரியவில்லை. தம்மிடம் இருந்த சில பொற்காசுகளை எடுத்து அவர்களிடம் கொடுத்தார் அந்த செல்வந்தர். அதை சில நொடிகள் மட்டுமே ஆர்வத்துடன் பார்த்துவிட்டு அவரிடமே திருப்பிக் கொடுத்தார் வனவாசித் தலைவர்.

பாஷை புரியாவிட்டாலும் அவருக்குத் தங்க இடமும் உணவும் கொடுத்து, மறு நாள் காலை காட்டு எல்லை வரை கொண்டுபோய் விட்டார்கள் அந்த வனவாசிகள். பணமும் காசும் தேவைப்படாத தன்னிறைவான திருப்தியான வாழ்க்கை வாழும் அவர்களைப் பார்த்து செல்வந்தருக்கு வியப்பாக இருந்தது. அவர்கள் தமது குடில்களில் ஒரு நாள் தேவைக்கு மேல் உணவு சேமித்திருக்க வில்லை. தங்கம் செல்லுபடியாகாத ஒரு ஊரை தம் வாழ்நாளிலேயே அன்றுதான் அவர் முதல் முறையாகப் பார்த்தார். அவருக்கு அந்த வாழ்க்கை முறை விளங்கவே இல்லை.

நகரத்தில் செல்வத்தை அல்லது உயர்குடிப் பிறப்பை அல்லது அதிகார பலத்தை வைத்தே ஒருவரது மதிப்பு இருக்கிறது. செல்வமும் சுகமும் அதிகாரமும் சமுதாய உறவுகளை முடிவு செய்கின்றன. இதிலிருந்து விலகி நின்று மெய் ஞானம் தேடும் வழியில் பௌத்த சங்கத்தில் நாம் அனைவரும் அந்த வனவாசிகளைப்போல் தன்னிறைவானவர்கள். சுகம் பணம் அதிகாரம் தேடாமல் ஞானத் தேடலில் நிலைப்பதற்காக ஒன்றுபட்டவர்கள். நம்முடன் இன்று புதிய சகபயணியாக ராகுலன் புத்த பிட்சுவாக இணைந்திருக்கிறார்.

எது விலை மதிப்பற்றது?

எதை விலை கொடுத்து வாங்க இயலாதோ அதுவே விலை மதிப்பற்றது. அதேபோல் எந்த விழிப்பும் ஞானத்தேடலும் எல்லா உயிரையும் தானாகவே எண்ணி அவர்களின் நலம் பேணும்படி நம்மை வழி நடத்துமோ அதற்காகவே தம் வாழ்க்கையையே அர்ப்பணிப்பது பொருந்தும்.

பௌத்தத்தில் நாம் அகம்பாவமும் போகம் தேடும் காமமும் இல்லாத விழிப்பில் நிலைக்கிறோம். நம்மை நாமே நெறிப்படுத்திக் கொள்கிறோம். நம்மை நாமே அதனாலேயே 'சங்கம் சரணம் கச்சாமி' என்று ஒன்றுபடுவது பெரிய பேறாகும்.''

மகத ராணி கேமா அந்தப்புரத்திலிருந்து வெளிப்பட்டு நந்தவனம் வழியே நடந்தார். அந்தப்புரம் மன்னரின் கோடைக்கால அரண்மனையின் ஒரு பகுதியாக இருந்தது. குளிர்கால, மாரிக்கால அரண்மனைகளும் அருகருகே இருந்தன. மற்ற இரு அரண்மனைகளில் ராணி கேமாவுக்கு மட்டுமே அறைகள் இருந்தன.

மன்னரின் மாளிகை வளாகத்தை ஒட்டியே இளவரசன் அஜாத சத்ருவின் மாளிகை இருந்தது. பட்டாபிஷேகத்துக்குப் பின் அஜாதசத்ரு மன்னரின் மாளிகையில் இருக்கத் துவங்கினார்.

ராணி கேமா நந்தவனம் வழியே அஜாத சத்ருவின் மாளிகையின் முன்பகுதியை அடைந்தார். முன்பெல்லாம் கல்தூண் தீபங்களும் சரவிளக்குகளுமாகப் பளிச்சென்று ஒளிவிடும் அரண்மனை, குறைந்த அளவு தீப்பந்தங்கள் ஆங்காங்கே கொக்கிகளில் மாட்டியிருப்பதால் களையிழந்து காணப்பட்டது.

முன் வாயிற் காவலர்கள் ராணிக்கு வணங்கி வழி விட்டனர். ராணி மேற்புறம் செல்லும் படிக்கட்டுகளில் ஏறி மேல் தளத்துக்குச் சென்றடைந்தார். இரண்டு காவலாளிகள் நுழைவாயிலில் இருந்த அறையை அவர் நெருங்கியபோது ''மன்னிக்க வேண்டும் மகாராணி, தாங்கள் உணவு எதையும் எடுத்து வரவில்லையே...'' என்று வினவினான்.

''இல்லை.''

''எங்கள் கடமை தங்களுக்கு இந்த அறைக்குள்ளே மன்னருக்கு உணவு எடுத்துச் செல்ல அனுமதி இல்லை என்று நினைவுபடுத்துவதாகும்.''

''அதை நான் அறிவேன்'' என்று ராணி முன்னே நகர அவர்கள் இருவரும் வழி விட்டனர்.

ஒருவன் ராணியின் பின்னாடியே வந்து தனது கையிலிருந்த தீப்பந்தத்தினால் மன்னரின் படுக்கைக்கு அருகில் இருந்த கல் தூண் தீபத்தை ஏற்றினான்.

மங்கிய ஒளியில் தாடியும் மீசையும் பஞ்சடைந்த கண்களுமாக இருந்த பிம்பிசாரரைப் பார்க்கும் போதெல்லாம் ராணி கேமாவால் கண்ணீரைக் கட்டுப்படுத்த இயலவில்லை.

மட்பாண்டத்தில் இருந்து நீரை உள்ளங்கையில் ஊற்றி மன்னரின் முகத்தைத் துடைத்தார் மகாராணி. தயங்கி அருகேயே நின்ற காவலனிடம் ''நீ வெளியே இரு. நான் மன்னரிடம் தனிமையில் பேச வேண்டும்'' என்ற உடன் அவன் தலை வணங்கி வெளியே சென்றான்.

அவன் நகர்ந்து ஓரிரு நிமிடங்கள் சென்ற பின் திரும்பிப் பார்த்துத் தனிமையை உறுதி செய்துகொண்ட மகாராணி, தமது மேலங்கியில் கழுத்துப் பக்கமாக இருந்த ஒரு முடிச்சை அவிழ்த்தார். இருபக்க முடிச்சும் அவிழ்ந்ததும் அதனுள் இருந்த மூன்று சப்பாத்திகள் தென்பட்டன. ஒரு பருப்பு வகைக் கூட்டு அதனுடன் ரொட்டி களுக்குள்ளே இருந்தது. முதல் வாயை அவருக்கு ராணி ஊட்டும் போது அவருக்கு விக்கலெடுக்க, காவலாளி வந்தான். ராணி சப்பாத்தியை மறைத்துவிட்டு, மட்பாண்டத்தில் இருந்த நீரைக் கோப்பையில் ஊற்றி அவருக்குப் புகட்டினார். காவலன் திரும்பிச் சென்றான்.

கண்களில் இருந்து பீறிடும் கண்ணீர் கன்னத்தில் வழிய ஒவ்வொரு வாயாக விழுங்கினார் பிம்பிசாரர்.

உண்டு முடித்ததும் அவரது முகத்தைத் துடைத்துவிட்டு அவரைத் தம் மடியில் கிடத்திக்கொண்டு, ''வேண்டாம் பட்டாபிஷேகம் என்ற என் கருத்தை அன்று நிராகரித்தீர்கள். இன்று தங்களுக்கு இப்படி பட்டினியும் சிறைவாசமும் தந்துவிட்டானே... நீங்கள் அரியணையில் இருந்திருந்தால் இதையெல்லாம் அவன் செய்திருக்க முடியுமா?''

''கேமா... நான் அன்றைக்கு உனக்கு கூறிய பதிலை நீ அப்போதும் புரிந்து கொள்ளவில்லை. இப்போதாவது தெளிவாக அறிந்துகொள். கலகமும் தேசத்துக்கு உள்ளே போரும் நிகழ்ந்திருக்கும் - நான் அவனுக்கு மகுடம் சூட்டாமல் இருந்திருந்தால் கோசல நாட்டுப் படையுடன் சேர்ந்து வந்து அவன் மகதத்தையே துண்டாடி இருப்பான். மகத மக்களும் படைகளும் பேரழிவை அடைந்திருப்பார்கள். போரினால் பல குடும்பங்களும் கிராமங்களும் நிர்மூலமாகி இருக்கும்.''

''எளிதாக இதைச் சொல்லுகிறீர்கள் மாமன்னரே. ஒரு தாயாக, என் மகன் செய்யும் இழிசெயல் என்னை மிகவும் வேதனைக்கு ஆட்படுத்துகிறது. கணவன் பட்டினியாய், தனிமைச் சிறையில் வாடும்போது, உணவை ஒளித்து வந்து தரும் அவல நிலை எவ்வளவு துயரமானது என்று எனக்கு மட்டுமே தெரியும்.''

''கேமா, நம் பெருமையின் சின்னமாக நினைத்த நம் மகன், என்னை சிறுமைப்படுத்தி தானும் கீழானவனாய் செயற்படுவதில் இருந்து என்ன தெரிகிறது சொல்.''

‘‘என்ன தெரிகிறது ஸ்வாமி? நாம் பெற்றது சத்து இல்லை விஷ வித்து என்று தெரிகிறது.’’

‘‘அப்படி இல்லை கேமா... எந்த மகன் நம் அகந்தையின் சின்னமாக இருந்தானோ, அந்த சின்னம் உடைபட்டதில் இருந்து நம் அகம்பாவம் அழியும் நல்ல காரியமும் நடக்கிறது என்றுதானே பொருள்?’’

‘‘நீங்கள் என்ன சொல்ல வருகிறீர்கள் மாமன்னரே?’’

‘‘ஒரு முதியவர், ஒரு பிணம், ஒரு துறவி மூவரையும் பார்த்த சாக்கிய முனியான புத்தருக்கு வாழ்வில் நிலையாமை புரிந்து ஞானம் ஒன்றே நிலையானது என்று அதைத் தேடினார். அஜாத சத்ரு சற்றே கடுமையாக எனக்கு அந்த வழியைக் காட்டிவிட்டான். புத்தரின் புனித மொழிகளைக் கேட்டு அவரது பாதம் பணியக் கிடைத்த வாய்ப்பு மட்டுமே இப்போது பெரும் பேறாக தோன்றுகிறது. மகதத்து மகாராஜாவாக வாழ்ந்ததெல்லாம் அகம்பாவத்தின் வெவ்வேறு நிலைகளாகவே தோன்றுகின்றன.’’

‘‘நீங்கள் எவ்வளவுதான் சொன்னாலும் அஜாதசத்ருவின் அராஜகத்தை என்னால் ஏற்றுக்கொள்ளவே முடியாது.’’

‘‘அதை ஏற்றுக்கொள்வது என்பது வேறு. அதை முழுமையாய்ப் புரிந்துகொள்ளுவது என்பது வேறு கேமா. மகாபாரதத்தில் சக்கர வியூகத்தில் இருந்து வெளியேறும் வழி தெரியாத பாலகன் அபிமன்யுவை அவனது தாத்தாவும் சித்தப்பாக்களுமே யுத்த நெறிகளை மீறி கொன்றார்கள். அன்றும் குடிமக்கள் ராஜ விசுவாசத்தால் மௌனம் சாதித்தார்கள். இன்றும் அதுவே நிலை. மகதம் என்பது ராஜ குடும்பம் மட்டுமல்ல கேமா. மகதம் முழுவதும் இதே சுயநலமும், அதிகார போக வெறியும் விரிந்திருக்கின்றன. அவற்றின் வடிவங்கள் மாறலாம். அவ்வளவே. புத்தரின் போதனைகள் சரியான கால கட்டத்தில் மகதத்தை வந்து அடைந்துள்ளன. நம் மக்களும் வரலாறும் பிம்பிசாரனுக்கு நிகழ்ந்தவற்றில் இருந்து படிப்பினை பெறப் போகிறார்கள்.’’

‘‘அவ்வாறெனில் மகாபாரத காலத்துக்குப் பின்பு மறுபடி இப்படி ஒரு விபரீதம் ஏன் நிகழ்ந்தது ஸ்வாமி? மகாபாரதத்தை யாரும் ஆழ்ந்து வாசித்து நல்லது கெட்டது எது என்று புரிந்துகொள்ளவில்லையா? மக்களும் ராஜ வம்சத்தவனான அஜாத சத்ருவும் மறுபடி ஒரு அநியாயத்தைச் செய்தோ, சாட்சி ஆகியோ பங்களித்தவர்கள் ஆகிவிட்டார்களே... இதை நீங்கள் எப்படி மன்னா விளங்கிக் கொள்ளச் சொல்லுகிறீர்கள்?’’

‘‘காமமும் அகந்தையும் மனித மனதை மிகவும் பலவீனமாக்கி விடுகின்றன கேமா. கடுமையான நெறிகளை புத்தர் ஏன் வைத்தார்? பிட்சை எடுத்து அகம்பாவத்தை ஒழித்து விடு என்று ஏன் சொல்கிறார்? காமமும் அகந்தையும் நோயாக மனதைப் பீடித்து அதை வலிமை அற்றதாக ஆக்கிவிடுகின்றன. ஞானத்தையே பற்றி நிற்கவேண்டும் நாம்.

இந்த சூட்சமத்தை சரியாகப் புரிந்துகொண்டவர்கள் சாக்கிய வம்ச ராணிகளும், இளவரசர்களுமே. நான் பிட்சுவாக தீட்சை பெற்றிருக்க வேண்டும். இன்று தனிமைச் சிறையில் புத்தரின் அருள் வேண்டி தவமிருக்கிறேன்...’’ தொடர்ந்து பேச முடியாமல் களைப்புற்று மன்னர் விழிகளை மூடிக்கொண்டார். சிறிது நேரம் கழித்து ‘‘காலம் பல தலைமுறைகளைத் தாண்டி கடந்தாலும் மனித மனம் தன்னை தீமையின் பிடியிலிருந்து காத்துக்கொள்ள புத்த தேவனின் நெறிகளை நாடியே உய்ய வேண்டும்’’ என்றார்.

காவலாளிகள் உள்ளே வந்து நேரமானதை நினைவுபடுத்த ராணி கேமா கண்ணீருடன் வெளியேறினார்.

அத்தியாயம்

௩௨

நல்ல வெய்யில். ராஜகஹத்தின் மூங்கில் வனத்திலிருந்து ஜேதாவனம் செல்வது பழகிய பாதைதான். எந்தப் பாதையாய் இருந்தாலும் புத்தரின் நடையில் சீரான வேகம் இருக்கும். ஆனால் இப்போதோ புத்தர் பல இடங்களில் அமர்ந்து ஆசுவாசப்படுத்திக் கொண்டு தொடர்ந்து நடக்கிறார். சீடர்களால் மேலே செல்வதா அல்லது நின்று நின்று செல்வதா என்று முடிவெடுக்க இயலவில்லை. ஆனந்தன் சைகை காட்டி அவர்களைப் போகச் சொன்னார். புத்தர் ஒரு மரத்தடியில் அமர்ந்து மௌனமாயிருந்தார். ஆனால் தியானத்தில் இல்லை.

கண்ணுக்கு எட்டும் தூரத்தில் மற்றொரு பாறையில் அமர்ந்து ஆனந்தன் புத்தரையே நோக்கியிருந்தார்.

தொடங்கிய காலம் போலவே இன்றும் தாமே பிட்சை எடுத்து உண்கிறார். தம் குடிலை சுத்தம் செய்வதோ துணிகளைத் துவைப்பதோ எதற்குமே யார் உதவியையும் எடுத்துக்கொள்ளாமல் ஏன் சிரமப்பட வேண்டும்? சீடரோ பொதுமக்களோ யார் காண வந்தாலும் தடையின்றி சந்திக்கிறார். தியானம் என்று அமரும் நேரம் தவிர அவருக்கு ஓய்வே இருப்பதில்லை. நடை தளர்ந்துவிட்டது. சுவடிகளைப் படிப்பதில் சிரமம் இருக்கிறது. குளிர் நாட்களில் குடிலின் கதவை மூட மறந்துவிடுகிறார். புத்தர் குளிரில் நடுங்கிய பிறகு ஆனந்தன் தாமே சென்று அவர் கதவை மூடி அறையின்

உஷ்ணம் அதிகரிக்கும் வரை புத்தருக்கு எவ்வளவு வாட்டம்? ஞானமே வடிவான இவர் இந்த அளவுக்கு ஏன் தன்னை வருத்திக் கொள்ள வேண்டும்?

''தாங்கள் அனைவருடனும் சேர்ந்து நடந்து வர வேண்டு மென்பதில்லை. ஒரே இடத்தில் கூட இருந்து விடலாம். ஓய்வு இல்லாமல் உங்கள் உடல் தளர்ந்துவிடுகிறது.''

''இதைச் சொல்லவா இவ்வளவு நேரம் யோசித்தாய் ஆனந்தா?''

''இல்லை புத்த தேவரே. சில நாட்களாகவே உங்களுக்கு ஒன்றைத் தெரியப்படுத்த எண்ணினேன். அந்த துக்க செய்தியைக் கேட்டு என் மனம் சமாதானம் ஆகவே இல்லை. உங்களிடம் சொல்லுமளவு மனம் சமனப்படவே இத்தனை நாள் ஆனது...'' அது என்ன என்பதுபோல ஆனந்தனின் கண்களை புத்தர் ஊடுருவிப் பார்த்தார்.

''பிம்பிசாரர் கொல்லப்பட்டுவிட்டார் புத்ததேவரே. அவரது மகன் அஜாதசத்ருவின் ஆணைப்படி அவரை காவலர்கள் கொன்று விட்டார்கள்...'' ஆனந்தன் குரல் விம்மி கண்ணீர் பெருக்கெடுத்தது.

எவ்வளவு நேரம் புத்தர் மௌனமாக இருந்தார் என்று ஆனந்தனால் அவதானிக்க முடியவில்லை. இருவரும் துக்கத்தில் ஆழ்ந்திருந்தனர்.

புத்தர் எழுந்து தளர்ந்த நடையைத் தொடர்ந்தார். சில நிமிடங்கள் கழித்து ''பிம்பிசாரர் தமது முடிவை முன்பே யூகித்திருந்தார்.''

''எப்படி சொல்கிறீர்கள் புத்தரே?''

''அங்க தேசத்துக்கு அஜாதசத்ருவை மன்னராக்கியபோதே புத்தர் என்னிடம் குறிப்பிட்டார். அப்போதும் அவர் அஜாதசத்ருவை குறை கூறவில்லை. தனது பல திருமணங்கள் வழியாக மகதத்தை விஸ்தரித்தது தவறு என்று அவர் வருந்தினார்.''

''உண்மையில் அது காரணமே இல்லை புத்தபிரானே. தேவதத்தன் அஜாத சத்ருவின் மனதை நஞ்சாக்கிவிட்டார்.''

''இருக்கலாம் ஆனந்தா. ஆசை என்னும் தீ மனதைக் கருக்கும் போதெல்லாம் சமநிலை இழக்க ஏதோ ஒரு காரணம் அமைகிறது. பிம்பிசாரர் தம் இறுதிக்குள் பௌத்தம் தழைக்க விரும்பினார். வரலாறுதான் அதற்கு பதில் சொல்ல வேண்டும்.''

''மகதத்தில் அவருக்கு இணையான மரியாதை பெற்றவர் தாங்கள் அல்லவா புத்தரே!''

''இந்த புத்தன் என்பவன் அழியக் கூடியவன் ஆனந்தா. அழியாது மனித நேயம் எல்லா மனங்களிலும் ஆழ வேரூன்ற வேண்டும்.''

அன்றும் மறுநாளும் புத்தர் உபவாசம் இருந்தார். ஆனந்தனால் அதைத் தாங்க முடியவில்லை. புத்தர்போல கடுமையான உபவாசம் தானும் இருந்தால், அவரிடம் பேச நினைப்பவற்றைப் பேச இயலாமலேயே போய்விடும் என்றே ஆனந்தன் நினைத்தார்.

மூன்றாம் நாள் காலை, பிறருடன் சேர்ந்து பிட்சை எடுக்க புத்தரும் கிளம்பினார். ஆனந்தன் அவரது கால்களைப் பற்றி ''தாங்கள் இன்று எங்கள் பிட்சையை பகிர்ந்துகொள்ள வேண்டும்'' என்றார்.

புத்தர் பதில் ஏதும் பேசாமல் திரும்பிக் குடிலுக்குள் சென்றுவிட்டார். பகல் முழுதும் யாரேனும் அவரைப் பார்க்க வந்தபடியே இருந்தார்கள். மாலையில் பலத்த மழை துவங்கியபோது அதிர்ஷ்டவசமாக ஆனந்தன் புத்தருடன் குடிலினுள் இருந்தார். மழையின் சாரல் தாரை தாரையாகக் குடிலின் பல இடங்களில் கொட்டியது. ஆனந்தன் குடிலின் வெளியே வெறித்துப் பார்த்தபடி இருந்தார். மழை தன் இயல்பான இரைச்சலும் அதிர்வுமாக விழுந்து கொண்டிருந்தது.

''பிம்பிசாரரின் மரணம் உன்னை மிகவும் பாதித்திருக்கிறது ஆனந்தா...''

ஆனந்தன் மௌனமாயிருந்தார்.

''நாம் மகதத்தின் நடப்புகளில் தலையிடுவதில்லை. ராஜாங்க விஷயங்களில் குடும்பத்துக்கு வெளியே இருந்து யார் தலையிட்டும் பயனில்லை என்பது உனக்கு தெரியாதா? நாம் அவரைக் காக்கும் நிலையில் இருந்தும் காக்காமல் விட்டுவிட்டோம் என்று நினைக்கிறாயா?''

''தங்களை காக்கும் கடமையிலிருந்து நாங்கள் தவறுகிறோமோ என்று சங்கத்தின் மூத்த பிட்சுக்கள் அஞ்சுகிறோம் புத்த தேவரே.''

''என்ன சொல்ல வருகிறாய் ஆனந்தா? இது என்ன விபரீத பயம்?''

''அஜாத சத்ருவையோ தேவதத்தனையோ தங்களால் புரிந்துகொள்ள முடியாது புத்த தேவரே. அவர்களது அடுத்த இலக்கு தாங்களாகவே இருக்க முடியும்.''

''ஏன் ஆனந்தா? தர்மத்தை பரப்பும் நம்மால் என்ன இடையூறு அவர்களுக்கு? ஏன் உனக்கு இந்தக் கற்பனை?''

‘‘நீங்கள் மகா ஞானி புத்தரே. ஆனால் தேவதத்தனை ஏனோ எப்போதுமே குறைத்தே எடை போடுகிறீர்கள்…’’

‘‘இல்லை ஆனந்தா. பரம்பொருள் என்னை அழைக்கும் காலம் வரை யாராலும் எதுவும் செய்ய முடியாது. அப்படியே அவர் திட்டமிட்டு என்னைக் கொன்றாலும் அவர் ஒரு கருவியே.’’

‘‘எவ்வளவு எளிதாகச் சொல்லிவிட்டீர்கள் புத்த தேவரே…’’ ஆனந்தனின் உதடு துடித்து, குரல் நடுங்கி, கண்ணீர் பெருக்கெடுத்தது. ‘‘நான் உயிரோடு இருக்கும் வரை உம்மை நிழல்போல் காப்பேன். என்னை காவலாளி என்னும் கருவியாக ஏற்றுக்கொள்ளுங்கள்’’ என்று புத்தரின் பாதம் பணிந்தார்.

‘‘நீ என்னதான் சொல்ல வருகிறாய் ஆனந்தா?’’

‘‘நான் இனி உங்களுடனேயே இருந்து உங்களுக்கு பணிவிடை செய்வேன். உங்களின் பாதுகாவலனாகவும் இருப்பேன்.’’

புத்தர் பதில் ஏதும் பேசவில்லை. மழை ஓய்ந்தது. சிறிய நீர்த் திவலைகள் வாயிற் கூரையிலிருந்து சொட்டிக் கொண்டிருந்தன. தும்பிகள் பறக்கத் துவங்கின.

‘‘என் அன்பை நிராகரிக்க தங்கள் தெய்வீக இதயத்தால் இயலாது. ஆம் என்று ஏன் சொல்ல மறுக்கிறீர்கள்?’’

‘‘சரி உன் இஷ்டம்’’ என்றார் புத்தர்.

‘‘சில சிறிய விண்ணப்பங்களுடன் உங்களுக்கு சேவை செய்வேன் தேவரே.’’

‘‘என்ன அவை?’’

‘‘முதலாவதானது தங்களுக்கென அன்புடன் அளிக்கப்படும் உடைகளை தாங்கள் எனக்கு தரக் கூடாது. தாங்களே பயன்படுத்திக் கொள்ள வேண்டும். இரண்டாவது தங்களுக்கென வழங்கப்படும் பிட்சை உணவை எனக்கு வழங்கக் கூடாது.’’

புத்தர் பதிலேதும் சொல்லாமல் புன்னகையுடன் கேட்டபடி இருந்தார். ‘‘உங்கள் ஒப்புதலைக் கூறாமல் புன்னகைக்கிறீர்களே புத்த தேவா?’’

‘‘முடித்துவிட்டாயா? இன்னும் இருக்கிறதா ஆனந்தா?’’

‘‘இன்னும் கொஞ்சம் இருக்கிறது புத்தபிரானே.’’

‘‘சொல்லி முடித்துவிடு முழுமையாக ஆனந்தா.’’

''மூன்றாவது தங்களுக்கு என ஒரு குடிலோ அல்லது வனமோ தயாரானால் அதை எனக்கு தரக்கூடாது. ஏதேனும் ஒரு வீட்டிலோ இடத்திலோ உங்கள் போதனையைக் கேட்க விருந்து ஏற்பாடு செய்திருந்தால் அங்கே என்னை அழைக்கக் கூடாது.''

''இத்தனையும் 'கூடாது... கூடாது' என்று எதிர்மறையாக இருக்கிறதே... நேர்மறையாக எதுவுமே இல்லையா ஆனந்தா?''

''உண்டு புத்தரே. என்னை விருந்துக்கு அழைத்தால் உங்களை அங்கே நான் அழைத்துச் செல்ல அனுமதிக்க வேண்டும். வெகு தூரத்திலிருந்து மக்கள் வந்தால் அவர்களை உங்களிடம் அழைத்து வர அனுமதி வேண்டும்.''

''முடிந்துவிட்டதா ஆனந்தா?''

''இன்னும் ஒன்றே ஒன்று உண்டு புத்த தேவரே...''

''சொல் ஆனந்தா.''

''தாங்கள் உபதேசம் செய்யும்போது ஏதோ காரணத்தால் என்னால் கேட்க முடியாமல் போயிருந்தால் நான் வந்த பின்பு அதை எனக்கு மட்டுமே என மறுபடி நிகழ்த்த வேண்டும்.''

புத்தர் ''உன் அன்புக்கு நான் கட்டுப்பட்டவன் ஆனந்தா. இவை எதையும் மறுத்துச் சொல்லும் அதிகாரம் எனக்கு இல்லை'' என்றார்.

ஜேதாவனத்துக்குச் செல்லவேண்டிய காலம் மழைக் காலம். சீடர்கள் அனைவரும் மகதத்தின் பல பகுதிகளுக்குச் செல்ல முடிவெடுத் திருந்தனர். புத்தரும் ஆனந்தனும் மழை நாளில் வெய்யில் தென்பட்ட ஒரு இடை நாளில் ஜேதா வனம் நோக்கி நடந்தனர்.

''தேவதத்தன் சங்கத்துக்கு வருவதே இல்லை புத்த தேவரே.''

''கட்டாயப்படுத்தியோ அல்லது ஒரு சட்டம் போலவோ ஒருவர் சங்கத்துக்கு வருவது சாத்தியமா? அதையும் விடு. துறவியாக இருப்பது சாத்தியமா?''

''அனேகமாக இதற்கான விடை எல்லோருக்குமே தெரிந்ததுதான் புத்தர் பிரானே. ஆனால் தேவதத்தன் ஏன் இங்கே வரவேண்டும்? ஏன் எங்களுடன் வந்து சங்கத்தில் இணைய வேண்டும்?''

''துறவு என்னும் எண்ணத்துடன் சங்கத்துக்கு வந்த அவர் பின்னாளில் அஜாத சத்ருவின் நட்பினால் அரசியல் விஷயங்களில் ஈடுபட்டு பிறழ்ந்திருக்கலாம் இல்லையா?''

‘‘இந்த அளவா?’’

‘‘ஒருவரின் மனமானது அதிகாரம், காமம், உடைமைப் பற்று இவற்றில் ஈடுபடும்போது அதற்கு அளவோ எல்லைக்கோடோ உண்டா ஆனந்தா?’’

‘‘தேவதத்தனுக்கே இந்த நிலை என்றால் சாதாரண ஜனங்களுக்கு நல்வழி எப்படிக் கிட்டும் தவசீலரே?’’

‘‘திருவிழாவில் குழந்தை கூட்ட நெரிசலில் என்ன செய்யும் ஆனந்தா?’’

‘‘காணாமற் போய்விடாமல் இருக்க தாயின் கரத்தை உறுதியாகப் பற்றும்.’’

‘‘அதேபோல தர்மத்தை உறுதியாகப் பற்றிக்கொள்வதே ஒரே வழி. வேறு வழியே இல்லை ஆனந்தா.’’

ஒரு அடர்ந்த காட்டைத் தாண்டினால்தான் ஜேதாவனம் போக இயலும். வனத்தில் ஆனந்தனின் உடைகள் முட்களில் சிக்கின. கூழாங்கற்கள் இடறிச் சரிந்தன. ஆனால் புத்தருக்கோ அந்தப் பாதை மிகவும் பரிச்சயமானதுபோல இயல்பாக லாகவமாக முன்னேறிக் கொண்டிருந்தார். மெல்லிய, கரடான முனகல் ஒன்று கேட்டது. ‘‘இது ஒரு மானின் குரல்’’ என்றார் புத்தர்.

இருவரும் சுற்றும் முற்றும் பார்த்தனர். தென்படவில்லை. ஆனந்தன் என்ன செய்வது என்று அறியாது நின்றபோது புத்தர் நெருக்கி வளர்ந்திருந்த செடிகளை விலக்கி முனகல் வந்த திசையில் பார்த்தார். நீண்ட கோரைப் புற்களின் நடுவே பெரிய இடைவெளி தெரிந்தது. இருவரும் அந்த இடத்தை நெருங்கினர். கயிறுபோல முறுக்கிச் சுற்றப்பட்ட கோரைப் புற்கள் ஒரு மானின் பின்னங்கால்களுள் ஒன்றை இறுக்கிப் பிணைத்திருந்தன.

‘‘புல்லில் மாட்டிக்கொண்டது மான்.’’

‘‘இல்லை ஆனந்தா. இது அதைப் பிடிக்க வைத்த பொறி. மான் துள்ளாதபோது சமமாக அழுத்தமின்றி பாதம் பதிக்கும். பின் அதிகம் காலை உயர்த்தாமல் நகரும். நெகிழ்ந்த முடிச்சுப் போட்ட நீண்ட வளையமான கோரைப் புல் கயிறு புல்லோடு புல்லாக இருக்கும். அது காலைத் தூக்காமல் முன்னேறும்போது அதை அப்படியே சுருக்கிப் பிடித்து இறுக்கிவிடும் முடிச்சு.’’

மான் திமிறித் திமிறி மீண்டும் மீண்டும் புற்களின் மீது சரிந்து எழ இயலாமல் தடுமாறி விழுந்துகொண்டே இருந்தது. அதன் கண்கள் அச்சத்தில் மருகின.

புள்ளி மான். புத்தர் குனிந்து அதன் காலை விடுவிக்க முயன்றபோது, அதன் வயிற்றுப் புறத் தோல் சுருங்கி விரிந்து சிலிர்த்தது. கட்டை எடுத்துவிட்டபோது, முதலில் நொண்டியபடி எழுந்த மான், ஒரு சில கணங்களில் புற்களைத் தாண்டி துள்ளி ஓடியது. அதைத் தொட்டுச் சென்றது ஒரு அம்பு. மான் அம்பைக் கண்டதும் இன்னும் விரைவாக ஓடி மறைந்தது.

மூச்சிரைக்க ஒரு வேடுவன் ஓடி வந்தான். ''மரத்தின் மேலிருந்து நான் பார்த்தபோது மான் பொறியில் சிக்கியிருந்தது. யார் அதை விடுவித்தது?''

''நான்தான்.''

''துறவி என்றால் தவத்தோடு நிறுத்திக்கொள்ள வேண்டும். வேட்டை என் தொழில். என் ஜீவனம். அதைப் பறித்த உம்மை வெட்டிச் சாய்ப்பேன்.'' கூரிய மூங்கிலால் செய்த ஆயுதம் ஒரு அடி நீளத்துக்கு அதன் முனை ஒரு கத்திக்கு இணையாக கூர்மையாயிருந்தது. அதை புத்தர் மீது ஓங்கினான். ஆனந்தன் குறுக்கே சென்று நின்றார். ''அவர் புத்தர். ஞானி.''

''நான் வேடுவன். வேட்டையையும் எதிரியையும் கொல்வது என் உரிமை.'' ஒரு கையால் ஆனந்தனை ஓங்கித் தள்ளி புத்தரின் முகத்தருகே அந்த மூங்கிற் கத்தியை உயர்த்தினான். ''அவரை விடு. என்னைக் கொல்'' என்று கதறியபடியே எழுந்தார் ஆனந்தன். அந்தப் பதற்றம் வேடுவனை ஒரு கணம் நிறுத்தியது.

''நீ மௌனமாயிரு ஆனந்தா. வேடுவனே, என்னால் உன்னிடம் சண்டையிட்டு உன்னை வீழ்த்த முடியுமா?''

''முடியாது.''

''தெரிந்தும் ஏன் அந்த மானை விடுவித்தேன்? சொல்.''

''இது ஒரு கேள்வியா? உமது சாவு உம்மை நெருங்கிவிட்டது. அதுதான் என் வேட்டையில் குறுக்கே வந்தீர்கள்.''

''இது சரியான பதிலா வேடுவனே? யோசித்துப் பார். நீ என்னைக் கொல்லும் ஆபத்து இருந்தும் ஏன் செய்தேன்? சொல்...''

சில கணங்கள் மௌனமாயிருந்த வேடுவன் ''உம்மை கொல்லா விட்டாலும் காயப்படுத்துவேன். பேச்சுக் கொடுத்து என்னை திசை திருப்பாதீர்'' என்று புத்தரை மீண்டும் நெருங்கினான்.

எந்தச் சலனமும் இல்லாமல் நின்ற புத்தர் ‘‘என்னை குத்து. அதே சமயம் பதில் சொல். ஏன் நான் அந்த மானை விடுவித்தேன்?’’

வேடுவன் கை நடுங்கியது ‘‘துறவியே நீரே சொல்லும்.’’

‘‘அந்த மானின் உயிர் வாழும் உரிமை உன் வேட்டையாடும் உரிமைக்கு இணையானது. நான் முன்பின் அறியாத அந்த மானையும், உன்னையும் இந்த உலகில் உள்ள அனைத்து மனிதரையும் உயிரினங் களையும் நேசிக்கிறேன். அந்த அன்பு என் உடலுக்குள் இல்லை. என் ஆன்மாவில் இருக்கிறது. அந்த அன்பு என்னும் செய்தி சத்தியமானது என்பதாலேயே உலகம் முழுதும் பரவி வருகிறது. இந்த உடல் உன் கையால் இன்று அழியாவிட்டாலும் ஒரு நாள் அழியும். அதன் அழிவு பற்றி நான் அஞ்சுவதே இல்லை.’’

எத்தனையோ நகரத்து மனிதர்கள், வனவாசிகள், விலங்குகள், பிற வனத்து வேடுவர்கள் - இவர்களைத் தன் ஆயுதத்தின் முன் நடுங்கும் விழிகளோடு கண்டவன் அவன். அளப்பறிய வீரமும் உறுதியும் தெளிவும் நிறைந்த புத்தரின் விழிகள் அவனை ஊடுருவின. ‘‘நீர் தேவன். நீர் சத்தியவான்’’ என்று அவர் காலில் விழுந்து ‘‘என்னை மன்னியும்’’ என்றான்.

புத்தர் அவன் தோள் பற்றி அவனை எழுப்பியபோது அவன் விழிகள் ஈரமாயிருந்தன.

‘‘உன் பெயரென்ன வேடுவனே?’’

‘‘அங்குலிமால்.’’

அத்தியாயம்

௩௩

ஹம்சிகா கண்ணீர் வடித்தபடி யசோதராவின் குடிலின் வாயிலில் அமர்ந்திருந்தாள். ஒரு முறை பிட்சுணிகள் பலரும் ஊருக்குள் வந்து பிட்சை எடுத்துத் திரும்பும்போது அவர்களைத் தொடர்ந்து ஹம்சிகா அவர்களது குடில்கள் வரை வந்தாள். அவள் வருகையைப் பொருட் படுத்தாமல் எல்லா பிட்சுணிகளும் தத்தம் குடிலுக்குள் சென்றனர். யசோதரா மட்டும் அவளருகே வந்து ''சொல் மகளே, உனக்கு யாரை பார்க்க வேண்டும்?'' என்று வினவினார். ஹம்சிகா வெறும் ஆர்வத்தில் மட்டுமே அவர்களைப் பின் தொடர்ந்திருந்தாள். இப்போது இவர் கேட்பதற்கு என்ன பதில் சொல்வது என்று தெரியவில்லை.

''தங்களை காணதான் வந்தேன்.''

''என்ன விஷயமாக?''

ஹம்சிகாவுக்கு இந்த முறை பதில் சொல்லுவது கடினம் என்று பட்டது. உண்மையில் ஒரு காரணமும் இல்லை. இருந்தாலும் சட்டென்று ''நீங்கள் நன்றாக பாடுவீர்கள் என்று கேள்விப்பட்டேன்'' என்றாள்.

''வாயேன் பாடுவோம்'' என்று யசோதரா அவளை மெதுவாக அணைத்தபடி அழைத்துச் சென்றார். ''நீ உன் வயது சிறுமிகளுடன் விளையாடுவது கிடையாதா?'' என்றார் யசோதரா புன்னகையுடன்.

''அவர்கள் எல்லோரும் நகைகள், திருமணம், குழந்தைகள் இவற்றைப் பற்றியே பேசுகிறார்கள்.''

''ஏன் அது இயல்பானதில்லையா?''

''அதைப் பற்றி மட்டுமே பேசுவது சற்று திகட்டலாகவும் தேவையற்றதாகவும் தோன்றுகிறது.''

யசோதரா குடிலின் மூங்கிற் கதவைத் திறந்து உள்ளே நுழைந்தபோது துப்புரவாக சாணம் போட்டு மெழுகியிருந்த விதமும், அந்தக் குடிலின் ஒரு மூலையில் அழகாக எரிந்த அகலின் சுடரும் மிகவும் அமைதி தரும் காட்சிகளாயிருந்தன. ஒரு மட்பாண்டம், ஒரு லோட்டா, சில துணிகள் ஒரு பனை ஓலைத் தடுக்கின் மீதும், ஒரு போர்வையும் விரிப்பும் மற்றொரு தடுக்கின் மீதும் மடித்து வைக்கப் பட்டிருந்தன. குடிலில் வேறு எதுவுமே இல்லை.

''உன் அம்மா பாடுவார்களா?''

''இல்லை.''

''அக்கா?''

''எனக்கு அக்காவே இல்லை.''

''பிறகு சங்கீதத்தில் எப்படி ஆர்வம்?''

''ஒரு முறை உங்கள் குடில்கள் அருகே நடந்து சென்று கொண்டிருந்தேன். நீங்களோ அல்லது வேறு யாரோ பாடிக் கொண்டிருந்தீர்கள். மனதைத் தொடும் விதமாக இருந்தது அதிலிருந்த பாவம்.''

''இசை எல்லா செவிகளையும் தட்டுவதில்லை. உன் பெயரென்ன?''

''ஹம்சிகா.''

''என் பெயர் யசோதரா. இசை எல்லா இதயங்களையும் அசைப்பதில்லை ஹம்சிகா. உன்னிடம் இசையின் அழகுடன் தன்னை இனம் காணும் கலையுணர்வு இருக்கிறது.''

அனேகமாக இது தனக்குக் கிடைத்த முதல் பாராட்டு என்று தோன்றியது ஹம்சிகாவுக்கு. யசோதராவின் பாதங்களைத் தொட்டு கண்களில் ஒற்றிக்கொண்டாள். ''மன்னிக்க வேண்டும். உங்களை பார்த்த உடனே பாதம் பணிந்திருக்க வேண்டும்.'' யசோதரா பதிலேதும் சொல்லாமல் அவளை மெதுவாக அணைத்து உச்சி முகர்ந்து ''உனக்கு எல்லா நலன்களும் கிடைக்கட்டும்'' என்றார். ''சிறிது நேரம் நான் தியானத்தில் இருப்பேன். சரிதானே...'' என்று

சம்மணமிட்டு தியானத்தில் அமர்ந்தார். சாந்தமும், கருணையும், அன்பும், நிறைவும் மிகுந்த முகவடிவம்.

தியானம் கலைத்த உடன் ஹம்சிகா ''அம்மா பாடுங்கள்'' என்று வேண்டினாள்.

''தர்மத்தை யாரும் ரட்சிக்க வேண்டாம்

தர்மம் உன்னை ரட்சிக்கும்

மண்ணில், பெண்ணில், மகுடங்களில்

பெயரில் புகழில் பெருமைகளில்

எதிலும் இல்லாத சாந்தி தரும்

தர்மத்தை யாரும் ரட்சிக்க வேண்டாம்

தர்மம் உன்னை ரட்சிக்கும்.''

யாரோ தனது தோளைத் தொட நிகழ் காலத்துக்குத் திரும்பினாள் ஹம்சிகா. ''ஏன் அழுகிறாய் மகளே?'' ஒரு பிட்சுணி வினவினார்.

''அம்மா யசோதராவுக்கு உடல் நலம் சரியில்லை என்று கேள்விப் பட்டேன். அவரை பார்க்க முடியாது என்றார்கள். திரும்பிப் போக மனமில்லை. நான் அவரை பார்க்க முடியாதா?'' கண்களில் நீர் திரள வினவினாள் ஹம்சிகா.

''அப்படி இல்லை மகளே. அவருக்கு நினைவு திரும்பினாலும் சிறிது நேரத்திலேயே தப்பிவிடுகிறது.''

''நான் அவரை தொந்தரவு செய்ய மாட்டேன்.''

''அதற்காக கூறவில்லை மகளே... அவர் நினைவு வரும் நேரம் உன்னிடம் பேசுவாரா என்று தெரியவில்லை என்பதற்காகவே கூறினேன்.''

''பார்த்துவிட்டு போய்விடுகிறேன்.''

''சரி வா...'' என்று அந்த பிட்சுணி குடிலுக்குள் அழைத்துச் சென்றார்.

குடிலில் ஒரு பாயில் யசோதரா படுத்திருந்தார். கண்கள் மூடியிருந்தன. மிகவும் மெலிந்திருந்தார். அருகே மற்றொரு பிட்சுணி அமர்ந்திருந்தார். அவர் ஹம்சிகாவைப் பார்த்து உதட்டின் மீது விரலை வைத்து 'பேசாதே' என்று சைகை செய்தார். ஹம்சிகா சற்றே தள்ளி தரையில் அமர்ந்தாள். கண்களில் நீர் தாரை தாரையாக வழிந்தது.

ஹம்சிகாவை அழைத்து வந்த பிட்சுணி சென்றுவிட்டார். ஹம்சிகாவின் ஆவலைப் புரிந்துகொண்டோ என்னவோ சற்று

நேரத்தில் யசோதராவுக்கு நினைவு திரும்பியது. கோரைப் புற்கள் மீது காவித்துணி சுற்றிய சிறிய தலையணையிலிருந்து யசோதராவின் தலையை பிட்சுணி தம் கரங்களால் தாங்கி, குடிக்க நீர் புகட்டினார். அவரிடம் யசோதரா மெல்லிய குரலில் ஏதோ தெரிவித்தார். பின் மறுபடி யசோதரா தலையை பிட்சுணி தலையணையின் மீது வைத்துவிட்டு ''உன்னை பாடச் சொல்கிறார்'' என்றார்.

''ஐம்புலனே புதை குழிகளாகும்

நீ அடக்கியாள ஞானக் குதிரைகளாகும்

அன்னம் போலும் நீ ஞானத்தை

லௌகீகத்தில் இருந்து பிரித்தெடுத்தால்

தர்மத்தை யாரும் ரட்சிக்க வேண்டாம்

தர்மம் உன்னை ரட்சிக்கும்

இன்பம் என்றும் துன்பம் என்றும்

இறப்பு என்றும் பிறப்பு என்றும்

உறவு என்றும் அன்னியம் என்றும்

இருமை மறையத் தவமாய் இருந்தால்

தர்மத்தை யாரும் ரட்சிக்க வேண்டாம்

தர்மம் உன்னை ரட்சிக்கும்

மனிதர்கள் என்னும் இனத்தினிலும், மரத்தினிலும்

விலங்கினிலும், பறவையிலும் நதியிலும் மலையிலும்

பிரபஞ்சம் முழுதும் ஆன்மா ஒன்றாம் என அறிந்தால்

தர்மத்தை யாரும் ரட்சிக்க வேண்டாம்

தர்மம் உன்னை ரட்சிக்கும்

துன்பம் மூப்பு நோய் யாவும்

தொற்றும் உடலை மட்டும்

உள்ளே அன்பும் கருணையும் ஆசைகள்

அற்ற நன்னெறியும் அணையா ஒளி வீசும்போது

தர்மத்தை யாரும் ரட்சிக்க வேண்டாம்

தர்மம் உன்னை ரட்சிக்கும்

ஆசை மிகுந்திட அபகரிக்கத் தோன்றும்

அதிகாரம் தேட ஆயுதம் தோன்றும்

ஞானம் தேட விடுதலை தோன்றும்

விடுதலை மட்டுமே ஆனந்தம் என்றறிந்தால்

தர்மத்தை யாரும் ரட்சிக்க வேண்டாம்

தர்மம் உன்னை ரட்சிக்கும்.''

பாடி முடித்த பின் உதடுகள் துடிக்க ஹம்சிகா கண்ணீர் சிந்தினாள். யசோதராவின் விழிகளில் நீர் கசிந்திருந்தது. சைகை செய்து ஹம்சிகாவை அருகில் அழைத்து அவளின் தலையை வருடிக் கொடுத்தார்.

குடில்களுக்கு இடைப்பட்ட மைதானத்தில் பிட்சுணிகள் அனைவரும் குழுமியிருந்தனர். அனைவரும் ஆனந்தனின் வருகைக்காகக் காத்திருந்தனர். நிறைய பேர் குழுமியிருந்தும் அங்கே நிசப்தமும் மௌனமுமே நிரவியிருந்தன. இலைகள் அசையும் ஒலி, பறவைகளின் சலசலப்பு தவிர வேறு எந்த ஒலியும் இல்லை. மாலை ஒளி மங்கிக் கொண்டிருந்தது. சில பிட்சுணிகள் எழுந்து சென்று சில தீப்பந்தங்களை எடுத்து வந்து அவற்றிற்கென நடப்பட்டிருந்த மூங்கிற் கம்பங்களின் மீது பிணைத்துக் கட்டினர்.

ஆனந்தனும் சில மூத்த பிட்சுக்களும் வந்ததும் எல்லா பிட்சுணிகளும் எழுந்து கை கூப்பி வணங்கினர்.

சில நொடிகள் மௌனம் காத்த பின் ஆனந்தன் பேசத் துவங்கினார்... ''மாதா யசோதரா அவர்கள் பஞ்ச பூதங்களுடன் ஐக்கியமாகி இன்றுடன் ஒரு வாரம் நிறைந்துவிட்டது. மாதா கோதமி அவர்கள் பூத உடலை நீத்தபோது தாயார் யதோதராவே என்னிடம் இனி என்ன செய்யப் போகிறோம் என்று கேட்டார். இப்போது உங்களில் பலர் என்னிடம் அதே கேள்வியைக் கேட்கின்றனர். இந்த இடத்தில் ஒரு செய்தியை நான் கூற வேண்டும். தன்னை எதிர்ப்போர் யாரையும் அல்லது தனது வேட்டைக்கான இரையை வீழ்த்தும் முன் குறுக்கே வந்த யாரிடமும் அங்குலிமால் கருணை காட்டியதில்லை. அவர்களை உடனே கொன்றுவிடுவார். ஆனால் புத்த தேவரின் முன் அவர் தனது கொலைவெறியை விட்டு பௌத்தத்தின் மனித நேய வழிக்கு வந்துவிட்டார்.''

''இப்போது அங்குலிமால் எங்கே இருக்கிறார்?'' என்று வினவினார் ஒரு பிட்சுணி.

''ராககஹத்தில். பிரசாந்தன் என்னும் பெயரிடப்பட்டு பிட்சைக்கும் வருகிறார்.''

''அவர் எப்போது பிட்சுவாக சபதமேற்பார்?''

''சாதாரண மனிதர்களுடன் அவர் வாழ்ந்து சமூகத்தின் குறை நிறைகளை உணர வேண்டும். பிறகு அவரது மனப்பக்குவத்தில் காலப்போக்கில் கண்டிப்பாக பிட்சுவாக ஆக இயலும்.''

''அவரைப் பற்றி இன்று குறிப்பிடக் காரணம்?''

''பிரசாந்தன் புத்தரின் வாதத் திறமையால் மாறவில்லை. புத்தரிடம் பிரசாந்தன் தரிசித்தது அறம் சார்ந்த - யாருமே வெல்ல முடியாத துணிவை. கொடூரமான மனநிலையில் இருந்த ஒருவரே புத்தபெருமானின் அருளில் சன்மார்க்கத்துக்கு வந்துவிட்டபோது நமக்கும் அவரேதான் மேலும் செல்ல வழி காட்டப் போகிறார்.''

அத்தியாயம்

34

புத்தர் தியானத்திலாழ்ந்திருந்தார். மிகவும் சிரமப்பட்டுக் கண்விழித்த ஆனந்தன் இருவருக்கென பெரிது பட்டிருந்த குடிலெங்கும் இருளடைந்து கிடப்பதைக் கண்டார். எழுந்து பெரிய அகலுக்கு எண்ணெய் ஊற்றி விளக்கேற்ற வேண்டும். ஒருக்களித்து எழுந்திருக்க முயன்றார். முடியவில்லை. காய்ச்சலின் வீச்சு அதிகமாயிருந்தது.

தியானத்திலிருந்து விழித்தெழுந்த புத்தர் கண்கள் பழகச் சில நொடிகள் காத்திருந்தார். மங்கலான வெளிச்சம் வந்த இடம் குடிலின் வாயில் என்று பிடிபட்டது. ஆனந்தனின் அரவமே இல்லாதிருப்பது வியப்பாயிருந்தது. குடிலுக்கு வெளியே சென்று இரண்டு மூன்று குடில்களுக்குப் பொதுவாக வைக்கப்பட்டிருந்த தீப்பந்தத்தை எடுத்து மீண்டும் குடிலுக்குள் வந்தார். அகல் விளக்குகளைத் தேடும் போதுதான் படுத்திருந்த ஆனந்தன் கண்ணில் பட்டார். ஆனந்தனைப் படுத்திருக்கும் நிலையில் தான் பார்த்ததே இல்லையே என்பதும் நினைவுக்கு வந்தது. அகலில் திரி எரிந்து போயிருந்தது. ஆனந்தன் அருகிலேயே வாழை நாரால் ஆன திரியை வைத்திருந்தார். அதை அகலில் இட்டு எண்ணெய்க் குடுவையில் இருந்த எண்ணெயை ஊற்றி அகல் விளக்கைத் தீப்பந்தம் வைத்து ஏற்றினார். தீப்பந்தத்தை அது இருந்த இடத்தில் வைத்துவிட்டு வரும்போதுதான் ஆனந்தனுக்கு உடம்பு சுகமில்லையோ என்று ஐயம் வந்தது. உள்ளே வந்து ஆனந்தனின் நெற்றியில் கை வைத்துப் பார்த்தார். கொதித்தது. சிறிய துணி ஒன்றை எடுத்து ஈரமாக்கி ஆனந்தனின் நெற்றி மீது

வைத்துவிட்டு மறுபடி வெளியே வந்து ஒரு தீப்பந்தத்தை எடுத்துக் கொண்டார்.

வெளிச்சத்தைத் தேடி வரும் பூச்சிகள் முகத்தில் மோதியதால் புத்தர் தீப்பந்தத்தைத் தள்ளிப் பிடித்தபடியே நந்தவனத்துக்குள் நுழைந்தார். கீழே ஏதேனும் ஊர்ந்து செல்கிறதா என்று பார்ப்பதற்காகவோ என்னவோ தீப்பந்தத்தை செங்குத்தாக அதே சமயம் தாழ்வாகப் பிடித்தபடி நடந்தார். முகத்தின் மீது புகை பட்டதால் சற்றுத் தள்ளிப் பிடித்து குனிந்தபடி நடந்தவர் ஒரு இடத்தில் நின்று அதை மேலும் தாழப் பிடித்தார். அவரது முட்டிக்கு மேல் உயரமாக இருந்த துளசிச் செடிகளில் இருந்து ஒரு கை கொள்ளுமளவு துளசி இலைகளைப் பறித்தார். திரும்பக் குடிலுக்கு வந்தவர் ஆனந்தன் நெற்றியில் இருந்த துணியை மீண்டும் ஈரமாக்கி வைத்துவிட்டு நந்தவனத்தைச் சுற்றி நடந்தார். நீள் சதுரமாகவும் சற்றே உயரமாகவும் இருந்த உணவுக் கூடத்தை அடைந்தார்.

குளிர்காலத்தில் உணவைச் சூடு செய்யவோ உடல் நலம் இல்லாதவருக்காக சமைக்கவோ உணவுக்கூடம் என்று ஒன்று வேண்டும் என்று கற்பனை செய்து நிறைவேற்றியதே ஆனந்தன்தான். உணவுக் கூடத்தில் தீப்பந்தத்துக்கென ஒரு உயரமான மண் குடுவையே இருந்தது. அகல்கள் மட்டுமே குடில்கள் உள்ளே எரிந்தன. உணவுக் கூடத்தில் யாரும் அதிக நேரம் இல்லாததால் எப்போதேனும் தீப்பந்தங்கள் பயன்பட்டன. மண்ணால் மெழுகிச் செய்த அடுப்பில் சுள்ளிகளை இட்டு தீப்பந்த உதவியுடன் அடுப்பை ஏற்றினார். ஒரு மண் கலயத்தில் துளசி இலைகளை இட்டு கொதிக்க வைத்தார். நன்கு கொதித்ததும் அதன் சாறை ஒரு சிறு மண் குடுவையில் இறுத்து, குடிலுக்குத் திரும்பினார். ஆனந்தனின் முதுகுப் பக்கமாகக் கையைக் கொடுத்துத் தூக்கினார். ''ஆனந்தா... கண் திற. இந்த துளசிச் சாறை அருந்து'' என்றார். மெல்லக் கண் விழித்த ஆனந்தன் பலவீனமாக நோக்கினார். புத்தர் மிக மெதுவாக துளசிக் கஷாயத்தை ஊட்டி விட்டார். கொஞ்சம் அருந்தியதும் ஆனந்தன் புத்தர் தோளில் சாய்ந்தார். சிறிது இடைவெளி விட்டு மேலும் கஷாயத்தை ஊட்டினார். ஆனந்தன் ஒரு மணி நேரம் கழித்தே தெம்பாகிப் பேசத் துவங்கினார் ''தாங்களா இதை கொதிக்க வைத்தீர்கள்?''

''ஏன் ஆனந்தா நன்றாக இல்லையா?''

ஆனந்தன் கண்களில் நீர் மல்க ''தெய்வத்துக்கு நிகரான தாங்கள் ஒரு எளியவனுக்காக இதையெல்லாம் செய்வது தவறில்லையா?'' என்றார். புத்தர் பதிலேதும் சொல்லாமல் ஆனந்தனின் தலையைத் தடவிக் கொடுத்தார். ஆனந்தன் உடல் வியர்க்கத் தொடங்கியது.

''வெளியே காற்றாட சற்று நேரம் இரு'' என்று புத்தர் அழைக்க இருவரும் குடிலுக்கு வெளியே வந்தனர். ஒரு காவித் துணியால் ஆனந்தனின் உடலைத் துடைத்துவிட்டார் புத்தர். ஆனந்தன் ஒரு சிறிய பாறையில் அமர்ந்தார்.

பலத்த சத்தத்துடன் பெரிய பாறைகள் குடிலின் மேல் விழுந்து கூரையைத் துளைத்து தரையைப் பெயர்த்தபடி விழுந்தன. ஓரிரு நொடிகளில் ஆனந்தனை நோக்கி மற்றொரு பாறை உருண்டு வந்தது. புத்தர் அவரை அணைத்தபடி பக்கவாட்டில் ஆனந்தனைத் தள்ளி விட்டார். புத்தரின் வலது கால் மீது வந்து விழுந்து நின்றது பாறை. ''புத்த தேவரே...'' என்னும் ஆனந்தனின் அலறல் கேட்டு மற்ற சீடர்கள் ஓடி வந்தனர்.

''இளவரசர் ஜீவகரே, புத்த தேவருக்கு பலமான அடி இல்லையே?'' என வினவினார் ஆனந்தன்.

ஜீவகன் மெல்லிய மூங்கில்களாகப் பார்த்து எடுத்து அவற்றை அதிக அகலமில்லாத பட்டைகளாக வெட்டிக் கொண்டிருந்தான். ''பிட்சு ஆனந்தரே, இது சாதாரண எலும்பு முறிவுதான். நல்ல அதிர்ஷ்டம் பாறை புத்தரின் காலில் பட்டது. அதுவே தலையில் பட்டிருந்தால் அவருடைய உயிருக்கே ஆபத்தாக முடிந்திருக்கும்.''

''என்னுடைய உயிரைக் காப்பாற்ற தன்னுடைய உயிரை அவர் பணயம் வைத்துவிட்டார் இளவரசரே.''

''புத்தரின் போதனைக்கும் அவரது வாழ்க்கைக்கும் வேறுபாடு கிடையாது ஆனந்தரே. அவர் நம் அனைவரையும் நேசிப்பவர்.''

''விரைவில்குணமாகிவிடும் இல்லையா?''

''புத்தபிரானுக்கு எழுபது வயது என்று கேள்விப்பட்டிருக்கிறேன். இவ்வளவு பெரியவருக்கு குணமாக இரண்டு மாதங்கள் ஆகலாம்.''

ஜீவகன் மறுபடி குடிலினுள் நுழைந்து புத்தரின் வலது காலைப் பரிசோதித்தான். முட்டிக்குக் கீழே நன்றாக வீங்கி இருந்தது. பாறை பட்ட இடத்தில் ரத்தம் கசிந்தது. துடைக்கப்பட்டாலும் காயம் பட்ட இடத்தில் ஒரு கோடுபோல ரத்தம் உறைந்திருந்தது. ஜீவகன் மெல்லிய துணியால் புத்தரின் காலை நன்கு துடைத்தான். பிறகு பணிவான குரலில் ''புத்தபிரானே... தங்கள் எலும்பை சேர்க்க இருக்கிறேன். சற்றே வலிக்கும். தயைகூர்ந்து பொறுத்துக் கொள்ளுங்கள்'' என்றான்.

''இதை என் உடலிடம் நீ சொல்லலாம் ஜீவகா... ஆனாலும் அதற்கு புரியாதே'' என்றார் புத்தர்.

ஜீவகன் புத்தரின் வலது கால் முட்டிக்கு அருகில் இடது கையால் அழுத்திப் பார்த்து கணுக்காலுக்கு அருகே வலது கையால் இறுக்கிப் பிடித்து சற்றே வலுவாகக் காலை கீழ்ப் பக்கம் இழுத்தான். காலை இருபக்கமும் திருப்பியபடி புத்தரின் முகத்தையே பார்த்தபடி இருந்தான். மெல்லிய வலி உணர்வு தென்பட்டது. பிறகு இரு கைகளாலும் காலை நேராகப் பிடித்து வலது கையால் நடுக்காலை அழுத்தித் திருப்பி காதைக் காலின் அருகே வைத்துக் கொண்டான்.

காலை இன்னொரு முறை திருப்பியதும் அவன் விரும்பிய மெல்லிய ஒலி - எலும்பு சரியாக அமரும் ஒலி கிடைத்தது. புத்தர் முகத்தில் வலி உணர்வு மறைந்தது. ''யாரங்கே மூங்கில் பட்டைகளைக் கொண்டு வா...'' என்றதும் ஒரு சேவகன் மெல்லிய நன்கு இழைக்கப்பட்டிருந்த மூங்கில் பட்டைகளை எடுத்து வந்தான். ஜீவகன் கையை அசைக்காமல் ஒவ்வொன்றாகப் பொருத்து என்றதும் அவன் முறிவான காலுக்குக் கீழே வரிசையாக மூன்று பட்டைகளை வைத்தான். ஜீவகன் பிடியை விடாமல் ஒரு விரலை மட்டும் தூக்கி இடம் விட காலின் மேற்பகுதியில் இரண்டு பட்டைகள் வந்தன. ஜீவகன் பிடியை விடவே இல்லை. சேவகன் கணுக்காலுக்கு மேலே மூங்கிற் பட்டைகளையும் காலையும் ஒன்றாக்கிக் கட்டினான். அதேபோல முட்டிக்குக் கீழேயும் ஒரு கட்டு போட்ட பின்பே ஜீவகன் தன் கையை எடுத்து கட்டுக்களை இறுக்கினான். கணுக்கால் மற்றும் முட்டி அசையுமளவு வசதி இருந்தது. ஒரு மட்குடுவையில் இருந்து மூலிகை எண்ணெயைக் கட்டின் மீது ஊற்றினான் ஜீவகன்.

புத்தரிடம் வணக்கம் கூறி விடைபெற்ற ஜீவகன் குடிலுக்கு வெளியே வந்தபோது ''இது நிலச்சரிவு இல்லை. அப்படி இருந்திருந்தால் மரங்கள், மண், சிறு கற்கள் இவையும் சேர்ந்து வந்திருக்கும். இது தேவதத்தன் சதி என்றே தோன்றுகிறது'' என்றார்.

''மகத நாட்டில் புத்தபிரான் மீது வெறுப்புள்ள ஒரே ஜீவன் அவர்தான்'' என்றான் ஜீவகன்.

''அஜாத சத்ருவை விட்டுவிட்டீரே இளவரசரே.''

''அஜாத சத்ருவிடம் மன மாற்றம் இருக்கிறது. பதினைந்து யோஜனை தூரத்தில் பாடலிபுத்திரம் என்னும் நகரை அவர் நிர்மாணித்துக் கொண்டிருக்கிறார். நானும் அங்கே வரும்படி பணிக்கப்பட்டவனே. எனது அதிர்ஷ்டம் புத்த தேவருக்கு மருத்துவம் புரிய வாய்ப்பு கிடைத்தது. நான் அவர் பழையபடி நடக்கும் வரை ராஜகஹத்தை விட்டு நீங்க மாட்டேன்.''

பிட்சுக்களின் குடில்களுக்கு வெளியே ஒரு மைதானம். அதில் பொதுமக்கள் கூடியிருந்தனர். பகலிலேயே பலரும் வந்து காத்திருக்கத் துவங்கினர். இரவுக்கு முன் புத்தரை தரிசித்து வீடு திரும்பவே எண்ணியிருந்தனர். சூரியன் மறைய இன்னும் நேரமிருந்தது. மேற்கே இறங்கிக் கொண்டிருந்தான்.

''வழி விடுங்கள்... மகாராணி கேமா வருகிறார்...'' என்ற பணிப் பெண்களின் கூக்குரலால் சற்றே சலசலப்பு ஏற்பட்டது. வெண் பட்டு ஆடையில் நகைகளின்றி சிந்தூரமின்றி ராணி கேமா வந்திருந்தார். மிகவும் தளர்ந்திருந்தார் என்று மக்களுக்குப் பட்டது. சேவகர்கள் கொண்டுவந்திருந்த ஆசனத்தில் அமர்ந்த அவர் தம்மை வணங்கிய மக்களுக்கு பதில் வணக்கம் தெரிவித்தார். அவருடன் வந்த ஜீவகன் குடிலுக்குச் சென்று ஒரு பக்கம் தனது தோளில் புத்தரைக் கை போட வைத்து மறு கையால் அவர் ஒரு கழியை ஊன்ற, அவரை மக்கள் கூடியிருந்த இடத்துக்கு அழைத்து வந்தான்.

காலில் கட்டுப் போட்டு கழி ஊன்றி நடந்து வரும் புத்தரைக் கண்டதும் ராணி கேமாவையும் சேர்த்து அனேக பெண்கள் கண் கலங்கினார்கள். அனைவரும் எழுந்து நின்று புத்தருக்கு வணக்கம் தெரிவித்தனர். ஒரு பாறை மீதோ பெரிய மரத்துண்டின் மீதோ அமர்ந்து புத்தர் பேசுவதையே அனைவரும் பார்த்திருந்தனர். ஒரு அலங்காரமில்லாத மர நாற்காலியில் அவர் அமர்ந்துகொள்ள வலது காலை அவர் மடிக்காதபடி ஒரு மர முக்காலி அணைப்பாக வைக்கப்பட்டது.

புத்தர் பேசுவார் என்று எதிர்பார்த்த பலருக்கும் பிட்சுக்கள் சிலர் தாம் மகதத்தில் பௌத்தம் பற்றி தெளிவுபடுத்தச் சென்ற பயண அனுபவங்கள் பற்றிப் பேசியது ஏமாற்றமாகதான் இருந்தது. அவர்கள் பேசிய பிறகு ஆனந்தன் பேசத் துவங்கினார். ''அனேகமாக எல்லா பிட்சுக்களுமே உருவ வழிபாடும் பூசை முறைகளும் பௌத்தத்தில் இருக்க வேண்டும் என்று மக்கள் விரும்புவதாகத் தெரிவித்தனர். நாம் தர்ம சக்கரத்தை நமது புலன்களையும் அகம்பாவத்தையும் கட்டுக்குள் கொண்டுவரும் சின்னமாக நிறுவி அதன் முன் தியானம் செய்யலாம். தன்னையோ வேறு உருவங்களையோ வழிபடும்படி புத்தர் கூறவில்லை. சடங்குகளில் மனம் திருப்திப்படும்போது, உருவ வழிபாட்டில் நாட்டம் இருக்கும்போது நம் விடுதலை என்பதும் பின்னால் போய்விடுகிறது. மேலான வாழ்க்கை என்பதும் பின்னுக்குத் தள்ளப்படுகிறது. நிறைய பிட்சுக்கள் இருக்கும் இடத்தில் சங்கத்துக்கான குடில்களை உண்டாக்கி அங்கே தியானமும் விவாதங்களும் செய்யலாம். எப்போதும் ஒன்று நினைவில் இருக்க வேண்டும். நாம் புதிய உருவ வழிபாட்டுக்காக புத்தரை சரணடைய வில்லை.''

ஜீவகன் ராணி கேமாவிடம் ''அம்மா, நடந்தும் மாட்டு வண்டியிலும் வந்த மக்கள் இரவுக்குள் திரும்ப வேண்டும். நாம் சற்றே காத்திருந்து புத்த தேவரின் ஆசி பெறலாமே'' என்றான்.

மாலை தாண்டி இரவு கவிந்து தீப்பந்தங்கள் ஏற்றப்படும்போது அனேகமாக நிறைய மக்கள் கலைந்து சென்றிருந்தனர். கேமாவும் ஜீவகனும் புத்தரின் எதிரே வணங்கி நின்றனர்.

''பௌத்தம் தழைக்க பிம்பிசாரர் தந்த ஆதரவு மகத்தானது தாயே. நாங்கள் அனைவருமே அவரது துயரமான முடிவினால் மிகவும் மனம் புண்பட்டிருக்கிறோம்'' என்றார் புத்தர்.

''மகதத்துக்கு உங்கள் வரவு பெரிய பாக்கியம் புத்ததேவரே. மாமன்னர் நீண்ட நாள் இருக்கும் பாக்கியம்தான் இல்லாமற் போய்விட்டது.''

''ஆன்மீகம் தம் மண்ணில் தழைக்க வேண்டும் என்பதில் அவர் மிகவும் உறுதியாக இருந்தார். அப்படிப்பட்ட மன்னர் கிடைத்தது மகத மக்களின் பெரும் பேறு'' என்றார் புத்தர்.

சற்று நேரம் பிம்பிசாரருக்கு அஞ்சலி செலுத்துவதுபோல அனைவருமே மௌனம் காத்தனர்.

''அஜாதசத்ருவிடம் மனமாற்றம் இருக்கிறது. தனது குழந்தை தவழ்ந்து, நடந்து விளையாடுவதைக் கண்டு அவன் மகிழ்ந்தபோது 'இப்படிதான் உன் அப்பாவும் மகிழ்ந்தார்' என்றேன். கண்கலங்கி மனம் உடைந்து அழுதான். தன் பாவச் செயல்களுக்காக வருந்தினான். ராஜகஹம் தனது கொலைக்கும் பதவி ஆசைக்குமான சின்னமாகத் தோன்றிவிட்டது அவனுக்கு. புதிய வாழ்க்கையின் அடையாளமாக பாடலிபுத்திரம் என்னும் நகரை நிர்மாணித்துக் கொண்டிருக்கிறான்.''

''ஆசையும் புலன்களிலான துய்ப்பும் நோய் யார் கண்ணிலும் படாமலேயே பலரின் மீது தொற்றுவது போல, பல தலைமுறை களாகத் தொடர்கிறது. மரணம் பிறப்பு இரண்டும் அதற்குத் தீர்வே இல்லை. இனி பிறக்கும் குழந்தையும் இந்த சங்கிலித் தொடரில் சிக்கி அலைக்கழிக்கப்படதான் போகிறது.

விடுதலைக்கான தேடல் ஒரு மனிதனின் வாழ்நாள் முழுவதையும் அர்ப்பணிக்குமளவு உயர்ந்தது. சிறு விளக்குச் சுடர்கள் ஒரு மாளிகையையே வெளிச்சமாக்குவதுபோல, தேடல் உள்ளவர்கள் ஒரு சிலராயிருந்தாலும் ஒரு தேசமே மனித இனமே அவர்களால்

விடியலுக்கான வழியைக் காணும். அஜாத சத்ருவுக்குத் தொற்றிய நோய் அவரை விட்டுவிட்டதை அறிந்து மகிழ்ச்சி.''

தினமும் புத்தரைக் காண வருவோரின் எண்ணிக்கை அதிகரித்துக் கொண்டே வந்தது. ஜீவகன் பரிசோதித்து, காலில் இருந்த கட்டை அகற்றி, அவருக்கு குணமாகிவிட்டது என்று கூறிவிட்டான். அவர் ஒரு பக்கம் கழியை ஊன்றியே நடந்தார். வரும் வழியில் ஆங்காங்கே ஜனங்கள் ''எங்கள் கிராமத்துக்கு வாருங்கள்'' என்று அழைத்தால் புன்னகையுடன் அதை ஏற்கவும் செய்தார்.

ராஜகஹத்திலிருந்து வடக்கே செல்கிறோம் என்று மட்டும் தெரிந்தது. பிட்சுக்களுக்கு புது ஊர்கள், புது மக்கள், பயணம் என்று சந்தோஷம் மேலிடுவதாக ஆனந்தனுக்குத் தோன்றியது. புத்தருக்கு உண்டாகும் பயண அசதியும் ஏன் இவர்கள் கண்ணில் படுவதே இல்லை என்று வருத்தமாக இருந்தது ஆனந்தனுக்கு.

கழுகுக் குன்று என்று கிராம மக்கள் அழைத்த மலையில் உயரம் குறைவான பகுதிகளிலேயே பல குகைகள் தென்பட்டன.

''இங்கு ஓரிரு நாட்கள் தங்குகிறோம் புத்தரே.''

''தங்கலாமா என்று கேட்காமல், தங்குகிறோம் என்று கட்டளை இட்டுவிட்டாயே ஆனந்தா...''

குகை வாயில் அகன்றும் உள்ளே நீண்டும் போகப் போகக் குறுகிய படியும் இருந்தது.

புத்தர் குகை வாயிலை ஒட்டி, சமமாக இருந்த கல்லின் மீது அமர்ந்து வலது காலை நீட்டி வைத்துக் கொண்டிருந்தார். தியானத்தின்போது கூட பத்மாசனத்தில் அமர முடியாதபடி அவரது வலது கால் பாதிக்கப் பட்டிருந்தது.

''நிறைய அலைகிறேன் என்று உனக்கு வருத்தமா ஆனந்தா?''

ஆனந்தன் மறுமொழி கூறவில்லை. ஒரு அணில் புத்தரின் அருகே வந்து வந்து போய்க் கொண்டிருந்தது. திடீரென அவர் மடி மீது ஏறி அமர்ந்தது. சில நொடிகளில் கீழிறங்கி மீண்டும் அங்கும் இங்கும் அலைந்தது.

''காலை உணவு ஒரு வேளை மட்டும் உண்டு நாள் முழுவதும் நடப்பது பிட்சுக்களுக்கு சிரமமாக இல்லையா ஆனந்தா?''

''தங்களுக்கு தெரியாததா புத்த தேவரே? உடல் நலம் இல்லாதோருக்கு மாலையில் ஏதேனும் உணவு உண்டு.''

''ஷ்ரமண நியமங்களை விட்டுக் கொடுக்காமல் துறவிகளை நீ வழிநடத்திச் செல்வது உன் சிறப்பு ஆனந்தா.''

''ஏன் சுவாமி? நானா வழி நடத்திச் செல்கிறேன்? தாங்கள் ஒருவர் மட்டுமே எங்கள் அனைவரின் வழிகாட்டி.''

யாரோ நடந்து வரும் சத்தம் கேட்டது. மகத நாட்டு சேவகர்கள் பலர் பின்தொடர ஒருவர் நல்ல ஆடை அணிகலன்களுடன் வந்தார். அவர் புத்தரின், ஆனந்தனின் பாதங்களைத் தொட்டு வணங்கினார். ''நான் மாமன்னர் அஜாத சத்ருவின் மந்திரி வாசக்கரா. மன்னர் தன் வணக்கங்களை தெரிவிக்கிறார்.''

''அமருங்கள் வாசக்கரரே'' என்றார் ஆனந்தன்.

புத்தருக்கு சற்றுத் தள்ளி அமர்ந்த வாசக்கரா ''பாடலிபுத்திரம் என்னும் தலைநகர் உருவாகிக் கொண்டிருக்கிறது. தாங்கள் அங்கே எழுந்தருள வேண்டும்.''

''அவசியம் வருவோம்'' என்றார் புத்தர்.

''வஜ்ஜியர்கள் நாடு பாடலிபுத்திரத்தை ஒட்டியே வருகிறது. அவர்கள் மேல் படையெடுத்து மகதத்துடன் இணைக்க மாமன்னர் விரும்புகிறார். தங்கள் திருவுள்ளம் அறிய விரும்புகிறார்.''

''நான் ஒன்றும் ராஜ குரு இல்லையே...'' புத்தர் புன்னகைத்தார்.

''மன்னர் அஜாத சத்ருவுக்கு போர் புரிவதில் தங்கள் எண்ணம் அறியாமல் ஈடுபட விருப்பமில்லை. ''

''வஜ்ஜியர்கள் நாட்டில் பெரியவர்கள் அவமதிப்புக்கு ஆளாகிறார்களா? பெண்கள் பலாத்காரம் செய்யப்படுகிறார்களா? தங்கள் பாரம்பரியத்தை அவர்கள் கைவிட்டதாக சேதி உள்ளதா?''

''இல்லை சுவாமி.''

''அவ்வாறெனில் ஏன் அவர்களது அமைதியான நல்லாட்சி தொடரக் கூடாது?''

''சரி சுவாமி. தங்கள் கருத்தை நான் மன்னரிடம் கூறிவிடுகிறேன்.'' மறுபடி அவர்கள் இருவரின் பாதம் தொட்டு வணங்கி விடைபெற்றார்.

புத்தர் ஆனந்தனிடம் ''நான் எதிலிருந்தாவது தப்பிக்க முயன்றிருக்கிறேனா?'' என்று கேட்டார்.

ஆனந்தனுக்குக் கேள்வியே பிடிபடவில்லை.

அத்தியாயம்

35

பாடலிபுத்திரத்தை ஒட்டிய வனப்பகுதியில் புத்தரும் சீடர்களும் தங்கியிருந்தபோது மந்திரி வாசக்கரா ஆனந்தனை வணங்கி ''சுவாமி, தாங்களும் புத்தரும் பிட்சுக்களும் பாடலிபுத்திர நிர்மாணப் பணிகளைக் கண்டு ஆசி வழங்க வேண்டும்'' என்றார்.

''வாசக்கரா... அஜாத சத்ரு இங்கே வந்து புத்தரை வணங்கட்டும். அவர் மிகவும் தளர்ந்திருக்கிறார்.''

''அப்படியே சுவாமி... மாமன்னர் ராஜகஹம் சென்றிருக்கிறார். இன்னும் ஒரு வாரத்தில் திரும்பி வர எண்ணியுள்ளார்.''

''புத்தரின் திரு உள்ளம் தெரியவில்லை. இப்போது தியானத்தில் இருக்கிறார்.''

''மாமன்னர் வரும்போது தாங்கள் இருந்தால் கண்டிப்பாக வந்து தரிசிப்பார்'' என்று கூறி வணங்கி விடைபெற்றார் வாசக்கரா.

''வெகு நாள் கழித்து புனித கங்கை நதியை கடக்கிறேன் ஆனந்தா'' என்றார் புத்தர். படகுகளிலிருந்து புத்தரும் ஏனையரும் இறங்கிய போது நாளந்தா நகரின் மக்கள் பெருந்திரளாக நின்றிருந்தனர். ஒரு கம்பை ஊன்றியபடி புத்த பிரான் தளர் நடை போடுவதைக் கண்ட மக்கள் வருத்தமடைந்தனர். கிராமணி பல்லக்கு கொண்டுவந்திருந்தார். ஆனால் புத்தர் ஏற்கவில்லை. தங்களுக்கென அமைக்கப்பட்டிருந்த குடில்கள் வரை நடந்தே சென்றார்.

மக்கள் நிறைந்த மைதானத்தில் புத்தர் அமர ஏதுவாக ஒரு மரத்தால் ஆன மேடை அமைக்கப்பட்டிருந்தது. ஆனந்தனும் சரிபுட்டரும் புத்தரின் காலடியில் அமர்ந்திருந்தனர். மாலை நேரம். தீப்பந்தங்களை ஏற்றத் துவங்கி இருந்தனர். புத்தர் தம் உரையைத் துவங்கினார்.

''பௌத்த சங்கம் சரிபுட்டரின் பிறந்த ஊரான நாளந்தாவில் தழைத்து வருகிறது. பொதுமக்களாகிய உங்கள் அனைவருடன் உங்கள் சமூகத்தின் ஒரு பகுதிதான் சங்கம். உங்கள் குடும்ப உறுப்பினர்களில் ஒருவராகதான் நீங்கள் பிட்சையாகத் தரும் உணவை நாங்கள் உண்கிறோம்.

பௌத்த சங்கத்தின் பிட்சுக்கள் துறவு என்னும் நிலையில் எந்தப் பற்றுக்களினின்றும் தனித்து ஆசைகள் அணுகாத வாழ்க்கையை வாழ்கிறார்கள். மூத்த பிட்சுக்களின் அறிவுரைகளை ஏற்க அடிக்கடி ஒன்றுகூடி தம் துறவு வாழ்வின் திசை பிறழாது காத்துக் கொள்கிறார்கள்.

சில நாட்களுக்கு முன் நான் பிட்சு ஆனந்தனிடம் 'நான் எதிலிருந்தாவது தப்பிக்க முயற்சிக்கிறேனா?' என்று கேட்டேன். அப்போது அவர் பதில் ஏதும் கூறவில்லை. இந்தக் கேள்வி ஒன்றே நான் ஞானம் அடைந்து பல பிட்சுக்கள் தீட்சை பெற்ற ஆரம்ப நாட்களில் இருந்து என்னைத் தொடர்கிறது. தவமும் தியானமும் துறவும் நம் அனைவரின் பெரிய குடும்பமான சமுதாயத்திலிருந்து தப்பித்துக் கொள்வதற்கான உபாயங்கள் ஆகா. சமுதாயம் என்னும் உடலின் உயிர் நாடி அன்பு. அன்புக்கு ஆசையும், அகம்பாவமும், துய்ப்பும், இது என்னுடையது என்னும் பற்றும் விரோதமானவை. இவற்றில் ஏதேனும் ஒன்று மாற்றி ஒன்று அன்பின் பிணைப்பை - அதன் அடிப்படையிலான கடமைகளை விட்டு நம்மை தப்பித்துச் செல்லத் தூண்டுகிறது. புலன்கள் தரும் இன்பம் அதற்குத் துணையாகிறது. சிந்தனை, சொல், செயல் இவை யாவற்றிலும் சமுதாய நலத்துக்கு எதிராக எதுவுமே இல்லாத தூய நிலையில் துறவிகள் உங்களுக்குள் ஒருவராகவே இருக்கிறார்கள்.

அன்பின் வழியில் செல்லாமல் ஆசையின் வழியில் அலைப்புறும் போது, துறவிகள் பற்றில்லா நன்னிலையின் அவசியத்தை நினைவு படுத்துகிறார்கள். அவர்கள் குடும்ப வாழ்க்கை வாழவில்லை என்பது ஏன் என்ற கேள்விக்கு இன்னொரு கேள்வியே விடை. ஒரு உழவர் விதை நெல்லை ஏன் சமைத்து உண்பதில்லை என்னும் கேள்வியே அது. மகதத்தைத் தாண்டி வஜ்ஜியர்களின் வைசாலி நகருக்குச் செல்லும் முன் உங்களை சந்தித்ததில் நாங்கள் அளவில்லாத மகிழ்ச்சி அடைகிறோம். மகதம் என் ஞானத் தேடல் பூர்த்தியான தேசம்.''

●

‘‘நான் தரும் மூலிகைக் கஷாயத்தை இரவு படுக்கும் முன்பு புத்தர் அருந்தட்டும்’’ என்றார் வைசாலி நகர வைத்தியர்.

‘‘அவர் ஏன் இவ்வளவு சோர்வாக இருக்கிறார்?’’ என்று வினவினார் ஆனந்தன்.

‘‘அவருடைய வயோதிகத்தினால் அவருடைய ஜீரண உறுப்புகள் பழையபடி செயற்படவில்லை. அவருக்கு எண்பது வயது எட்டியிருக்கும் என்றே தோன்றுகிறது.’’

‘‘உங்கள் கஷாயத்தால் அவர் பழைய நிலைக்கு வந்துவிடுவார் தானே?’’ என்றார் ஆனந்தன்.

‘‘இல்லை மூத்த பிட்சுவே. முதுமையை ஒரு கஷாயத்தால் வெல்ல முடியுமா என்ன?’’

ஆனந்தனின் கண்களில் நீர் ததும்பியது. ‘‘மழைக்காலம் முடியும் வரை அவர் மேற்கொண்டு பயணம் செய்ய வேண்டாம்’’ என்றார் வைத்தியர்.

‘‘மழைக்காலத்தில் அவரும் சீடர்களும் ஒரே இடத்தில் தங்குவதே வழக்கம் வைத்தியரே’’ என்றார் ஆனந்தன்.

கஷாயம், தேனில் குழைத்து சாப்பிடும் மூலிகைப் பொடிகள் என வைத்தியர் தொடர்ந்து பல மருந்துகளைத் தந்தபடிதான் இருந்தார். வாரத்தில் ஒரு முறையோ சில சமயம் இரு முறையோ மட்டுமே புத்தரால் எழுந்து நீராடும் அளவு நடமாட முடிந்தது. பெரிதும் படுத்த படுக்கையாகவே இருந்தார். பிட்சுக்கள் அனைவரும் ஆனந்தனைப் போலவே மிகவும் மன வருத்தம் அடைந்தனர். இரண்டு மாதங்கள் கடந்த பிறகு புத்தர் ஓரளவு நடமாட ஆரம்பித்தார். மழையும் மெல்ல மெல்ல அடங்கி நின்றது. ஆனந்தன் பயந்தபடியே ‘‘அடுத்த இடத்துக்கு செல்லும் நேரம் வந்துவிட்டது’’ என்றார் புத்தர்.

வைசாலியைத் தாண்டி மல்ல தேசத்தை புத்தரும் சீடர்களும் அடைந்தனர். பலா என்னும் கிராமத்தில் ஒரு பெரிய ஆலமரத்தடியில் அனைவரும் தங்கினர். மிகுந்த சோர்வும் களைப்பும் ஆட்கொள்ள நித்திரையில் ஆழ்ந்தார் புத்தர். ஏன் இவர் இன்னும் பயணம் செய்துகொண்டே இருக்கிறார் என்று ஆனந்தனுக்கு மிகவும் வருத்தமாக இருந்தது.

முதலில் அந்த கிராமத்தின் இரும்புக் கொல்லன் சுண்டாவும் அவரது மனைவியும் வந்தனர். ‘‘கிராமத்தில் பலருக்கு இன்னும் விவரம் தெரியாது. தெரிந்தால் அனைவரும் தரிசனத்துக்காக

வந்திருப்பார்கள்'' என்றார் சுண்டா. புத்தரின் நிலையைக் கண்டு அவர் மிகவும் வருந்தினார்.

குதிரைகள் வரும் சந்தடி கேட்டது. ''மல்ல நாட்டு இளவரசர் புக்காசா வருகிறார்... பராக்... பராக்...'' புக்காசா நடுவயது கடந்தவராக இருந்தார். ஆனந்தனின் பாதம் தொட்டு வணங்கினார் ''அமர கலாமவிடம் புத்த தேவர் மாணவராக இருந்தபோது நான் பாலகனாக அமர கலாமவிடம் சீடனாக இருந்தேன். புத்த தேவரின் இந்த நிலையை காண மிகவும் வருத்தமாக இருக்கிறது. அமர கலாம, தான் கற்றது அனைத்தையும் போதித்து முடித்த நிலையில் அதற்கு அடுத்த கட்டத்தை அடையவே புத்த தேவர் அங்கிருந்து மேலே சென்றார்'' என்று கூறி, புத்த தேவரின் நிலை உடல் நிலை மேம்பட்ட பிறகு, மறுபடியும் வருவதாகக் கூறி கிளம்பினார்.

''என்ன ஆனது புத்ததேவருக்கு?'' என்று கண்ணீருடன் வினவினார் சுண்டாவின் மனைவி.

''பிட்சை என்று வந்த ஒரு பொழுது உணவில் விஷமான எதோ ஒன்று இருந்திருக்கிறது. தாம் சாப்பிட்ட உடன் மிகவும் வயிற்றுப் போக்காலும் காய்ச்சலாலும் பாதிக்கப்பட்ட புத்தர் வேறு யாரும் அதை உண்ண வேண்டாம் என்று தடுத்துவிட்டார்'' என்றார் ஆனந்தன். புத்தர் அங்கே தங்கும் வரை தான் அவருக்குக் கஞ்சி செய்து கொண்டுவருவதாக கொல்லர் சுண்டாவின் மனைவி வேண்டிக் கொண்டார். ஆனந்தனுக்கு கயையில் புத்தருக்கு உணவளித்த சுஜாதாவின் நினைவு வந்தது.

வைத்தியர் வந்து புத்தரைப் பரிசோதித்து கஷாயம் தயார் செய்து தருவதாகக் கூறிச் சென்றார்.

காலையில் புத்தரிடம் நல்ல முன்னேற்றம் இருந்தது. எழுந்து அமர்ந்திருந்தார். வைத்தியர் நாடி பார்த்து ''உங்கள் ஜீரண உறுப்புகள் கிட்டத்தட்ட செயலிழந்து இருக்கின்றன. தாங்கள் பயணம் செய்யும் நிலையில் இல்லை'' என்று கூறினார்.

''நானும் இறுதியாகச் சென்று தங்கும் இடத்தை நெருங்கி விட்டதாகவே தோன்றுகிறது வைத்தியரே. அது அதிக தூரமில்லை.''

சுண்டாவின் மனைவி கொண்டுவந்த கூழைக் குடித்த பின்பு ''தெம்பாக இருக்கிறது'' என்று எழுந்தார். ஆனந்தனுக்குக் கவலையாக இருந்தது. மறுபடி பயணம் செய்து தன்னை வருத்திக்கொள்வாரோ?

சுண்டாவும் அவரது மனைவியும் புத்தரை வணங்கி விடைபெற எழுந்தனர். ''சுண்டா... நீங்கள் என்னென்ன கருவிகள் எல்லாம் செய்வீர்கள்?'' வினவினார் புத்தர்.

''அறுவடைக்கான அரிவாள், கலப்பையில் உள்ள மழு, காய்கறி வெட்டும் கத்தி, போர் வீரர்களுக்கான ஈட்டி அம்புகள், சிற்பிகளுக் கான உளி, மாட்டு வண்டிச் சக்கரத்தில் மாட்டும் பட்டை எல்லாம் செய்வேன்.''

''அந்த இரும்புச் சக்கர பலத்தில் மாட்டு வண்டி கரடு முரடான பாதையிலும் செல்ல இயலும் இல்லையா?''

''ஆமாம் சாமி... அது தேயும்போது மாற்றிக்கொள்ள புதுப் பட்டை செய்து தருவேன்.''

''பட்டையை மாற்றிய பின் சக்கரம் எத்தனை காலம் தாக்குப் பிடிக்கும்?''

''சிறிது காலமே ஐயா, சில வருடங்கள் மழையிலும் வெய்யிலிலும் மரம் வலுவிழக்கும். கற்கள் உரசும்போது காலப்போக்கில் வீணாகிவிடும்.''

''பிறகு அந்த சக்கரம் பயன்படாதா?''

''ஆமாம் ஐயா. சக்கரம் பட்டையை மாட்டும் அளவு கூட வலுவுடையதாக இருக்காது.''

''அப்போது அதை என்ன செய்வது?''

''அடுப்பு எரிக்க பயன்படுத்தலாம். அவ்வளவுதான் ஐயா.''

புத்தர் ஆனந்தனை பொருள் பொதிந்த பார்வையுடன் நோக்கினார்.

இந்த முறை மறுபடி புத்தர் கிளம்பியபோது ஆனந்தன் தடுத்து ஏதும் சொல்லவில்லை. சிறிது தூரம் நடந்த உடனேயே வியர்வை வழிய புத்தரால் நடக்க இயலவில்லை என்று தெளிவாகத் தெரிந்தது. ஒரு கையில் குச்சியை ஊன்றிக்கொண்டே நடந்த புத்தரின் மறு கையைத் தம் தோளில் போட்டுக்கொண்டு நடந்தார் ஆனந்தன்.

''உன் மனதை என்ன உறுத்திக் கொண்டிருக்கிறது ஆனந்தா?''

''தாங்கள் ஓய்வெடுத்தால் பழைய அளவு பலம் வந்துவிடும்.''

''உடலால் மனதின் கட்டுப்பாட்டில் இயங்க இயலும் ஆனந்தா. மனம் ஒன்றுக்கு மட்டுமே கட்டுப்பாடு தேவை.''

''சங்கம் பிட்சுக்கள் யாவருமே தங்களையே மையமாக காண்கிறோம். உங்கள் உடல் நலம் நன்றாக இருந்தால்தானே எல்லா பிட்சுக்களும் மக்களும் உங்களைச் சந்தித்து உபதேசம் பெற இயலும்? பலா

கிராமத்திலும் தாங்கள் படுத்த படுக்கையாகவே இருந்தீர்கள். ஓய்வில் இன்னும் தெம்பு பெற்றிருக்கலாமே புத்தபிரானே?''

''எனது தவம் முடியும் முன்பே கயாவில் முதல் சீடர்களான அரஹந்தர்கள் எனக்காக காத்திருந்தார்கள். அவர்களே சங்கத்தை அமைத்தவர்கள். என் தேடல் எனக்கு சித்தியான ஞானம் இவையும் நீங்கள் நடத்தும் சங்கமும் மக்கள் அனைவரின் சொந்த சொத்துக்கள். நான் வெறும் கருவியே ஆனந்தா. என் காலத்துக்குப் பிறகும் சங்கம் இருக்கும். நான் சாட்சியாய் நின்று தெரிவித்த ஞானத்தின் செய்தியும் என்றும் இருக்கும்.''

''உங்கள் காலம் இன்னும் நிறையவே நீண்டிருக்கும் புத்த தேவா. ஏன் நீங்கள் முடிவு பற்றி பேசுகிறீர்கள்?''

''சரீரம் அழிவது சருகுகள் உதிர்வதுபோல் ஆனந்தா. புதிய தளிர்கள் உருவாகி மரம் எப்போதும் பசுமையாயிருப்பதுபோல சங்கமும் பௌத்தத்தின் பாதையும் புதிய கருத்துகளுடன் ஜீவித்திருக்கும்.''

''மரத்தின் இலைகளைப்போல் பௌத்த மரத்தில் நாங்கள். மரமே தாங்கள்தானே புத்தபிரானே.''

''நானும் ஒரு இலைதான். தேடல்தான் மரம். சரீர சுகத்தைத் தாண்டி, சௌகரிய செல்வப் பற்றைத் தாண்டி ஆன்மீகத் தேடல் உள்ள எல்லா இதயங்களும் பௌத்தம் நோக்கி வரும். வைதீக மதத்தில் இருப்பதைப்போல சடங்கு சம்பிரதாயங்கள் பேசும் பௌத்தர்களும் வரக்கூடும். அவர்களை எதிர்கொள்ள ஆன்மீகம் மட்டுமே பௌத்தம் என்போரும் வரக்கூடும். எந்த சத்தியத்துக்கு நான் சாட்சியாய் இருந்து அதன் சாராம்சத்தை உலகுக்கு அளித்தேனோ அது என்றும் அழியாது. மனம் சோர்வடையாதே ஆனந்தா.''

புத்தரால் தொடர்ந்து பேச முடியவில்லை. மிகவும் மூச்சு வாங்கி வியர்வை பெருக்கெடுத்து ஓடி ஆனந்தனையும் நனைத்தது. ''புத்தபிரானே, இன்று இந்த ஊரிலேயே தங்கிவிடுவோம். தங்களுக்கு ஓய்வு தேவை.''

நாகலிங்கப் பூக்களின் மணம் வீசிய அந்த இடம் உருசுவேலா கிராமம். குடில் அமைத்து புத்தபிரானை ஓய்வெடுக்கச் செய்ய நேரமாகும். புதர்களும் கற்களுமாக இருந்தது அந்த வனம். சில சீடர்கள் ஒரு இடத்தின் புதர்களை அகற்றினர். ஏனையவர் சருகு இலைகளை அந்த இடத்தில் பரப்பினர். ஒரு காவித் துணியை அதன் மீது விரித்து புத்தரைப் படுக்க வைத்தார்கள். இருள் கவியத் தொடங்கி இருந்த நேரம். தீப்பந்தங்களை ஏற்றினார்கள். மகதத்திலிருந்து வஜ்ஜியர்கள்

நாட்டைக் கடந்து மல்லர் ராஜ்ஜியத்துக்கு வந்தாகிவிட்டது. அடுத்தது கபில வாஸ்து. அங்கேயும் பல காலம் தங்குவார் என்று எண்ணியிருந்த ஆனந்தனுக்கு அவரது உடல் நிலை மிகவும் கவலை அளித்தது. இப்படித் தரையில் படுத்திருக்கலாமா இந்த தர்ம தேவன்? தீப்பந்தங்களோடு சுற்றியுள்ள இடத்தைப் பரிசீலித்தார். எட்டடி இடைவெளியில் இரண்டு நாகலிங்க மரங்கள் இருந்தன.

ஒரு தொங்கு தொட்டில்போல தயார் செய்யும்படி இளைய சீடர்களைப் பணித்தார் ஆனந்தன். மெல்லிய நீண்ட மூங்கில்களைத் தேடி எடுத்து வந்தனர். எட்டடிக்கும் சற்றே குறைவான நீளத்தில் மூங்கில் துண்டுகளை வெட்டினார்கள்.

கயிறு பருமனுக்கு வெட்டிய நீண்ட மூங்கில் பட்டிகளை இணையாக அரை அடிக்கு ஒன்றாக அகலவாட்டில் வைத்தார்கள். அதன் மேல் நீள வாட்டில் பத்துப் பதினைந்து மூங்கில்களை வைத்து அவற்றின் மேற்புறம் மெல்லிய பட்டிகளை அதே இடைவெளியில் வைத்து, பின் மேலும் கீழும் உள்ள பட்டிகளை உறுதியான சன்னமான மரப்பட்டைத் துண்டுகளால் இணைத்து முறுக்க ஒரு கயிற்றுக் கட்டில் போல மூங்கிற் கட்டில் உருவானது. இரு நாகலிங்க மரங்களிலும் தரையில் இருந்து மூன்றடி உயரத்தில் கூரிய கற்களை வைத்து ஆழமான மறையை உண்டாக்கினார்கள். பருமனான வலிமையுள்ள காட்டுக் கொடிகளை எடுத்து அந்த மறையின் மீது சுற்றி நுனிகளை மூங்கிற் தொட்டிலில் இறுக்கி இணைத்தார்கள். அதன் மீது காவி வேட்டிகளை விரித்தார்கள்.

ஆனந்தனும் சீடருமாய் புத்தரைப் பூப்போல அந்தத் தொட்டிலில் இடும்போது அன்னையர் மாயாவும் கோதமியும் மட்டுமே இதை சித்தார்த்தருக்குச் செய்திருப்பார்கள் என்று தோன்றியது ஆனந்தனுக்கு. அவரால் பெருகி வரும் கண்ணீரைக் கட்டுப்படுத்த முடியவில்லை.

தீப்பந்தங்களுடன் சீடர்கள் சுற்றி நின்றிருக்க ஆனந்தன் புத்த தேவரின் திருமுகத்தையே பார்த்தபடி நின்றிருந்தார். தேடல் தாகம் என்றும் ஞானம் ஜீவ நதி என்றும் கூறும் புத்தர் இப்போது மௌனமாக ஒரு தொட்டிலில் கிடந்தார். ஆனந்தன் அந்த இடத்தை விட்டு நகரவே இல்லை.

முதல் சாமத்தில் புத்தர் கண்களைத் திறந்தார். தண்ணீர் வேண்டும் என்று சைகை காட்டினார். இருவர் அவர் தோள்களையும் ஒருவர் அவரது தலையையும் தாங்கிப் பிடிக்க, ஆனந்தன் ஒரு மண் குவளையிலிருந்து மெதுவாக நீரைப் புகட்டினார். மூன்று நான்கு மிடறுகள் அருந்திப் பின் போதும் என்று சைகை காட்டினார் புத்தர்.

புத்தர் ஏதோ பேச முயல்வதுபோல இருந்தது. ஆனந்தன் அவர் அருகே குனிந்து காது கொடுத்துக் கேட்டார்.

''நான் ஞானத் தேடலில் இருந்து தப்பிக்கவில்லை. உலகம் உய்ய ஞானத்தை பகிர்வதிலிருந்தும் தப்பிக்கவில்லை. இந்த உடல் நானில்லை. இதன் விடுதலைக்கான நேரம் இது. என்னிலும் என் வழி வந்த செய்தி மகத்தானது. எல்லாவற்றையும் விட அன்பே மகத்தானது.''

புத்தரின் விழிகள் மூடிக்கொண்டன. நாகலிங்க மொட்டுகள் தாம் பெற்ற பேற்றை எண்ணி மௌனமாய் மகிழ்ந்தன. நட்சத்திரங்கள் மெய்ஞ்ஞான வரலாற்றின் அடுத்த அத்தியாயத்தை ஆவலுடன் நோக்கின. மூங்கிற் தொட்டிலில் முதுமையால் ஆட்கொள்ளப்பட்ட துன்புறும் உடலினின்று மூன்றாம் சாமத்தில் உயிர் விடைபெற்றது. உலகம் உறங்கிக் கொண்டிருந்தது.

இரவு முடிந்தது. புத்தரின் புகழுடலுக்கு அழிவில்லை என்று கூறி உதித்தது விடிவெள்ளி.

நிறைவாக

படைப்பாளியின் பக்கமிருந்து...

முதலில் இந்த நாவலைத் தொடராக வெளியிட்ட திண்ணை இணையத்தாருக்கு மனப் பூர்வமான நன்றிகள். தொடர்ந்து என்னைத் தட்டிக் கொடுத்த சக எழுத்தாளர்களுக்கும்.

இது சரித்திர நாவல் என்று எப்படி என்னால் உரிமை கொண்டாடப்படுகிறது? புத்தரின் வரலாற்றைக் கதை வடிவமாகக் கொடுத்தால் புத்தரின் கதை என்றுதானே சொல்லவேண்டும்?

ஒரு சினிமாவுக்கும் ஒரு ஆவணப்படத்துக்கும் என்ன வித்தியாசம்? அதுவே ஒரு சரித்திரக் கதைக்கும் ஒரு சரித்திர நாவலுக்குமான வித்தியாசம்.

சினிமாக்காரர்கள் ஒரு வரிக் கதை என்ன என்று துவங்குவார்கள். புத்தர் குடும்பத்தை நீங்கினார். போதிமரம் கீழே உட்கார்ந்தார். ஞானம் பெற்றார் என்றே நாம் புரிந்து வைத்திருக் கிறோம். ஆனால் அவர் அதற்கு முன்னரும் தம் ஞானத்தை உலகுக்கு உரியதாக்கும் காலத்திலும் எதிர்கொண்டவை எத்தனை எத்தனையோ.

புத்தரின் கதையை இந்த நாவல் ஆவணப் படுத்தவில்லை. புத்தரின் கதையை பின்னோக்கிச் சென்று அதாவது நம் முன்

வைக்கப்படும் கடவுளின் அவதாரம் என்னும் சரித்திரத்தை ஒரு சாதாரண மனிதனின் கதையாக உள் நோக்கி அற்புதங்களை நீக்கி கதாபாத்திரங்களை ஒரு நாடக மேடையில் காண்பதுபோல் கற்பனையில் நிறுத்தி உருவானதே போதி மரம் என்னும் நாவல்.

ஜாதகக் கதைகள், ஆசார்ய புத சுதா இவை இரண்டுமே புத்தரின் வரலாறு பற்றிய மிகத் தொன்மை மிகுந்த பதிவுகள். ஆனால் இவை இரண்டுமே புத்தரின் வரலாற்றை நமக்கு முழுமையாகத் தரவில்லை. அஷ்வகோஷர் என்பவரின் படைப்பான புத்தசரிதா என்பதே முழுமையான முதல் வரலாற்று நூலாகக் கருதப்படுகிறது. இவை அனைத்திலுமே அவர் ஒரு சாதாரண மனிதர் என்பதான அடிப்படையில் பதிவுகள் இல்லை. அவர் அவதாரமாகவும் அவர் காலத்தில் பல அற்புதங்கள் நிகழ்ந்ததாகவுமே பதிவுகள் உள்ளன.

போதி மரம் நாவல் இந்த அற்புதங்களை முற்றிலுமாக நிராகரித்து விட்டது. பூர்வ ஜென்மத்தில் யசோதராவும் புத்தரும் தேவ லோகத்தில் இருந்ததாகத் தொடங்கி எத்தனையோ அற்புதங்கள் ஏற்புக்கு ஒவ்வாத விஷயங்கள் புராணங்களில் உள்ளன.

அதே சமயம் ஏறத்தாழ ஆறாயிரம் ஆண்டுகளுக்கு முற்பட்ட அவரின் வரலாறு குறித்த எந்த ஆவணப்படுத்துதலுமே நிறுவப்பட முடியாததே. அதுவே ஒரு புனை கதைக்கு வசதியான களமாக அமைந்தது. நிகழ்ச்சிகளின் கால வரிசையை நாவல் கற்பனையின் அடிப்படையில் கொண்டுசெல்கிறது.

போதி மரம் நாவலில் வரும் யசோதராவின் பாத்திரம் அதிக பட்சமாக ஹிந்தியில் மைதிலி ஷரண் குப்த என்னும் கவிஞரின் காவியத்தில்தான் மையப்படுத்தப்பட்டது. போதி மரம் நாவலில் வரும் யசோதராவை அந்தக் காவியத்துடன் ஒப்பிடவே முடியாது. ராகுலனை வளர்ப்பதிலோ அல்லது புத்தரின் பரிணாமத்தை எதிர்கொள்வதிலோ யசோதரா போதி மரம் நாவலில் சித்தரிக்கப்பட்டதுபோல வேறு எந்தப் பதிவிலும் இதுவரை பாத்திரப் படைப்பு செய்யப்படவில்லை. சுத்தோதனரின் மரணத்தின்போது அவருக்கு தீட்சையும் முக்தியும் புத்தர் கொடுத்ததாகப் புராணம் கூறுகிறது. நாவலில் சுத்தோதனர் தாமே ஆத்ம பரிசோதனையில் பலவற்றை உணர்கிறார். தேவதத்தன் ஒரு யானையை புத்தரைக் கொல்ல என அனுப்பியதாகவும் அதை புத்தர் தம் பார்வையிலேயே அடக்கியதாகவும் புராணம் கூறும். அது நாவலில் எடுத்துக்கொள்ளப்படவே இல்லை. தேவதத்தனும் அஜாத சத்ருவும் இணைந்து செயற்பட்டதாக வரலாற்றுக் குறிப்பு உண்டு.

ஆனால் அந்த அளவு அவர்கள் இணைந்து செயற்படவில்லை. ஏனெனில் அஜாத சத்ருவிடம் மனமாற்றம் ஏற்படுகிறது.

சுஜாதாவுக்குப் புராணங்கள் தந்த இடமும் நாவல் தந்துள்ள இடமும் வெவ்வேறானவை. புத்தரின் அடிப்படை நெறிகள் தவிர அவரது போதனைகள் எதுவுமே அவர் எடுத்தாண்ட கதைகள் யாவுமே நாவலின் சேர்க்கையே. புராணங்களில் இவை முற்றிலும் வேறுபடும். புத்தரின் குருமார்கள் ஒருவர் உதக ராம புட்டர். மற்றொருவர் அமர கலாம. அவர்களும் புத்தரும் என்ன அடிப்படையில் குரு சிஷ்ய உறவிலிருந்தார்கள் என்பதை நாவல் யதார்த்தமான கண்ணோட்டத்தில் முன் வைக்கிறது. புத்தரைக் கொல்ல தேவதத்தன் ஒரு மலையிலிருந்து கல்லை உருட்டிவிட்டபோது புத்தருக்கு அடிபட்டதாகத்தான் வரலாறு. அந்தக் கல் ஆனந்தனைப் பதம் பார்க்காமல் புத்தர் காப்பாற்றினார் என்பது நாவலில் உள்ள கற்பனை. புத்தரின் மரணத்தில் கூட ஒரு இரும்புக் கொல்லர் கொடுத்த கெட்டுப் போன உணவே அவர் உயிரைக் குடித்தது என்று புராணங்கள் கூறும். இது அபத்தம் என்று நாவல் நிராகரித்துவிட்டது. ஏனெனில் புத்தர் வணங்கப்பட்டார். அவருக்குத் தரும் பதார்த்தத்தைக் குறிப்பாக கீழான சாதி என்று கருதப்பட்ட ஒருவர் மிகவும் பயபக்தியுடன் கொடுத்திருக்கவே வாய்ப்புண்டு. புத்தர் தமது உடலை ஒரு குறிப்பிட்ட பிராமணர் சடங்குகள் செய்து நல்லடக்கம் செய்ய வேண்டும் என்பதற்காகவே உருவேலா கிராமத்துக்கு வந்தார் என்றும் சரித்திரக் குறிப்புகள் உள்ளன. இது அவர் தம் உயிரிலும் மேலாகக் கடைப்பிடித்த வருணாசிரம வைதீக நிராகரிப்புக்கு ஒவ்வாதது. எனவே அதுவும் நாவலில் நீக்கப்பட்டது.

எனவே கற்பனையில் நம் சித்தர்களில் ஒருவராக நம்மவராக புத்தரைக் காண முயன்றதால் இது சரித்திர நாவல் என்பது என் துணிபு. அதே சமயம் அவர் காலத்தில் எல்லா ஆதாரங்களிலும் ஏற்றுக் கொள்ளப்படும் எல்லா சரித்திர நிகழ்வுகளும் விடுபடாமல் நாவலில் சேர்க்கப்பட்டுள்ளன. அனந்த பிண்டிகா, கஸ்ஸாபா, ஜேதா என பல சிறிய கதாபாத்திரங்களுக்கும் அவர்களுக்கு உரிய இடம் கொடுக்கப் பட்டுள்ளது.

எல்லா மதங்களுக்குமே அதன் மூலவர் மறைந்ததும் என்ன நேர்ந்ததோ அதுவே பௌத்தத்துக்கும் நிகழ்ந்தது. வைதீக மதத்துக்கு ஒரு சீர்திருத்த வடிவத்தை வைணவம் தர முயன்றது (தோற்றது). மாறாக புத்தரின் ஞானத்தின் நீட்சியாக ஜென் என்னும் சிந்தனை முறை நம் முன் இன்றும் உள்ளது.

நம் தேசத்தின் ஆகச் சிறந்த மீட்பராக நாம் புத்தரைக் காண்கிறோம். அவர் ஏசுவின் காலத்துக்கு நான்காயிரம் வருடங்கள் முன்பே அன்பின் கருணையின் அருமையை நமக்கும் உலகத்துக்கும் அளித்தவர். நம் குறுகிய நோக்கினால் அவரது மார்க்கம் மற்ற நாடுகளில் வளர்ந்தது. அது என்ன குறுகிய நோக்கு என்று விவரமாக அறிய வேண்டுமானால் அக்டோபர் 2000 திண்ணை இதழில் வந்த பிரமிளின் கட்டுரையை வாசிக்கவும்.

இளம் வயது முதலே என் மனதை ஆக்கிரமித்து வரும் அவரை இலக்கியமாக்க நான் செய்த முயற்சியின் தரமும் வெற்றியும் தங்கள் விமர்சனத்துக்கு உரியவை. ஆனால் அதில் நான் கொண்ட அர்ப்பணிப்பு அப்பழுக்கற்றது.

நன்றிகள்.

சத்யானந்தன்

www.ingramcontent.com/pod-product-compliance
Ingram Content Group UK Ltd.
Pitfield, Milton Keynes, MK11 3LW, UK
UKHW042134021026
15589UKWH00003B/812

9 789386 737175